యాదవ వీర భారతం

కాటమరాజు చరిత్ర

వై.ఎస్. యాదవ్

notionpress.com

INDIA · SINGAPORE · MALAYSIA

ISBN
Paperback 979-8-90510-794-8
Hardcase 979-8-90510-795-5

యాదవ జాతి ముద్దుబిడ్డ, ఆర్తుల పాలిట ఆపద్బాంధవుడు,
తిరుపతి 'యాదవ భవన' వ్యవస్థాపక అధ్యక్షులు మరియు
అఖిల భారత యాదవ మహాసభ (A.P)
రాష్ట్ర వర్కింగ్ ప్రెసిడెంట్, కారణ జన్ముడు

కీ.శే. డా.కారణి మునుస్వామి యాదవ్

(చీఫ్ మెడికల్ ఆఫీసర్, స్విమ్స్) గారి దివ్య స్మృతులకు
పవిత్ర అక్షర నీరాజనం...

Contents

మంగళాశాసనం

కృష్ణాయ వాసుదేవాయ హరయే పరమాత్మనే |
ప్రణతః క్లేశనాశాయ గోవిందాయ నమో నమః ||

శ్రీమదఖిలాండ కోటి బ్రహ్మాండ నాయకుడు, దేవకీ నందనుడు, యాదవ వంశ పయఃపారావార రాకాసుధాకరుడు, వేణుగాన లోలుడు, జగద్రక్షకుడైన ఆ దేవాదిదేవుడు శ్రీకృష్ణ పరమాత్మ కరుణాకటాక్ష వీక్షణాలు ఈ 'యాదవ వీర భారత' మహాకావ్య పఠితలకు సర్వదా రక్షగా నిలుచుగాక! కదనరంగంలో కౌరవ సేనల మధ్య నిలబడి గీతామృతాన్ని పంచిన ఆ పార్థసారథి, ధర్మసంస్థాపనకై అవతరించిన ఆ గోపాలకుని దివ్య చరణారవిందములకు సవినయ ప్రణామాలు. ఆ నల్లనయ్య అదృశ్య ఆశీస్సులు ఈ గ్రంథంలోని అక్షరాక్షరంలో ఆవాహనమై, పాఠకుల హృదయాలలో ధర్మదీక్షను రగులకొల్పుగాక!

సర్వమంగళ మాంగళ్యే శివే సర్వార్థ సాధికే ।

శరణ్యే త్ర్యంబకే గౌరి నారాయణి నమోఽస్తుతే ॥

యాదవ వంశ పావని, పచ్చిక బయళ్లలో విహరించే పశుగణాలకు ప్రాణదాత, రణరంగంలో శత్రు మూకల గుండెల్లో ప్రళయ భైరవిలా ఉరిమే రణచండి, మా ఇలవేల్పు శ్రీ గంగమ్మ తల్లి దివ్య చరణాలకు అక్షర నీరాజనం! అన్యాయం ఎదురైనప్పుడు నెత్తురు ఉప్పొంగేలా చేసే పౌరుషాగ్ని ఆ తల్లే. మూగజీవాల కోసం ప్రాణత్యాగానికి వెనుకాడని యాదవ వీరులకు కవచమై నిలిచిన ఆ జగన్మాత చల్లని చూపులు ఈ వీరగాథకు, ఈ కథను చదివే ప్రతి బిడ్డకు సదా శ్రీరామరక్షగా నిలుచుగాక!

సకల లోకైక నాథుడైన శ్రీకృష్ణుని వేణునాదం, వీరమాత గంగమ్మ తల్లి ఆశీస్సుల తోడుగా... యాదవ మహావీరుల నెత్తుటి త్యాగాలతో లిఖించబడిన "యాదవ వీర భారతం" అను పవిత్ర ఇతిహాస గ్రంథ పఠనం నిర్విఘ్నంగా కొనసాగుగాక! ఈ అక్షర మహాకావ్యం అజరామరమై, పది కాలాల పాటు భావితరాలకు పౌరుషాన్ని, స్ఫూర్తిని ప్రసాదించుగాక!

ఓం శాంతిః శాంతిః శాంతిః

శుభం భవతు

కృతి సమర్పణ

కలాల కన్నా ముందే కత్తులు దూసి, నెత్తుటి ధారలతో చరిత్రను లిఖించిన నా యాదవ జాతి అఖండ పౌరుషానికి... ఈ 'యాదవ వీర భారతం' సగర్వ సమర్పణం!

కాలగర్భంలో కనుమరుగవుతున్న ఈ మట్టి వీరుల గాథలకు అక్షర రూపమిచ్చి, మహాకావ్యంగా మలచాలని కలలుగన్న నా ఆదర్శమూర్తి, నా మార్గదర్శి... కీర్తిశేషులు, మా నాన్నగారు **స్వర్గీయ శ్రీ యామనబోయిన మునిరాజు యాదవ్** గారి పవిత్ర స్మృతికి నా సవినయ ప్రణామాలు.

అలాగే, ఆ మహావీరుల బలిదానాలకు సజీవ సాక్ష్యంగా నిలిచిన మార్కాపురం గడ్డకు "కాటమరాజు జిల్లా" గా నామకరణం జరగాలన్న మహాసంకల్పానికి, ఆ దిశగా అలుపెరగక సాగుతున్న ధర్మ పోరాటానికి... నా ఈ అక్షర కుసుమాంజలి!

పోరాట స్ఫూర్తి

ఒక సామాజిక విశ్లేషణ

చరిత్ర ఎప్పుడూ గెలిచిన రాజుల పక్షానే నిలుస్తుంది. కానీ, ఈ మట్టి పక్షాన నిలబడి, అస్తిత్వం కోసం ప్రాణాలర్పించిన సామాన్యుల నెత్తుటి గాథలు కాలగర్భంలో పూడిపోయాయి. అటువంటి ఒక అణగారిన సంచార జాతి ఆత్మగౌరవ ప్రస్థానమే ఈ "యాదవ వీర భారతం". ఈ గ్రంథంలోని ముప్పై పర్వాలను (అధ్యాయాలను) ఒక క్రమపద్ధతిలో కూర్చిన తీరు, ఒక సామాజిక పరిశోధకుడిగా నన్ను ఎంతగానో ఆలోచింపజేసింది.

ఈ గ్రంథాన్ని నేను కేవలం ఒక వీరగాథగా చూడను. ఇది 13వ శతాబ్దపు నాటి ఆర్థిక, వర్గ పోరాటానికి సజీవ సాక్ష్యం. 'ఆది పర్వం' నుండి మొదలుపెట్టి 'స్వర్గారోహణ పర్వం' వరకు సాగిన ఈ ప్రయాణాన్ని విశ్లేషిస్తే... ఇది రాజ్య విస్తరణ కోసం జరిగిన యుద్ధం కాదు. అడవుల మీద, పచ్చిక బయళ్ల మీద పశుపాలకులకు ఉన్న సహజ హక్కును

నిరాకరిస్తూ, పాలకులైన నెల్లూరి చోళులు విధించిన అన్యాయమైన 'పుల్లరి' (పన్ను) కి వ్యతిరేకంగా జరిగిన హక్కుల పోరాటం!

కాటమరాజు అన్యాయమైన పన్ను కట్టనని ధిక్కరించడం వెనుక... నేటి ఆధునిక పౌర సమాజం గర్వించదగ్గ 'హక్కుల సాధన' దాగుంది. ఈ ముప్పై పర్వాలలో నన్ను అమితంగా ఆకర్షించిన మరో సామాజిక కోణం... కుల రహిత పోరాటం. యాదవులకు తోడుగా నిలిచిన గోసంగి వీరుడు బీరన్న పరాక్రమం, ఆనాటి బహుజన ఐక్యతకు నిదర్శనం. అలాగే, అగుమంచి, వల్లమ్మ లాంటి మహాసాధ్వుల అధ్యాయాలు ఆనాటి స్త్రీ సాధికారతకు ప్రతీకలు.

ఒక రాజ్యాంగబద్ధమైన హక్కుల కోసం, బీసీ విద్యార్థుల వైద్య విద్య కోసం పోరాడిన వ్యక్తిగా నేను చెబుతున్నాను... "హక్కులను ఎవరూ భిక్షగా వేయరు, నెత్తురు చిందించి సాధించుకోవాలి" అని ఈ ముప్పై అధ్యాయాల కాటమరాజు చరిత్ర మనకు బోధిస్తోంది. తాళపత్రాల్లో దాగిన ఈ చారిత్రక నిధిని వెలికితీసి, తన తండ్రిగారి ఆశయాలకు ప్రాణం పోస్తూ శ్రీ వై.ఎస్. యాదవ్ గారు చేసిన ఈ అక్షర కృషి అభినందనీయం. జాతి ఆత్మగౌరవాన్ని బతికించే ఈ ప్రయత్నం చిరస్థాయిగా నిలిచిపోవాలని ఆకాంక్షిస్తున్నాను.

- డా. ఆలా వెంకటేశ్వర్లు

చైర్మన్, బి.పి.మండల్ ట్రస్ట్

అక్షరాశీస్సు

చారిత్రక సాక్ష్యాల పునరుజ్జీవనం

సాహిత్య చరిత్రలో మౌఖిక సంప్రదాయానికి ఒక ప్రత్యేకమైన స్థానం ఉంది. ఒక తరం నుండి మరో తరానికి కొమ్ములవారి ద్వారా, సుద్దుల ద్వారా ప్రవహించిన యాదవుల వీరచరిత్ర ఎనిమిది వందల ఏళ్ల నాటి సమాజానికి ఒక సజీవ దినపత్రిక! పత్రికా రంగంలో దశాబ్దాలుగా పనిచేస్తున్న ఒక సంపాదకుడిగా, ఈ "యాదవ వీర భారతం" పుస్తకాన్ని నేను ఒక చారిత్రక, సాహిత్య విశ్లేషకుడి కోణంలో చదివాను.

ఒక మహాసముద్రం లాంటి జానపద సాహిత్యాన్ని, కీర్తిశేషులు శ్రీ తంగిరాల వెంకటసుబ్బారావు గారు సేకరించిన వందలాది తాళపత్రాల సారాంశాన్ని, చెదరని ఒక మహాకావ్యంగా 'ముప్పై పర్వాలుగా' విభజించిన విధానం నన్ను ఆకట్టుకుంది.

ఆది పర్వంలోని మూలాల అన్వేషణ, రాయబార ఘట్టాల్లో కనిపించే రాజనీతి, గంగ తర్కంలో ప్రకృతికీ-మానవుడికీ మధ్య సాగే తాత్విక సంభాషణ, ఏనుగుయాల రణక్షేత్ర ఘట్టాల్లోని భీకర వర్ణనలు... ఇవన్నీ ఈ ముప్పై అధ్యాయాలలో ఒక క్రమపద్ధతిలో పేర్చబడ్డాయి. ఒక ఆధునిక చరిత్రకారుడికి కావలసిన లక్ష్యశుద్ధి ఈ రచనలో కనిపిస్తుంది. పాలకుల అహంకారాన్ని, సామాన్యుల ధిక్కారాన్ని ఎక్కడా కేవలం భావోద్వేగాలకే వదిలేయకుండా, ఒక తార్కిక విశ్లేషణతో పాఠకుల ముందుంచారు.

మరుగున పడిపోతున్న తాళపత్రాలను శ్రీ వేంకటేశ్వర విశ్వవిద్యాలయానికి అందించి చరిత్రను భద్రపరచడమే కాకుండా, తన తండ్రిగారు స్వర్గీయ యామనబోయిన మునిరాజు యాదవ్ గారి ఆశయాలకు అక్షరరూపమిస్తూ, దాన్ని ఒక ప్రామాణిక గ్రంథంగా మలచడం వెనుక శ్రీ వై.ఎస్. యాదవ్ చేసిన కృషి అభినందనీయం. గతాన్ని వర్తమానానికి అన్వయించే ఒక గొప్ప విశ్లేషణాత్మక గ్రంథంగా రూపుదిద్దుకున్న ఈ "యాదవ వీర భారతం"... భావితరాలకు ఒక గొప్ప చారిత్రక ఆధారంగా నిలిచిపోతుందని ఒక పాత్రికేయుడిగా నేను గర్వంగా చెప్పగలను.

- వీర్ల శ్రీరాములు యాదవ్

సంపాదకులు - వార్త ప్రభ, యాదవ వార్త;

అధ్యక్షులు - APMP అసోసియేషన్

కృతజ్ఞతాంజలి

కాలగర్భంలో నిశ్శబ్దమైపోతున్న ఈ సెత్తుటి కొమ్ముునాదాలకు తిరిగి అక్షర ప్రాణం పోసే ఈ బృహత్తర యజ్ఞంలో... నాకు వెన్నంటి నిలిచి, అడుగడుగునా మార్గదర్శనం చేసిన మహానుభావులకు సవినయంగా శిరస్సు వంచి కృతజ్ఞతాంజలులు అర్పిస్తున్నాను.

యాదవ వీరుల శౌర్యప్రతాపాలను పొందుపరిచిన కాటమరాజు కథా చక్రపు అరుదైన తాళపత్రాలను అహోరాత్రులు శ్రమించి, పల్లెపల్లెలు గాలించి ఒకచోట చేర్చిన అక్షర తపస్వి, ప్రముఖ జానపద సాహితీ చరిత్రకారులు కీర్తిశేషులు **ఆచార్య శ్రీ తంగిరాల వెంకట సుబ్బారావు** గారికి నా హృదయపూర్వక కృతజ్ఞతలు. వారు చేసిన ఆ సాహిత్య సేద్యమే నేడు ఈ మహాకావ్యానికి మూలస్తంభమై నిలిచింది.

ఆ పవిత్ర తాళపత్ర సంపదను నా చేతుల మీదుగా 'శ్రీ వేంకటేశ్వర విశ్వవిద్యాలయ' ప్రాచ్య పరిశోధనాలయానికి అందించి, వాటిని డిజిటలైజ్

చేయించి, భావితరాల కోసం ఆ చారిత్రక నిధిని శాశ్వతంగా భద్రపరచడంలో నాకు దిశానిర్దేశం చేసిన ప్రముఖ సామాజిక పరిశోధకులు, ఆత్మీయులు **డాక్టర్ ఆలా వెంకటేశ్వర్లు యాదవ్** గారికి నా ప్రత్యేక ప్రణామాలు.

ఈ మహాకార్యం ఎటువంటి ఆటంకాలు లేకుండా నిర్విఘ్నంగా పూర్తి కావడానికి, దీనిని ఒక సుందరమైన గ్రంథ రూపంలో మీ ముందుకు తీసుకురావడానికి... అంతులేని సహనంతో నాకు వెన్నంటి నిలిచి, నా అక్షర తపస్సుకు కావలసిన సకల వసతులను కల్పించిన నా ఆత్మీయ మిత్రులు, సహచరులు, ప్రముఖ సీనియర్ న్యాయవాది **శ్రీ భారతాల మల్లికార్జునరావు** గారికి నా హృదయపూర్వక ధన్యవాదాలు.

అన్నింటికీ మించి... ఈ మహావీరుల గాథను కేవలం అక్షరాల్లో కాక తరతరాలుగా తమ గుండెల్లో మోస్తూ, మట్టి వాసనను శ్వాసగా మార్చుకుని, రణోత్సాహంతో కొమ్ములూదుతూ... మన జాతి నెత్తుటి చరిత్రను నేటికీ సజీవంగా బతికిస్తున్న ప్రాచీన వారసత్వ సంపదలు **కొమ్ములవారు, సుద్దుల గొల్లలు, మరియు సమస్త యాదవ గాథాకారుల** పాదపద్మాలకు నా ఈ సవినయ అక్షర నీరాజనాలు. వారి గొంతుకలో పలికిన ఆ పౌరుషమే ఈ 'యాదవ వీర భారతాని'కి ప్రాణవాయువు.

– వై. ఎస్. యాదవ్

నాంది ప్రస్తావన

ఒక వారసత్వపు అక్షర సంతకం

ఎన్నో ఏళ్ల క్రితం... కాలగర్భంలో కలిసిపోతున్న ఒక నెత్తుటి చరిత్రను, అజ్ఞాత జానపదుల కొమ్ముననాదాలను అక్షరబద్ధం చేయాలని మా నాన్నగారు, కీర్తిశేషులు స్వర్గీయ శ్రీ యామనటోయిన మునిరాజు యాదవ్ గారు ఒక గొప్ప స్వప్నానికి బీజం వేశారు. మట్టి కోసం, ధర్మం కోసం ప్రాణాలర్పించిన మన మహావీరుల శౌర్యానికి, పరాక్రమానికి అద్దం పడుతూ ఆయన ఈ మహాకావ్యానికి నాడే "యాదవ భారతం" అని ఎంతో గంభీరమైన నామకరణం చేశారు.

ఒక కొమ్ములవాడు తన గుడారంలో కూర్చుని, చేతిలో ఇత్తడి కొమ్ము పట్టి, ఆవేశంతో శివమెత్తి పాడుతుంటే ఆ కథ ఎలా ఉగ్రరూపం దాల్చుతుందో... అక్షరం పొల్లుపోకుండా అదే మట్టి వాసనతో, అదే ఉద్వేగంతో నాన్నగారు ఆ గాథను రాయడం ప్రారంభించారు. కానీ, అప్పట్లో

తిరుపతిలో శ్రీ బాలరాజు మహర్షి గారి సాన్నిహిత్యంతో తిరుమల తిరుపతి దేవస్థానం ఆధ్వర్యంలో ఆయుర్వేద ఫార్మసీ ఏర్పాట్ల బాధ్యతల్లో నిమగ్నమవ్వడం వల్లనో, మరే ఇతర కారణాల వల్లనో ఆయన కలం మధ్యలోనే ఆగిపోయింది. ఆ మహోన్నత స్వప్నం ఆరంభంలోనే అసంపూర్ణంగా మిగిలిపోయింది.

నా బాల్యంలో ఆ రాతప్రతులను చూసినప్పుడు, నాన్నగారు ఎంచుకున్న ఆ 'జానపద కథన ప్రక్రియ' నా పసి మనస్సుకు ఏమాత్రం అర్థం కాలేదు. కానీ, కాలక్రమంలో నా అడుగులు సామాజిక క్షేత్రం వైపు పడి, జాతీయ స్థాయి యాదవ నాయకులతో పెరిగిన పరిచయాలు నా నరనరాల్లో నిద్రిస్తున్న సాహిత్య పిపాసను బలంగా మేల్కొల్పాయి. అసలు మా నాన్నగారు అంతటి ఉద్వేగంతో అక్షరబద్ధం చేయాలనుకున్న ఆ చరిత్ర ఎలాంటిది? దాని గొప్పతనం ఏమిటి? అని అన్వేషిస్తే... ఒక మహా అద్భుతం నా కళ్ల ముందు ఆవిష్కృతమైంది.

సాధారణంగా దేవుళ్లకు, గ్రామ దేవతలకు మాత్రమే జాతరలు, తిరనాళ్లు, ఉత్సవాలు జరపడం మన సంప్రదాయం. కానీ, ఒక మర్త్యుడైన రాజుకు దైవత్వపు హోదాను కల్పించి, ఏటా ఘనంగా ఉత్సవాలు నిర్వహిస్తున్నారంటే.. ఆ పాలకుడు ఎంతటి ప్రజారంజకుడో మనం అర్థం చేసుకోవచ్చు. అటువంటి అరుదైన గౌరవం పొంది, ప్రజల గుండెల్లో గుడి కట్టుకున్న మహోన్నత యాదవ కుల తిలకుడు మన కాటమరాజు. ఆయన కేవలం ఒక రాజు మాత్రమే కాదు, ఆపదలో ఉన్నవారికి అండగా నిలిచిన ఒక సజీవ దైవం.

ప్రపంచ చరిత్ర పుటలను గమనిస్తే, కాలక్రమంలో జరిగిన మహా సంగ్రామాలన్నీ రాజ్యకాంక్షతోనో, అపరిమిత సంపద కోసమో,

వంశాధికారం కోసమో, లేక నాడు జరిగిన భారత రామాయణాల వలె ఆడువారి కోసమో, హక్కుల కోసమో జరిగి ఉంటాయి. కానీ, ఈ 'యాదవ వీర భారతం' వీటన్నింటికీ భిన్నమైనది. ఇది కేవలం మట్టి కోసం, ఆ మట్టిని నమ్ముకున్న మూగ జీవాల కోసం, ఆ పశుగణాల మేత కోసం మరియు వాటి మౌలిక హక్కుల కోసం ఒక సంచార జాతి చేసిన అఖండ నెత్తుటి సంగ్రామం. నోరు లేని జీవాల కోసం ప్రాణాలను తృణప్రాయంగా వదిలేసిన ఇటువంటి వీరగాథ ప్రపంచ చరిత్రలోనే అరుదైనది.

"పరుల కోసం పాడైపోయింది యాదవ కులం" అనే ఒక నానుడి మన సమాజంలో ఉంది. అది కేవలం మాట మాత్రమే కాదు.. ఇతరుల క్షేమం కోసం, ధర్మ రక్షణ కోసం తమ సర్వస్వాన్ని, చివరికి ప్రాణాలను సైతం బలిదానం చేసిన యాదవ వీరుల నిస్వార్థ గుణానికి అది ఒక నిలువెత్తు నిదర్శనం. ఆ త్యాగనిరతే ఈ 'యాదవ వీర భారతాని'కి మూలసూత్రం. పరుల కన్నీరు తుడవడానికి పౌరుషంతో రక్తాన్ని ధారబోసిన చరిత్ర ఇది.

తరతరాలుగా ఏ గ్రంథాలూ పదిలపరచని, కేవలం జానపదుల గుండెల్లోనే సజీవంగా ఉన్న ఈ మౌఖిక సాహిత్యాన్ని పూర్తిగా వెలికితీయాలన్న నా ప్రయాణంలో... అక్షర తపస్వి కీర్తిశేషులు ఆచార్య శ్రీ తంగిరాల వెంకట సుబ్బారావు గారితో సాపత్యం చేసే అదృష్టం నాకు దక్కింది. వారు సేకరించిన అమూల్యమైన తాళపత్ర గ్రంథాలను ఎస్.వి.యూనివర్సిటీ ప్రాచ్య పరిశోధనాలయానికి అందించి, డాక్టర్ ఆలా వెంకటేశ్వర్లు యాదవ్ గారి సహకారంతో వాటిని డిజిటలైజ్ చేయడంలో పాలుపంచుకున్నాను. ఈ పరిశోధనా ప్రయాణమంతా నన్ను తిరిగి మా నాన్నగారు అసంపూర్ణంగా వదిలేసిన ఆ పాత కాగితాల దగ్గరికే చేర్చింది.

నాన్నగారి కలను పూర్తి చేయాలన్న తపనతో, నేను పల్లెపల్లెలు తిరిగి కొమ్ములవారి గుడారాల దగ్గర కూర్చుని వారు పాడే కథలను శ్రద్ధగా విని రికార్డు చేసుకున్నాను. అప్పుడు నాకు అర్థమైంది... మా నాన్నగారు ఆనాడు ఎంచుకున్న ఆ గాథాకారుల శైలే ఈ సెత్తుటి చరిత్రకు అసలైన ప్రాణం పోస్తుందని! అనాటి ఆ కొమ్ములవారి గొంతుకలోని పౌరుషాన్ని నాన్నగారు ఏ శైలిలో అయితే బంధించాలని కలలుకన్నారో, సరిగ్గా అదే పంథాలో నేను ఈ కాటమరాజు చరిత్రను పూర్తి చేశాను.

నేడు, మా నాన్నగారి అదృశ్య ఆశీస్సులతో, అడుగడుగునా నాకు తోడునీడగా నిలిచి నా ప్రతి అడుగులోనూ వెన్నంటి ప్రోత్సహించిన నా కుటుంబ సభ్యుల అపారమైన సహకారం మరియు మద్దతుతో, మిత్రులు, ఆత్మీయుల ప్రేరణతో... యాదవ జాతి ఆత్మగౌరవానికి ఒక అక్షర నీరాజనంగా, ఒక వారసత్వపు నెత్తుటి సంతకంగా ఈ '**యాదవ వీర భారతం**' పుస్తకాన్ని మీ ముందుకు తీసుకువస్తున్నాను. ఇది కేవలం ఒక చరిత్ర కాదు, ఒక జాతి ఆత్మఘోష. చదవండి... ఈ అక్షరాలలో వినిపించే కొమ్మునాదాన్ని మీ గుండెల్లోకి ఆవాహన చేసుకోండి!

భవదీయుడు,

వై. ఎస్. యాదవ్

యాదవ వంశానుచరిత

వీర పరంపరల విజయ విలాసం

చరిత్ర పుటల్లో నిక్షిప్తమై, జానపదుల గుండెల్లో కొమ్మునాదమై ప్రతిధ్వనిస్తున్న మన యాదవ మహావీరుల పవిత్ర వంశవృక్షం ఇది. ద్వాపరయుగపు ధర్మ గ్లానిని తొలగించిన శ్రీకృష్ణ పరమాత్మ అడుగుజాడల్లో, కలియుగపు కదనరంగంలో మూగజీవాల స్వేచ్ఛ కోసం నెత్తురు చిందించిన వీర పురుషుల రక్త వారసత్వం ఇది. ఇది అక్షరాలతో కాదు, పౌరుషాగ్నితో లిఖించబడిన చారిత్రక కావ్యం.

॥ దైవిక మూలాలు - క్షీరసాగర మథన సదృశ్య వంశోద్భవం ॥

- **శ్రీకృష్ణ పరమాత్మ:** యాదవ వంశ పయఃపారావార రాకాసుధాకరుడు, జగద్రక్షకుడు, ధర్మ సంస్థాపనార్థం అవతరించిన ఆ నల్లనయ్యే ఈ వంశానికి ఆది మూలం.

❖ **ప్రద్యుమ్నుడు:** కృష్ణుని ఔరస పుత్రుడు, అజేయ విక్రమ సంపన్నుడు.

❖ **అనిరుద్ధుడు:** శౌర్య ప్రతాపాలకు నిలయం, రణరంగంలో శత్రువుల పాలిట ప్రళయాగ్ని.

❖ **వజ్రనాభుడు:** యాదవ కీర్తి కిరీటంలోని వజ్రం. ఆ దివ్య వారసత్వమే కాలక్రమంలో భూలోకాన 'కవులావుల గంగురాజు వంశం'గా అవతరించి, మట్టి వాసనను, పశుగణాల సేవను శ్వాసగా మార్చుకుంది.

॥ యాదవ సామ్రాజ్య ఆదిపురుషులు ॥

ఆవుల వలురాజు & వల్లమ్మ యాదవ వీర భారతానికి వీరే మూలస్తంభాలు! అఖండ పరాక్రమశాలి వలురాజు, మహాసాధ్వి వల్లమ్మల పుణ్యఫలంగా ఐదుగురు మహావీరులు మరియు 'కొమరక్క' అను వీర పుత్రిక జన్మించారు. వీరు పంచ పాండవుల వలె భూలోకాన ధర్మాన్ని నిలబెట్టిన పంచ యాదవ సింహాలు!

1. **సింహాద్రిరాజు (భార్య: సింహాద్రి సీత)**

వలురాజు జేష్ఠ పుత్రుడు. శరణు జొచ్చిన విప్రుల కోసం శ్రీకూర్మం కోటను బద్దలుకొట్టిన ప్రళయ రుద్రుడు. వీరమరణం పొందిన సింహాద్రిరాజు, అగ్నిగుండంలో కాలి జ్యోతిలా మారిన సింహాద్రి సీతల వారసత్వం:

❖ **కరియావులరాజు:** ఓరుగంటి బేతాళుడి కఠారికోలను గాలిలోకి ఎగిరి ఒక్క తన్నుతో ముక్కలు చేసిన ఉగ్ర సింహం. ఏనుగును, మనిషిని ఒకే దెబ్బతో నేలకూల్చిన అఖండ పరాక్రమశాలి.

- ❖ **చిట్టి దేవి:** సింహాద్రిరాజు గారాల పుత్రిక.

2. పెద్దిరాజు (భార్య: పెద్దమ్మ)

పౌరుషానికి, మాతృభూమి ప్రేమకు నిలువెత్తు నిదర్శనం పెద్దిరాజు. కల్యాణ సోమేశ్వరుని ఆశీస్సులతో ఉద్భవించిన వీరి సంతానం:

- ❖ **కాటమరాజు:** సాక్షాత్తూ దైవాంశ సంభూతుడు. ఏడేళ్లకే పాలిటేరురాజు తల నరికిన బాల వీరుడు. డెబ్బై ఏడు బిరుదులను శాసించి, ఎర్రగడ్డపాటి సంగ్రామాన్ని నడిపించిన యాదవ కుల తిలకుడు. (భార్య: మర్మవారి గంగ / వీరగంగ. వీరికి తోడుగా నిలిచిన మంత్రదండం, బావమరిది 'పద్మరాఘువుడు / పద్మనాయుడు').
- ❖ **పాపనూక:** కాటమరాజు సోదరి. ముని శాపానికి బలై, లోక కల్యాణం కోసం ఏకాంతవాసపు నిట్టూర్పుల మధ్య సజీవ సమాధి అయిన త్యాగమయి.

3. ఎర్రనూకరాజు (భార్య: ఎర్రనూక సీత)

తన భార్య కన్న పీడకల నిజమౌతుందని తెలిసినా, శరణు కోరిన ఎరుకుల కోసం ఏనుగుయాల రణభూమిలో ఆత్మబలిదానం చేసిన ధీరోదాత్తుడు.

- ❖ **భట్రావులరాజు:** తండ్రి నెత్తుటి కళేబరాన్ని గుండెలకు హత్తుకుని మోసుకొచ్చిన వారసుడు.
- ❖ **బాల నాగమ్మ:** ఎర్రనూకరాజు వీర పుత్రిక.

4. **నలనూకరాజు (భార్య: నలనూక సీత)**

"గొల్లలు తల తెగినా సుంకం కట్టరు" అని గర్జించి, ఆత్మగౌరవం కోసం దిగిచేవుని కుంట దగ్గర వీరమరణం పొందిన ధిక్కార స్వరూపం.

❖ **పెయ్యల ఎర్రయ్య (బిరుదు: చెన్నాడే హెబ్బులి)**: తండ్రి మరణానికి ప్రతీకారంగా, నున్న భూపతి తలకాయను ఒక్క వేటుతో నరికిన వేటాడే పెద్దపులి!

❖ **పొట్టి నూక**: నలనూకరాజు తనయ.

5. **పోలురాజు (భార్య: సిరిదేవి)**

కావేరీ ప్రళయంలో జంగాలను కాపాడటం కోసం ముక్కంటి సైన్యాన్ని చీల్చిచెండాడిన ఈశ్వరాంశ సంభూతుడు. పసిబిడ్డల భవిష్యత్తు కోసం అగ్నిగుండం నుంచి వెనక్కి వచ్చిన మాతృమూర్తి సిరిదేవి సంతానం:

❖ **భక్తిరన్న**: యాదవ వంశాన్ని నిలబెట్టిన సన్యాసి వీరుడు. ఈ నెత్తుటి చరిత్రను లోకానికి అందించిన మూలకర్త.

❖ **అయితమరాజు**: యలమంచి సింహాసనాన్ని అధిష్టించిన ధర్మ పాలకుడు. (సంతానం: అల్లు దాదెన్న మరియు సిరిగిరమ్మ).

❖ **ముమ్మయ్య**: ఎర్రగడ్డపాటి మారణహోమంలో పసి వయసులోనే కత్తి పట్టి వీరస్వర్గం అలంకరించిన బాల వీరుడు.

❖ **అగుమంచి (భర్త: పుత్తమరాజు)**: యాదవ వంశపు పౌరుషాన్ని పుణికిపుచ్చుకున్న మహాసాధ్వి. (దత్త పుత్రుడు: పోచయ్య).

6. **కొమరక్క (భర్త: పండుముల పాపినాయుడు)**

ఆవుల వలురాజు ఏకైక పుత్రిక. ఈమె వంశమే యాదవ వీరులకు రక్షణ కవచమై నిలిచింది.

- **పుత్తమరాజు:** కొమరక్క జ్యేష్ఠ పుత్రుడు (అగుమంచి భర్త).
- **చట్టు వారి యల్లయ్య:** రణరంగ శూరుడు.
- **నాచకుళ్ళ నాయుడు:** కొమరక్క సంతానం.
- **పుల్లవుల కేశవయ్య:** కొమరక్క కుమారుడు.
- **వల్లికొండ/పల్లికొండ (దత్త పుత్రుడు):** కొమరక్క అల్లారుముద్దుగా పెంచుకున్న మేధావి. కాటమరాజుకు కుడిభుజంగా, యాదవ సామ్రాజ్య వ్యూహకర్తగా నిలిచిన మహామంత్రి.

ఈ విధంగా ఆవుల వలురాజు వంశం శాఖోపశాఖలుగా విస్తరించి, తెలుగు నేల మీద ధర్మ రక్షణ కోసం సెత్తుటి వెల్లువలా సాగింది. ఇక రండి... ఈ మహావీరుల వీరగాథా చక్రంలోకి అడుగు పెడదాం!

1

ఆది పర్వము

కాటమరాజు కథా చక్రం

కారు చీకట్లు అలుముకున్న అమావాస్య రాత్రి. ఆకాశంలో నక్షత్రాలు ఒక వింతైన కాంతితో, ఎర్రటి నెత్తురు చుక్కల్లా మెరుస్తున్నాయి. ఊరి పొలిమేరలో, విశాలమైన మైదానంలో వృత్తాకారంగా పేర్చిన కాగడాల మంటలు సన్నటి గాలికి రెపరెపలాడుతున్నాయి. ఆ మంటల వెలుతురులో జాంబవంతుని వంశానికి చెందిన కొమ్ములవాడి కళ్ళు నిప్పు కణికల్లా జ్వలిస్తున్నాయి. వాడి చేతిలోని ఇత్తడి కొమ్ము గాల్లోకి లేచింది. ఒక చేత్తో వీరణంపై దరువు వేస్తూ, మరో చేత్తో ఆ పెద్ద కొమ్మును ఊదగానే, ఆ గంభీరమైన నాదానికి నేల నలుదిక్కులా అదిరిపోయింది.

చుట్టూ మూగిన యాదవ వృద్ధులు, పల్లె జనం ఊపిరి బిగబట్టి ఆ నెత్తుటి చరిత్రను వినడానికి సిద్ధమయ్యారు.

కొమ్ములవాడు గొంతు సవరించుకుని, ఇష్టదైవాలను స్మరిస్తూ ఈ విధంగా తన గానాన్ని ప్రారంభిస్తున్నాడు...

శ్రీ మల్లికార్జునుని సేవించి మ్రొక్కి

అమరంగ గణపతిని ఆత్మలో దలచి

కమలగర్భునికిని కరములు మోగిచి

నల్లనయ్యను నామది దలచి

పరగ జాహ్నవి గంగను ప్రార్థన జేసి

శారదను కొనియాడి చెయ్యెత్తి మ్రొక్కి

కవులను ప్రార్థించి జెప్పెద మీ యాదవ వంశ భారతం..!

"అయ్యా! నా మాట వినండయ్యా! ఇది నెత్తురు తాగిన కత్తుల కథ. మట్టి కోసం, పశువుల కోసం, ఆత్మగౌరవం కోసం రాజ్యాలను తగలబెట్టిన మన యాదవ వీరుల పౌరుషాల కథ," అంటూ ఆ కొమ్ములవాడు తన కళ్ళు మూసుకుని గతాన్ని తనలోకి ఆవాహన చేసుకున్నాడు.

కొమ్ములవాడి గొంతు మరింత గంభీరంగా మారింది. తన వీరణంపై దరువును వేగవంతం చేస్తూ, కళ్లముందు ఆ మహా ప్రస్థానాన్ని ఆవిష్కరిస్తున్నాడు. "తండ్రీ! ఆకాశాన్ని పందిరిగా, ఈ నల్ల మట్టిని పాన్పుగా చేసుకుని బతికే మన యాదవులలో రెండు ప్రధాన శాఖలున్నాయి. ఒకరు వల్లవులు, మరొకరు తిరమందులు. ఆవులు, గేదెలను తోలుకుని, పచ్చిక కోసం, నీటి కోసం దట్టమైన అరణ్యాలు, కొండలు దాటుకుంటూ దేశదేశాలు సంచారం చేసే మహా వీరులు, ఈ మట్టిని ఏలే పాలకులే మన వల్లవులు. 'గోమహిష్యాదికం వలమానాః

సంచరంతో వాంతి గచ్ఛంతీతి వల్లవాః' అని పెద్దలు చెప్పారు, అంటే గోగణాన్ని ఒకచోట ఉంచక దేశసంచారం చేస్తూ ఉండేవారని అర్థం. వీరు మట్టిలో పుట్టి, మట్టిలో పెరిగి, ఆ మట్టి వాసనను తమ ఊపిరిగా మలచుకున్న రారాజులు. ఇక ఆవులు ఒకచోట స్థిరంగా ఉండేలా చూసుకుంటూ, రాజుల అడుగులో అడుగు వేస్తూ, వారికి మంత్రులుగా ఉండి మంత్రాంగం నడిపే అంతరంగికులే తిరమందులు. స్థిరమైన మందలు కలవారు కాబట్టే కాలక్రమంలో వారికి 'తిరమందులు' అనే పేరు స్థిరపడిపోయింది. వల్లవులు ఒక ప్రవహించే నది లాంటి వారైతే, ఆ నదికి చెదరని ఒడ్డు లాంటి వారు ఈ తిరమందులు.

కొమ్ములవాడు ఒక క్షణం ఆగి, ఆకాశం వైపు చూశాడు. "మన రాజుల జీవధనం గురించి చెప్పాలంటే మాటలు చాలవయ్యా! ఆ మహా గోగణం కదులుతూ ఉంటే నేల తల్లి గుండెలు భయంతో అదురుతాయి. లక్షలాది గిట్టలు ఒకేసారి నేలను తాకినప్పుడు పుట్టే శబ్దం ముందు పిడుగుల మోత కూడా చిన్నబోతుంది. ఆకాశాన్ని కమ్మేసే ఆ మట్టి దుమ్ము, సూర్యుడిని కూడా మరుగున పడేసి పట్టపగలే చీకట్లను సృష్టిస్తుంది. ఆ మందల విస్తృతిని చూసి పుట్టిన సామెతే 'కుదురు కదులు పన్నెండామడ'. ఆవుల మంద నిలబడినా, కదిలినా పన్నెండు ఆమడల దూరం విస్తరించి ఉంటుందని దాని అర్థం. అది కేవలం పశువుల మంద కాదు, అది జీవం పోసుకున్న ఒక మహా సముద్రం. ఆ సముద్రపు అలల మధ్య యాదవ వీరులు, చెమట వాసనను పౌరుషంగా పూసుకుని గర్వంగా నడిచేవారు.

కొమ్ములవాడి గొంతులో అకస్మాత్తుగా ఒక కఠోరమైన వాస్తవం తాలూకు విషాదం అలుముకుంది. గాలి కూడా స్తంభించినట్లు

అనిపించింది. "కానీ బాబయ్యా... ఆ రాజసం వెనుక గుండెలను పిండేసే ఒక పచ్చి నిజం ఉంది. ప్రకృతి ఎప్పుడూ కరుణించదు, అది రాక్షసిలా పరీక్షిస్తుంది. పన్నెండు ఆమడల పొడవున్న ఆ మహా మంద నడుస్తున్నప్పుడు, మంద ముందు వరుసలో నడిచే ఆవులు పచ్చ గడ్డిని కడుపు నిండా మేస్తూ ముందుకు పోతాయి. వాటి వెనుక వచ్చే వేలాది ఆవులకు పచ్చగడ్డి దొరక్క, గడ్డి మొళ్లను కొరుకుతూ పోతాయి. ఇంక వాటి వెనుక వచ్చే ఆవులు కడుపు మండి, నేలను చీల్చి గడ్డి వేళ్లను పెరికి మేస్తాయి. ఇక ఆ మహా మందకు చిట్టచివర వచ్చే ఆవుల పరిస్థితి చూస్తే రాతి గుండె అయినా కరగాల్సిందే. వాటికి గడ్డి లేదు, కనీసం వేళ్లు కూడా దొరకవు. ఆకలితో మాడిపోతూ, తమ ప్రాణాలను నిలుపుకోవడం కోసం తమ ముందు పోయే ఆవులు వేసిన పేడను తిని బతికేవంటే, ఆ మూగ జీవాల ఆకలి కేకలు ఈ ఆకాశానికి ఎలా తాకి ఉంటాయో ఊహించండి తండ్రీ.

"ఆ పశువుల ఆకలిని తీర్చడానికి మన వల్లవుల గుండెలు పడే తపన అంతా ఇంతా కాదు. దేశాలు పట్టి తిరిగినా ఆ అసంఖ్యాకమైన మందకు సరిపడా పచ్చిక దొరికేది కాదు. ఆ మందను మేపుకుంటూ అరణ్యాలు, కొండలు దాటుతూ వెళ్లే వల్లవుల చెమట చుక్కల్లో, ఈ నేల పట్ల వాళ్లకున్న ప్రేమ, మూగ జీవాల పట్ల వాళ్లకున్న మమకారం, ఆత్మగౌరవం కోసం ప్రాణాలైనా అర్పించే యాదవ పౌరుషం దాగి ఉన్నాయి."

ఆ సంచార జాతికి చెందిన వల్లవుల శాఖలో జన్మించిన మహావీరుడే మన పెద్దిరాజు. ఆయన ధర్మపత్ని పెద్దమ్మ. ఆ దంపతుల కడుపున ఉద్భవించిన ఒక మహా తేజస్సు కథ ఇది. ఇది మామూలు పుట్టుక

కాదయ్యా, సాక్షాత్తూ ఆ కల్యాణ సోమేశ్వరుడి అనుగ్రహంతో నేలమీద పడ్డ నెత్తుటి జ్వాల!" అంటూ కొమ్ములవాడు కళ్ళు తెరిచి మంటల వైపు తీక్షణంగా చూశాడు.

కాలం ధాత్రీ నామ సంవత్సరం... ఫాల్గుణ మాసం. బహుళ పంచమి గురువారం నాటి రాత్రి. ఆ రోజు ప్రకృతి అంతా ఏదో వింత మాయకు లోనైనట్లుగా నిశ్శబ్దంగా ఉంది. ఆకాశం నుండి నక్షత్రాలు అసాధారణంగా కిందకు దిగివచ్చి నేలను ముద్దాడుతున్నాయా అన్నట్లుగా తళతళలాడుతున్నాయి. గాలిలో అప్పుడే కురిసిన తొలికరి వానకు పుట్టిన కమ్మటి మట్టి వాసన, దానికి తోడు యాదవుల ప్రాణమైన పశువుల పాకల నుంచి వచ్చే ఆ పేడ వాసన కలిసిపోయి, ఎన్నో యుగాలుగా వస్తున్న ఒక ప్రాచీనమైన, పవిత్రమైన అనుభూతిని పంచుతున్నాయి. అర్ధరాత్రి దాటిన వేళ, ఎవరూ ఉసిగొల్పకుండానే, పశువుల పాకల్లో కట్టేసిన లక్షలాది ఆవులు ఏకకాలంలో, ఒకే గొంతుతో ఆకాశం వైపు చూసి ఒక్కసారిగా రంకెలు వేశాయి. ఆ మూగ జీవాల అరుపులు పర్వతాలను తాకి ప్రతిధ్వనించాయి. మట్టిలో దాగి ఉన్న అదృశ్య శక్తులన్నీ మేల్కొన్నట్లుగా ఆ క్షణం గాలి స్థంభించిపోయింది.

సరిగ్గా అదే సమయానికి, శివరాతిరి పర్వదినం గడిచిన ఆ చీకటి వేళ, గుడిలో ఎవరూ లేకపోయినా, గాలి వీయకపోయినా, కల్యాణ సోమేశ్వరుని గుడిలోని ఇత్తడి గంటలు వాటంతటవే గణా గణ మ్రోగడం మొదలుపెట్టాయి. ఆ అతీంద్రియమైన, దైవికమైన నాదం ఊరంతా వ్యాపించింది. ఆ మ్రోగుతున్న గంటల చప్పుళ్ల మధ్య, ఆ మట్టి వాసనల నడుమ, పెద్దిరాజు ఇంట ఒక అద్భుతం జరిగింది. పెద్దమ్మ కడుపున ఒక మగబిడ్డ భూమి మీద పడ్డాడు. ఆ బిడ్డ ఏడుపు నేలమీద పడగానే, ఆ

శిశువు దేహం చుట్టూ ఒక అంతుచిక్కని, అద్భుతమైన బంగారు వర్ణపు కాంతి పుంజం ఆవరించి ఉంది. ఆ వెలుతురుకి అంతఃపురంలోని రాతి గోడలు కూడా ప్రకాశించాయి. ఆ బిడ్డే మన కాటమరాజు. దైవాంశ సంభూతుడైన ఆ బాలుడి రాకతో, ప్రకృతి సైతం పులకరించి అరణ్యాల్లోని చెట్లు అకాలంలోనే పూత పూశాయి. ఆ పసివాడి శ్వాసలో యాదవ జాతి పౌరుషం, కండల్లో కత్తుల వాదర రూపుదిద్దుకున్నాయి.

కాలం ఒక ప్రవాహంలా సాగిపోయింది. ఆ యలమంచి మట్టిలో కాటమరాజు అడుగులు వేస్తూ, పశువుల మందల మధ్య పెరుగుతూ, తండ్రి పౌరుషాన్ని వంటబట్టించుకుంటూ ఎదిగాడు. ఆ బాలుడు జన్మించిన సరిగ్గా ఏడేళ్లకు, అదే దైవికమైన ఆశీస్సులతో, అదే అద్భుతమైన వాతావరణంలో పెద్దమ్మ గర్భాన ఒక ఆడబిడ్డ జన్మించింది. ఆమె పేరు పాపనూక. కాటమరాజుకు తోడుగా, యాదవ కులానికి ఒక దీపంలా జన్మించిన ఆ బిడ్డ రాకతో దొనకొండ అంతఃపురం మరింతగా పులకించిపోయింది. అన్నాచెల్లెళ్లు ఇద్దరూ ఒకే రక్తం పంచుకుని, ఆ నల్లనయ్య ఆశీస్సులతో, వల్లవుల పౌరుషాన్ని నరనరాన నింపుకుని ఎదగసాగారు.

"అలా పుట్టారయ్యా మన రాజులు!" అంటూ కొమ్ములవాడు తన గుడారంలోని జనం వైపు చూశాడు. "వాళ్ళు కేవలం తల్లీదండ్రుల కలయికతో పుట్టిన సాధారణ మనుషులు కారు... ఈ పచ్చటి గడ్డి కోసం, ఈ నల్లటి మట్టి కోసం, తమని నమ్ముకున్న మూగ జీవాల కోసం ప్రాణాలివ్వడానికి పుట్టిన అగ్ని కణాలు! కాటమరాజు జననం యాదవ జాతి చరిత్రలో ఒక కొత్త అధ్యాయానికి, ఎన్నటికీ ఆరని ఒక మహా సంగ్రామానికి నాంది పలికింది తండ్రీ!" అంటూ కొమ్ములవాడు తన వీరణం

మీద గట్టిగా దరువు వేసి, ఆకాశం దద్దరిల్లేలా మరోసారి కొమ్మును ఊదాడు. ఆ శంఖనాదం చీకట్లను చీల్చుకుంటూ ఎర్రగడ్డపాటి పొలిమేరల వరకు ఉరుములా ప్రతిధ్వనించింది. అనాదిగా సాగుతున్న యాదవుల సంచార జీవితపు గొప్పదనాన్ని, వారి కఠోరమైన మనుగడ పోరాటాన్ని ఆ శబ్దం కళ్ళకు కట్టింది.

2

ప్రతాప పర్వము

కాటమరాజు బిరుదులు

గుడారంలో నిశ్శబ్దం ఒక బరువైన తెరలా ఆవరించింది. ఆకాశంలో చంద్రుడు మబ్బుల వెనక దాక్కోవడంతో కారు చీకట్లు ముసురుకున్నాయి. గుడారం మధ్యలో మండుతున్న కాగడాల నుంచి ఎగురుతున్న ఎర్రటి నిప్పురవ్వలు ఆ చీకటిని చీల్చుతూ, కొమ్ములవాడి ముఖం మీద పడి ఒక వింతైన ఛాయను సృష్టిస్తున్నాయి. వాడి కళ్ళు గతం తాలూకు సెత్తుటి జ్ఞాపకాలను చూస్తున్నట్లుగా స్థిరంగా ఉండిపోయాయి. చేతిలోని వీరణం మీద వాడి వేళ్లు సెమ్మదిగా కదిలాయి. 'డుబ్... డుబ్... డుబ్...' అంటూ గుండె చప్పుడు లాంటి ఆ దరువు

మెల్లగా మొదలై, క్షణక్షణానికీ వేగం పుంజుకుని ఉరుములా మారింది. ఆ నాదానికి చుట్టూ కూర్చున్న పల్లె జనం ఊపిరి బిగబట్టారు. గాలిలో అకస్మాత్తుగా పచ్చి నెత్తురు, తుప్పు పట్టిన ఇనుము, మరియు తడి మట్టి వాసనలు కలగలిసి గుప్పుమన్నాయి. ఆ అనుభూతిని పీల్చుకుంటూ కొమ్ములవాడు తన గంభీరమైన గొంతును సవరించుకున్నాడు.

"అయ్యా! మన వల్లవుల సంపద అంటే కేవలం పన్నెండు ఆమడల మేర విస్తరించిన పశువుల మందలు, ఆ పచ్చిక బీళ్లు మాత్రమే కాదు తండ్రీ. కాటమరాజు ఏలే ఆ దొనకొండ అంతఃపురంలో, సూర్యరశ్మి కూడా చొరబడటానికి భయపడే ఒక చీకటి గది ఉంది. ఆ గది తలుపులు తెరిస్తే, కత్తుల రాపిడికి పుట్టే ఒక భయంకరమైన మూలుగు వినిపిస్తుంది. ఆ గదిలో ఉన్నవి కేవలం ఆయుధాలు కావు బాబయ్యా... అవి కాటమరాజు ఊపిరితో ప్రాణం పోసుకున్న పౌరుషాలు, అహంకారాలు! మన యాదవుల పరిభాషలో వాటిని 'బిరుదులు' అంటారు. 'ఇనుమును రాగియు నిర్మడి కందు చేసిన చిరుదులు గావు' అని పెద్దలు చెప్పారు. అంటే, అవి కేవలం కొలిమిలో కరిగించిన రాగితోనో, ఇనుముతోనో చేసిన నిర్జీవమైన వస్తువులు కావు. వాటికి ప్రాణం ఉంది, ఆకలి ఉంది, శత్రువుల గుండెల్ని చీల్చి నెత్తురు తాగాలన్న తీరని దాహం ఉంది. ఆ చీకటి ఆయుధాగారంలో ఎల్లప్పుడూ డెబ్బై ఏడు బిరుదులు కాటమరాజు ఆజ్ఞ కోసం కాచుకుని ఉండేవి.

ఆ గదిలో నిశ్శబ్దంగా నిలబడి వింటే వాటి శ్వాస మనకు వినిపిస్తుందయ్యా. 'మోరుచివు గొడ్డలి' కరకుగా గాలిని పీలుస్తూ మూల్గుతుంటే, 'పచ్చల పిడిబాకు' పిడికి ఉన్న పచ్చలు చీకట్లో క్రూరమృగం కళ్లలా మెరుస్తూ ఉంటాయి. నెత్తురు చవిచూడక ఏళ్లు

గడుస్తున్నా, 'సింహలలాటం' అనే ఆయుధం తనకు తానే గాలిలో అదురుతూ ఒక సన్నటి గర్జన చేస్తుంది. 'పగిడిముత్యాలబందెం', 'బంగారు నెలగోల', 'గాజు విల్లనంబు' లాంటి ఆయుధాలు రాజు రాకకోసం నిరీక్షిస్తూ పళ్లు నూరుకుంటున్నట్లుగా ఒకదానికొకటి రాసుకుంటూ నిప్పురవ్వలు రాలుస్తుంటాయి. యుద్ధం రాబోతోందని ముందుగానే పసిగట్టే 'కందుభేరి', ఎవరూ వాయించకుండానే దానంతట అదే మ్రోగుతూ మృత్యుదేవతకు ఆహ్వానం పలుకుతుంది. 'పగిడి నివాళి', 'వీర జడ' లాంటి బిరుదులన్నీ తమ యజమాని స్పర్శ తగలగానే పాముల్లా బుసలు కొడుతూ నిద్రలేస్తాయి. ఆ ఆయుధాలు కేవలం లోహాలు కావు తండ్రీ... అవి మన యాదవ వీరుల త్యాగాల నుంచి, పగ నుంచి, ఈ నల్ల మట్టి కోపం నుంచి ఉద్భవించిన సజీవ శక్తులు.

ఈ ఆయుధాలకు ఇంతటి పౌరుషం, ఇంతటి ఆకలి ఎక్కడి నుంచి వచ్చాయనుకున్నారు? అది మన యాదవ జాతి రక్తంలోనే ఉందయ్యా! దేవుడికైనా తలవంచని ఒక మొండి అహంకారం మన రాజులది. ఆ అహంకారం ఎలా ఉంటుందో తెలియాలంటే, మన సింహాద్రిరాజు కొడుకు, ఆ మృత్యువుకే చెమటలు పట్టించిన మహావీరుడు కరియావులరాజు కథ వినాలి తండ్రీ! ఆ కథ వింటే మీ నరాల్లో రక్తం జలపాతంలా ఉరుకుతుంది," అంటూ కొమ్ములవాడు తన వీరణంపై బలంగా ఒక దరువు వేసి ఆకాశం వంక చూశాడు. మంటల వెలుతురులో వాడి ముఖం క్రోధంతో ఎర్రబడింది.

"కాలం వెనక్కి వెళితే... అప్పుడు ఓరుగల్లు పట్నాన్ని ప్రతాపరుద్రుడు పాలిస్తున్నాడు. వాడి సేనాపతి బేతాళుడు. ఓరుగంటిలో శంభుని తిరునాళ్లు మహా వైభవంగా జరుగుతున్నాయి. ఆ తిరునాళ్లకు మన యాదవులు కూడా తమ గుడారాలు, పశువుల మందలు, సెత్తురు

మరిగిన పౌరుషాలతో బయలుదేరారు. మన వీరులు ఓరుగంటి పొలిమేరలకు చేరుకునేసరికి, ఆ బేతాళుడు తన అహంకారం అంతా కూడగట్టుకుని ఊరి బయట దారికి అడ్డంగా ఒక 'కఠారికోల' కట్టాడు. కఠారికోల అంటే ఒక పెద్ద దండానికి ప్రమాదకరమైన కత్తులు, ఆయుధాలు, వాళ్ల రాజ్యపు బిరుదులు వేలాడదీసి కట్టిన ఒక తోరణం. ఆ దారి గుండా ఓరుగల్లులో అడుగుపెట్టే ఏ మహారాజైనా సరే, ఆ కఠారికోల కింద తలవంచి, వంగి, దానికి నమస్కరించి దూరి వెళ్లాలన్నది వాడి శాసనం.

ఆ బేతాళుడి అనుచరులు, వాడు పెట్టిన ఆ బిరుదుల కింద దూరి వెళ్లమంటూ అహంకారంతో నవ్వుతూ మన యాదవులను ఆపారు. 'వెరువక ఈ బిరుదులు విడిపించిన వాసి మరువక చంపుడు మా తండ్రి' అని బేతాళుడి అనుచరులు సవాలు చేశారు. ఆ మాటలు మన కరియావులరాజు చెవిన పడ్డాయి. అంతే... భూమి ఒక్కసారిగా కంపించినట్లు అనిపించింది. వీస్తున్న గాలి ఆగిపోయింది. ఆరడుగుల అజానుబాహుడైన కరియావులరాజు కళ్లు ప్రళయకాల రుద్రుడి మూడో కన్నులా ఎర్రబడ్డాయి. 'ఆకాశాన్ని పందిరిగా చేసుకుని, పన్నెండు ఆమడల మందను నడిపించే యాదవ వీరులు... ఒక సామాన్య సేనాపతి కట్టిన ఇనుప ముక్కల కింద తలవంచడమా!' అని వాడి గుండెల్లోంచి ఒక సింహనాదం వెలువడింది. ఆ గర్జనకు చెట్ల మీది పక్షులు ప్రాణభయంతో ఎగిరిపోయాయి. వాడు నడుస్తుంటే వాడి అడుగుల కింద ఉన్న కంకర రాళ్లు పిండి పిండి అయిపోతున్నాయి.

కరియావులరాజు ఆ కఠారికోల ముందు నిలబడ్డాడు. ఆ ఆయుధాలు గాలికి ఊగుతూ అతన్ని వెక్కిరిస్తున్నట్లు శబ్దం చేస్తున్నాయి. వాడు తన

కత్తి దూయలేదు, చేతులు కూడా ఎత్తలేదు. ఒక మహా మృగం తన వేట మీదకు లంఘించినట్లుగా, కరియావులరాజు ఆ నేల మీద నుంచి ఒక్క ఉదుటున ఆకాశంలోకి ఎగిరాడు. వాడు గాలిలోకి ఎగురుతున్నప్పుడు వాడి కాలి కండరాలు ఉక్కు తీగల్లా బిగుసుకున్నాయి. ప్రకృతి నియమాలను సైతం ధిక్కరిస్తూ, భూమి ఆకర్షణ శక్తి వాడి పౌరుషం ముందు ఓడిపోయినట్లుగా వాడు గాలిలో అలాగే క్షణకాలం నిలిచిపోయాడు. 'ఎగసి కఠారి ఓడుతునియలాయె' అని మన కథలు చెబుతాయి తండ్రీ! తన కుడి కాలిని ఒక పిడుగులా విదిలించి ఆ కఠారికోలను ఒకే ఒక్క తన్ను తన్నాడు.

ఆ దెబ్బకు ఓరుగంటి అహంకారం బద్దలైపోయింది! బేతాళుడి బిరుదులన్నీ వందలాది ముక్కలై, ఉరుము పడిన చెట్టులా చెల్లాచెదురుగా సెత్తుటి మట్టి మీద రాలిపోయాయి. ఆ ఇనుము పగిలిన భయంకరమైన శబ్దానికి ఓరుగంటి కోట గోడలు బీటలు వారాయి. ప్రాణం ఉన్న ఆ ఆయుధాలన్నీ కరియావులరాజు కాలి దెబ్బకు భయపడి మూలుగుతూ ప్రాణాలు వదిలాయి. ఆ దృశ్యం చూసిన ఓరుగంటి సైనికుల గుండెల్లో రక్తం గడ్డకట్టిపోయింది. యాదవ జాతి పౌరుషం అంటే కత్తితో తలలు నరకడం మాత్రమే కాదు, శత్రువుల అహంకారాన్ని కాలి కింద వేసి తొక్కడం అని కరియావులరాజు ఆ రోజే ప్రపంచానికి చాటిచెప్పాడు. ఆనాటి వాడి గర్జన, వాడి కాలి స్పర్శతో నేలమీద పడిపోయిన ఆ ఓరుగంటి బిరుదుల దుమ్ము, నేటికీ ఆ గాలిలో తిరుగుతూనే ఉంది.

ఆ పౌరుషం... ఆ తెగువ... ఏనాడూ తలవంచని ఆ మొండి ధైర్యం... ఇవన్నీ తరతరాలుగా ప్రవహించి, నేడు దొనకొండలోని కాటమరాజు సెత్తురులో మరుగుతున్నాయి బాబయ్యా! బేతాళుడి ఆయుధాలను

ముక్కలు చేసిన ఆ యాదవ పరాక్రమమే, ఇప్పుడు కాటమరాజు కొలువులో డెబ్బై ఏడు బిరుదులుగా ప్రాణం పోసుకుని కూర్చున్నాయి. ఆ ఆయుధాలు తమ యజమాని పిలుపు కోసం, నెల్లూరు పాలకుల నెత్తురు తాగడం కోసం, ఎర్రగడ్డపాటి మట్టిని శవాల గుట్టలుగా మార్చడం కోసం ఆకలితో అరుస్తున్నాయి. అవి పదును పెట్టిన ఇనుప ముక్కలు కావు తండ్రీ... అవి యాదవుల ఆత్మగౌరవానికి ప్రతిరూపాలు! పశువుల కోసం ప్రాణాలిచ్చే జాతి, తమ అహంకారం కోసం ఆయుధాలకు కూడా ప్రాణం పోయగలదని ఆ డెబ్బై ఏడు బిరుదులు నిరంతరం కదనభేరీ మోగిస్తూనే ఉంటాయి!"

అంటూ కొమ్ములవాడు తన చేతిలోని వీరణం మీద ఆఖరి దరువును పిడుగు పడినట్లుగా బలంగా మోగించాడు. ఎడమ చేతిలో ఉన్న ఇత్తడి కొమ్మును పైకెత్తి, కళ్లు మూసుకుని తన ఊపిరినంతా అందులోకి ఊదాడు. ఆ భయంకరమైన, గంభీరమైన కొమ్ము నాదం ఆ అమావాస్య చీకట్లను చీల్చుకుంటూ ఆకాశానికి ఎగసి, ఆనాడు కరియావులరాజు తన్నిన కఠారికోల పగిలిన శబ్దాన్ని మళ్లీ గుర్తుచేస్తూ ప్రతిధ్వనించింది. చుట్టూ కూర్చున్న జనం కళ్లలో భయం, వీరత్వం, మరియు ఆ ప్రాచీనమైన మట్టి వాసన నిండిపోయాయి.

3

త్యాగ పర్వము

ఆవుల వలురాజు కథ

గుడారంలో మంటలు ఆకాశాన్ని తాకాలని ఆరాటపడుతున్నాయి. కొమ్ములవాడి చేతిలోని వీరణం ఒక మహా సంగ్రామానికి సిద్ధమవుతున్నట్లుగా నెమ్మదిగా, బరువుగా మోగుతోంది. ఆ దరువు వింటుంటే గుండెల్లో రక్తం వేడెక్కుతోంది. గాలిలో అకస్మాత్తుగా పచ్చి నెత్తురు, తుప్పు పట్టిన ఇనుము వాసన కలిసి ఒక భయంకరమైన వాతావరణాన్ని సృష్టించాయి. కొమ్ములవాడు కళ్లు మూసుకుని, గతాన్ని తనలోకి ఆవాహన చేసుకుంటూ గంభీరంగా గొంతు విప్పాడు.

"అయ్యా! రాజనీతి అంటే శత్రువుల తలలు నరకడం మాత్రమే కాదు... ప్రాణాల మీదికి వచ్చినా నమ్మిన ధర్మాన్ని నిలబెట్టుకోవడం. మన యాదవ జాతి రక్తంలోనే ఒక మొండితనం ఉందయ్యా. అదే 'శరణాగత ధర్మం'. అందుకే అంటారు పరుల కోసం పాడై పోయినది యాదవ కులం అని. గుమ్మం తొక్కి 'శరణు' అన్నవాడు ఎంతటి పాపి అయినా, వాడిని కాపాడటం కోసం తమ నెత్తుటిని సైతం నేలపాలు చేసే ఒక అద్భుతమైన ఆత్మబలిదానాల కథ ఇది. ఇది మన కాటమరాజుకు పితామహుడు, కవులావుల గంగురాజు, గంగమ్మల కడుపున పుట్టిన మహావీరుడు ఆవుల వలురాజు కథ!

ఆనాడు ఆవుల వలురాజు యలమంచి పట్నాన్ని రాజధానిగా చేసుకుని ఒక మహా వృక్షంలా పాలిస్తున్నాడు. ఆయన సింహాసనం మీద కూర్చుంటే, ఆ రాజసానికి నేల తల్లి మురిసిపోయేది. ఆ యలమంచికి ఉత్తర దిక్కుగా ఖండమొండెముల కోట అనే ఒక దుర్భేద్యమైన రాజ్యం ఉండేది. దాన్ని కలభూత గంగురాజు పాలిస్తున్నాడు. ఆ కలభూత గంగురాజు చిన్నవాడిగా ఉన్నప్పుడు, ఆ రాజ్యపు ఖజానాను చూసుకునే అయ్యలరాజు, శివరామరాజు, భాస్కరరాజు, దర్శమరాజు, వీరమరాజు, కన్నమరాజు అనే ఆరుగురు బ్రాహ్మణ మంత్రులు ప్రభుత్వ ధనాన్ని, సుమారు ఆరు లక్షల వరహాలను దిగమింగారు. ఆ పాపపు సొమ్ముతో బతికారు. కానీ, కాలం ఎప్పుడూ ఒకేలా ఉండదు కదా! కలభూత గంగురాజు పెరిగి పెద్దవాడయ్యాడు. భీమన్న పంతులు అనే మరో మంత్రి ఈ ఆరుగురి బండారాన్ని రాజు ముందు బయటపెట్టాడు.

అంతే! కలభూత గంగురాజు కళ్లు నిప్పుల కొలిమిలా మారాయి. ఆ ఆరుగురు మంత్రులను చిత్రహింసలు పెట్టడం మొదలుపెట్టాడు. ఆ దెబ్బలకు

తాళలేక, ప్రాణభయంతో వణికిపోతూ, నెత్తురోడుతున్న శరీరాలతో ఆ ఆరుగురు మంత్రులు చీకటి పడే సమయానికి పారిపోయి యలమంచి పట్నం చేరుకున్నారు. నేరుగా వలురాజు కొలువులోకి వచ్చి, ఆ మహారాజు పాదాలపై బడి భోరున విలపించారు. 'మహారాజా! మమ్మల్ని కాపాడు, శరణు!' అని వేడుకున్నారు. వలురాజుకు తెలుసు... వాళ్లు అవినీతిపరులని, రాజ్య ద్రోహులని. వాళ్లకు ఆశ్రయం ఇస్తే కలభూత గంగురాజు తన రాజ్యం మీదకు మృత్యువులా దూసుకొస్తాడని వలురాజుకు స్పష్టంగా తెలుసు. కానీ, ఆ యాదవ సింహం ఏమాత్రం ఆలోచించలేదు. తప్పు చేశారా, ఒప్పు చేశారా అన్నది వాళ్లకు శిక్ష వేసే దేవుడు చూసుకుంటాడు. కానీ నా గడప తొక్కిన ప్రాణిని వెనక్కి పంపితే, అది యలమంచి మట్టికే కాదు, యాదవ జాతికే అవమానం అని భావించాడు. ఆరుగురు బ్రాహ్మణులకు అభయమిచ్చి తన గుండెల్లో పెట్టుకున్నాడు వలురాజు.

ఆ వార్త విన్న కలభూత గంగురాజు అహంకారం పడగ విప్పింది. 'నా పగతురుకి ఆశ్రయం ఇస్తాడా!' అని గర్జించి, ఒక మహా సముద్రం లాంటి సైన్యాన్ని వెంటేసుకుని యలమంచి మీదకు దండెత్తాడు. ఆ రోజు ఆకాశం సూర్యుడి కాంతితో కాదు, కత్తుల మెరుపులతో ప్రకాశించింది. యలమంచి కోట చుట్టూ భయంకరమైన ముట్టడి మొదలైంది. వలురాజు సోదరులు, సేనాధిపతులు ఒక పక్క, కలభూత గంగురాజు సోదరులు, సైన్యం మరొక పక్క ఒకరినొకరు ఢీకొన్నారు.

బాబయ్యా... ఆ యుద్ధం వర్ణించడానికి మాటలు చాలవు! నేల కనబడనంతగా మనుషులు, గుర్రాలు, ఏనుగులు పోరాడుతున్నాయి. గాలిలో ఎగురుతున్న దుమ్ము, చిమ్ముతున్న పచ్చి నెత్తురుతో కలిసి ఒక ఎర్రటి బురద వానలా కురుస్తోంది. కత్తులు డాలుకు తగిలినప్పుడు పుట్టే

నిప్పురవ్వలు పగటిపూటే నక్షత్రాలు రాలుతున్నాయా అన్నట్లుగా కనిపిస్తున్నాయి. తెగిపడిన చేతులు, కాళ్లు, మొండెములు ఎండిపోయిన కట్టెల్లా నేల రాలుతున్నాయి. ఆ రణభూమిలోంచి వస్తున్న మాంసం వాసన, విరిగిన ఎముకల శబ్దం, చావు కేకలు వింటుంటే మృత్యుదేవత సైతం వణికిపోయిందయ్యా. ఇరు పక్షాల వీరులు వందలాదిగా నేలకొరిగి కైలాసానికి వెళ్లారు.

ఇక లాభం లేదని, వలురాజు తానే స్వయంగా రణరంగానికి దిగాలని నిశ్చయించుకున్నాడు. యుద్ధానికి వెళ్లే ముందు తన మంత్రి వల్లికొండను పిలిచాడు. తన కొడుకులైన సింహాద్రిరాజు, పెద్దిరాజు, ఎర్రనూకరాజు, నలనూకరాజు, పోలురాజులను, కూతురు కొమరక్కను ఆ మంత్రి చేతుల్లో పెట్టి ఆశీర్వదించాడు. బ్రాహ్మణులు చెప్పిన జ్యోతిష్యం ప్రకారం, రెండో వాడైన పెద్దిరాజుకు యలమంచి సింహాసనాన్ని అప్పగించి, కత్తి పట్టి యుద్ధభూమికి ఉరికాడు.

వలురాజు రణరంగంలో అడుగుపెట్టగానే గాలి స్తంభించిపోయింది. ఆయన కత్తి ఒక ఆయుధంలా కాదు, సజీవంగా ఉన్న ఒక ప్రళయకాలపు రాక్షసిలా అరుస్తూ శత్రువుల మెడలను కోస్తోంది. నెత్తుటి బురదలో కాలు జారుతున్నా, ఆయన అడుగుల్లో ఏమాత్రం వణుకు లేదు. ఒక సింహం ఏనుగుల మందలో పడినట్లుగా కలభూత గంగురాజు సైన్యాన్ని చీల్చి చెండాడాడు. చివరకు కలభూత గంగురాజును ఎదుర్కొని, తన కత్తితో వాడిని మట్టి కరిపించాడు. ఖండమొండెముల కోటను తన వశం చేసుకున్నాడు.

కానీ బాబయ్యా... యాదవ వీరుల గుండె పచ్చిక కన్నా మెత్తనిది. వాళ్లు శత్రువుకైనా అన్యాయం చేయరు. గంగురాజు చనిపోగానే, వాడి

పట్టపు రాణులు పరుగెత్తుకుంటూ వచ్చి వలురాజు పాదాలపై బడి రోదించారు. ఆ కన్నీళ్లు చూసి వలురాజు గుండె కరిగిపోయింది. కత్తి పట్టిన ఆ చేతులతోనే వాళ్లను ఓదార్చి, తను గెలుచుకున్న ఆ ఖండమొండెముల కోటను చనిపోయిన గంగురాజు కుమారుడికే తిరిగి పట్టంగట్టి, ఆ పాత మంత్రులకే వారి పదవులు ఇచ్చాడు. అదీ మన యాదవుల రాజసం! గెలిచి రాజ్యాన్ని ఇవ్వడంలో ఉన్న ఆనందం, దాన్ని అనుభవించడంలో లేదని చాటిన మహావీరుడు వలురాజు.

కానీ, ఆ మహా సంగ్రామంలో వలురాజు దేహం నిండా వందలాది కత్తి గాయాలు అయ్యాయి. శరీరం జల్లెడలా మారిపోయి, అందులోంచి ప్రాణం నెత్తుటి రూపంలో నేల మీదకు కారిపోతోంది. శరణు అన్నవారిని కాపాడిన ఆ మహావీరుడు, చిరునవ్వుతో ఆ ఎర్రటి మట్టి మీదే వీరస్వర్గాన్ని అలంకరించాడయ్యా..."

కొమ్ములవాడి గొంతు బొంగురుపోయింది. వీరణం చప్పుడు ఆగిపోయింది. ఒక్క క్షణం పాటు గుడారమంతా భయంకరమైన శ్మశాన నిశ్శబ్దం ఆవహించింది. మంటల వెలుతురులో వణుకుతున్న జనం వైపు చూస్తూ, కొమ్ములవాడు ఒక అతీంద్రియమైన వాతావరణాన్ని సృష్టిస్తూ మళ్లీ గొంతు విప్పాడు.

"వలురాజు కన్నుమూశాడని తెలియగానే, ఆయన ధర్మపత్ని వల్లమ్మ మొహాన పసుపు కుంకుమలు దిద్దుకుని రణభూమికి వచ్చింది. పీనుగుల గుట్టల మధ్య తన భర్త కళేబరాన్ని చూసి ఆమె కంట్లోంచి ఒక్క కన్నీటి చుక్క కూడా రాలలేదు. ఆమె ముఖంలో ఒక వింతైన, దైవికమైన ప్రశాంతత నెలకొంది. అక్కడే యలమంచి మట్టి మీద ఆకాశాన్ని అంటేలా ఎర్రటి అగ్నిగుండాన్ని పేర్చారు. మంటలు ఆకాశాన్ని తాకుతూ

భయంకరంగా రగులుతున్నాయి. ఆ అగ్ని జ్వాలల ఉష్ణానికి వందల అడుగుల దూరం నుంచే సైనికుల చర్మాలు కాలిపోతున్నాయి. కానీ వల్లమ్మ అడుగులు వెనక్కి పడలేదు.

ఆమె అగ్నిగుండం వైపు నడుస్తుంటే, అప్పటివరకు రాక్షసిలా బుసలు కొడుతున్న ఆ అగ్నిదేవుడు శాంతించాడు. మంటలు అకస్మాత్తుగా ఎర్రటి తామరపూల రేకుల్లా మారిపోయాయి. ఆ వేడికి బదులు గాలిలో ఒక చల్లటి పవిత్రమైన చందనపు వాసన వ్యాపించింది. వల్లమ్మ ఆ మంటల్లోకి కాలు మోపినప్పుడు, ఆ మంటలు ఆమె దేహాన్ని కాల్చలేదు... బదులుగా ఒక పవిత్రమైన నదిలా ఆమెను ఆలింగనం చేసుకున్నాయి. ఆ మహాసాధ్వి పెదవుల మీద మొగ్గతొడిగిన ఒక చిరునవ్వు, ఆ ప్రళయకాలపు అగ్నిగుండాన్ని సైతం ఒక చల్లటి వెన్నెల సరస్సులా మార్చేసింది. ఆమె తన భర్త పౌరుషాన్ని తన ఆత్మలో కలుపుకుంటూ, ఆ అగ్ని సాక్షిగా చిరునవ్వుతో కైలాసానికి పయనమైందయ్యా!" అంటూ కొమ్ములవాడు తన చేతిలోని కొమ్మును గాలిలోకి ఎత్తి, ఒక సుదీర్ఘమైన, గుండెలను కదిలించే విషాదభరితమైన నాదాన్ని ఊదాడు. ఆ శబ్దం అమావాస్య చీకట్లలో కరిగిపోతూ, వలురాజు పౌరుషాన్ని, వల్లమ్మ ఆత్మబలిదానాన్ని ఆ నల్లమట్టిలో శాశ్వతంగా నిలిచిపోయేలా చేసింది.

4

శరణాగత పర్వము

సింహాద్రి రాజు కథ

గుడారంలో రగులుతున్న కాగడా మంటలు అకస్మాత్తుగా గాలికి విలవిలలాడాయి. ఆకాశంలో మబ్బులు కమ్ముకుని, నక్షత్రాల కాంతిని మింగేయడంతో అమావాస్య చీకట్లు మరింత దట్టంగా మారాయి. కొమ్ములవాడి చేతిలోని వీరణం చప్పుడు మారింది. అది ఏడుపు లాంటి సన్నటి శబ్దం నుంచి, ఉరుము లాంటి గర్జనగా రూపాంతరం చెందింది. ఆ దరువు వింటుంటే చుట్టూ కూర్చున్న జనం నరాల్లో నెత్తురు ఉరకలు వేస్తోంది. వాడు తన ఎర్రటి కళ్ళను గుడారం పైకప్పు వైపు నిలిపి, గతాన్ని తనలోకి ఆవాహన చేసుకుంటూ గంభీరంగా గొంతు విప్పాడు.

"అయ్యా! తండ్రి చితి మంటలు ఆరకముందే, ఆ బూడిదను నుదుట విభూతిగా పూసుకుని శత్రువుల తలలు నరకడానికి కత్తి దూసిన పౌరుషం మన యాదవులది. అవుల వలురాజు పెద్ద కొడుకు, నెత్తురు తాగే సింహం లాంటివాడు మన సింహాద్రిరాజు! వలురాజు వీరమరణం తర్వాత సింహాద్రిరాజు పంపాద్రి కోటను పాలిస్తున్నాడు. ఆయన ఆ సింహాసనం మీద కూర్చుంటే, సాక్షాత్తూ ఆ ఉగ్ర నరసింహుడే కొలువుదీరినట్లుండేది. ఆయన కంటిచూపుకు రాతి గోడలు కూడా వణికిపోయేవి. కానీ బాబయ్యా, మన వీరుల గుండె పచ్చిక కన్నా మెత్తనిది. గుమ్మం తొక్కి 'శరణు' అన్నవారి కోసం ఆ గుండెను సైతం పీకి ఇచ్చే దైవాంశ సంభూతులు మన రాజులు. ఆ శరణాగత ధర్మం కోసం సింహాద్రిరాజు సృష్టించిన ఒక మహా ప్రళయమే ఈ నెత్తుటి కథ!

కాలం ప్రశాంతంగా సాగిపోతున్న ఆ రోజుల్లో... ఉత్తరాన ఉన్న శ్రీకూర్మం క్షేత్రాన్ని సింధు భళాని అనే ఒక రాక్షసుడు పాలిస్తున్నాడు. వాడి అహంకారం నెత్తికెక్కి, పవిత్రంగా బతికే శ్రీవైష్ణవుల మీద దొంగతనం నేరం మోపాడు. దేవుడి నామం జపించే ఆ అమాయకుల వీపుల మీద పచ్చి నరాలతో చేసిన కొరడాలు ఝుళిపించాడు. వాళ్ళ పవిత్రమైన జంధ్యాలను తెంచి, చిత్రహింసలు పెట్టాడు. ఆ కిరాతకుడి దెబ్బలకు తాళలేక, ప్రాణభయంతో వణికిపోతూ ఆ వైష్ణవులు అడవుల వెంట, కంకర రాళ్ల వెంట పారిపోయి వచ్చారు. నెత్తురోడుతున్న శరీరాలతో, ముళ్లు గుచ్చుకుని చిరిగిపోయిన పాదాలతో నేరుగా పంపాద్రికి చేరుకుని సింహాద్రిరాజు పాదాలపై బడి భోరున విలపించారు. 'మహారాజా! మమ్మల్ని కాపాడు, శరణు! మా వీపుల మీద పడ్డ ఈ కొరడా దెబ్బలు ఆ శ్రీహరికి తగిలినట్లే! సింధు భళాని ఒక కసాయివాడిలా మమ్మల్ని వేటాడుతున్నాడు,' అంటూ

ఆ పవిత్రమైన బ్రాహ్మణులు కన్నీరు మున్నీరుగా ఏడ్చారు. వాళ్ళ కన్నీరు, ఒంటి మీద కారుతున్న నెత్తురు సింహాద్రిరాజు పాదాలను తడిపాయి. ఆ పచ్చి నెత్తుటి వాసన పంపాద్రి కొలువు కూటమంతా వ్యాపించింది.

అయ్యా... ఆ బ్రాహ్మణుల నెత్తురు నేలమీద పడగానే పంపాద్రి కోటలో ఒక అద్భుతం జరిగింది. గాలి ఒక్కసారిగా మంటల కొలిమిలా వేడెక్కింది. సింహాద్రిరాజు కళ్ళు ప్రళయకాల సూర్యుడిలా ఎర్రబడ్డాయి. ఆయన ఊపిరి పీలుస్తుంటే ఆ కొలువు కూటంలోని గాలి ఒక సుడిగుండంలా తిరిగింది. ఆయన నడుముకు ఉన్న కత్తి దానంతట అదే ఒరలోంచి బయటకు రావడానికి మూలుగుతూ, ఇనుప రాపిడి శబ్దం చేస్తూ గజగజ వణికింది. 'నా నేల మీద అడుగుపెట్టి శరణు కోరినవారి నెత్తురు చిందించిన ఆ సింధు భళాని గాడి తల, ఈ పంపాద్రి గుమ్మంలో వేలాడాలి!' అని సింహాద్రిరాజు గర్జించాడు. ఆ గర్జనకు కోట గోడలు బీటలు వారాయి. ఆ వెంటనే ఆయన దేహంలోకి ఏదో ఒక అతీంద్రియ శక్తి ఆవహించినట్లుగా ఆయన కండరాలు ఉక్కులా బిగుసుకున్నాయి. మరుసటి క్షణమే, యాదవ సైన్యం ఒక కారుమబ్బులా శ్రీకూర్మం మీదకు దండెత్తింది.

బాబయ్యా! ఆ యుద్ధం వర్ణించడానికి నా కళ్ళు చాలవు, నా గొంతు చాలదు. లక్షలాది గుర్రాల గిట్టలు భూమిని తాకుతుంటే నేల తల్లి గుండెలు పగిలిపోయాయి. ఆకాశాన్ని కమ్మేసిన మట్టి దుమ్ము వల్ల పట్టపగలే సూర్యుడు మాయమై, ఎర్రటి కారుచీకటి కమ్ముకుంది. శ్రీకూర్మం కోట ముందు రెండు మహా సైన్యాలు ఢీకొన్నాయి. సింహాద్రిరాజు ఒక మనిషిలా పోరాడలేదు తండ్రీ... ఆయన ఒక ప్రళయపు గాలివానలా శత్రువుల మీద పడ్డాడు. ఆయన కత్తి గాలిని చీల్చుతూ వెళుతుంటే, వందలాది తలలు

మొండెముల నుంచి విడిపోయి నేలమీద రాలుతున్నాయి. గాలిలో పచ్చి మాంసం, తుప్పు పట్టిన ఇనుము, గుర్రాల చెమట వాసనలు కలిసి ఒక భయంకరమైన శ్మశాన వాతావరణాన్ని సృష్టించాయి. బాణాలు వర్షంలా వచ్చి ఆయన దేహాన్ని తాకుతున్నా, ఆ యాదవ వీరుడి పౌరుషం ముందు అవి పూలరెమ్మల్లా రాలిపోతున్నాయి. నెత్తుటి బురదలో శత్రువుల ఏనుగులు సైతం కాలుజారి పడిపోతున్నాయి. తెగిపడిన చేతులు, కాళ్లు, పేగుల మధ్య సింహాద్రిరాజు ఒక మృత్యుదేవతలా నాట్యం చేస్తున్నాడు.

చివరకు సింధు భళాని రాజు ఎదురుపడ్డాడు. ఇద్దరి మధ్య జరిగిన పోరు భూకంపం వచ్చినట్లుగా నేలను వణికించింది. కత్తులు డాలుకు తగిలినప్పుడు పుట్టిన నిప్పురవ్వలు ఆ నెత్తుటి చీకటిని చీల్చాయి. సింహాద్రిరాజు తన పూర్తి శక్తినంతా కూడగట్టుకుని, ఒక భయంకరమైన సింహనాదం చేస్తూ సింధు భళాని రాజు మెడ మీద కత్తి విసిరాడు. ఆ దెబ్బకు వాడి తల ఎగిరి నేలమీద పడింది. కానీ అప్పటికే ఆ మహా సంగ్రామంలో సింహాద్రిరాజు దేహం జల్లెడలా మారిపోయింది. వందలాది ఆయుధాలు ఆయన శరీరంలో దిగబడి ఉన్నాయి. గుండెల్లోంచి రక్తం ఏరులై పారుతోంది. అయినా ఆ మహావీరుడు కింద పడలేదు తండ్రీ! తను ఆశ్రయం ఇచ్చిన బ్రాహ్మణుల పగ తీరిందని తెలిసేవరకు, వాళ్ళ ప్రాణాలకు భయం లేదని నిర్ధారించుకునేవరకు ఆయన ప్రాణాలు ఆయన దేహాన్ని విడిచిపోలేదు. ఆయన సంకల్ప బలానికి మృత్యువు సైతం భయపడి దూరంగా నిలబడిపోయింది. శత్రువులంతా నాశనమయ్యారని తెలిసిన తర్వాతనే, ఆ సింహం లాంటి రాజు తన కత్తిని నేలకు ఆనించి, నెమ్మదిగా ఆ నెత్తుటి మట్టి మీద ఒరిగిపోయి, ప్రాణాలు వదిలాడు.

రణభూమిలో సింహాద్రిరాజు నేలకొరిగాడన్న వార్త పంపాద్రి కోటను చేరింది. సింహాద్రి సీత ఆ రాతి గోడల మధ్య ఆ వార్త విన్నది. వల్లమ్మలా ఆమె వలవల ఏడవలేదు, ఆమె కళ్లలో నీళ్లు లేవు... ఒక ఆరని దావాగ్ని రగులుతోంది. ఆమె పల్లకి ఎక్కి రణభూమికి రాలేదు. ఒక చేతిలో పసుపు ముద్ద, మరో చేతిలో కుంకుమ పట్టుకుని, చెప్పులు కూడా లేకుండా ఆ కంకర రాళ్ల దారిలో నడిచి వచ్చింది. ఆమె అడుగుపెట్టిన ప్రతిచోటా నేల పెడెక్కింది. నెత్తురు కారుతున్న శవాల గుట్టల మధ్య, ఆకాశాన్ని తాకుతున్న మహా అగ్నిగుండం ముందు ఆమె నిలబడింది. ఈసారి మంటలు శాంతించలేదు తండ్రీ... సింహాద్రి సీతలోని ఉక్రోషాన్ని, ఆత్మబలిదానపు తీవ్రాన్ని చూసి అవి మరింత ఎత్తుకు, భయంకరంగా ఎగసిపడ్డాయి. ఆ అగ్నిజ్వాలలు 'రా' అని ఆమెను పిలుస్తున్నట్లుగా గాలిలో రొద చేస్తున్నాయి. సింహాద్రి సీత తన మెడలోని బంగారు ఆభరణాలను ఒక్కొక్కటిగా తీసి ఆ మంటల్లోకి విసిరింది. ఆశ్చర్యం ఏమిటంటే, ఆ ఆభరణాలు కరగలేదు, బదులుగా ఎర్రటి నిప్పురవ్వలై గాలిలో సుడిగుండంలా తిరిగాయి.

ఆమె ఏమాత్రం వెనకడుగు వేయకుండా, గర్వంగా ఆ అగ్నిగుండంలోకి అడుగుపెట్టింది. ఆ మంటలు ఆమె దేహాన్ని దహించలేదు బాబయ్యా... ఆమె దేహమే ఒక స్వచ్ఛమైన అగ్నిగా రూపాంతరం చెందింది! ఆమె కాలిపోకుండా, ఒక ఉజ్జ్వలమైన బంగారు విగ్రహంలా ప్రకాశిస్తూ ఆ అగ్నికీలల్లో కలిసిపోయి ఒక మహా జ్యోతిలా వెలిగింది. మరుసటి క్షణం, ఆ అగ్నిగుండం నుంచి పవిత్రమైన విభూతి ఒక సన్నటి వానలా ఆకాశం నుంచి రణభూమి మీద కురిసింది. ఆ విభూతి రాలిన ప్రతిచోటా, నేలమీద పడి మూలుగుతున్న యాదవ వీరుల

గాయాలు అమాంతం మానిపోయాయి. అలా తన భర్త పౌరుషానికి తోడుగా, సింహాద్రి సీత తన దేహాన్ని అగ్నిలో కరిగించి, ఈ మట్టిని పునీతం చేసిందయ్యా!"

అంటూ కొమ్ములవాడు తన చేతిలోని కొమ్మును పైకెత్తి ఒక సుదీర్ఘమైన, గుండెను పిండేసే నాదాన్ని ఊదాడు. ఆ నాదం ఆ చీకట్లలో కరిగిపోతూ, సింహాద్రిరాజు పౌరుషాన్ని, శరణాగత ధర్మాన్ని, సింహాద్రి సీత ఆత్మబలిదానాన్ని ఆ అమావాస్య రాత్రిలో శాశ్వతంగా ప్రతిధ్వనించేలా చేసింది. వాళ్ళ కడుపున పుట్టిన ఆ కరియావులరాజే ఆ తర్వాత ఓరుగంటి బిరుదులు తన్ని యాదవ జాతి పౌరుషాన్ని నిలబెట్టాడయ్యా!

5

సంభవ పర్వము

పెద్దిరాజు కథ

గుడారంలో మంటలు ఒక వింతైన నిశ్శబ్దాన్ని ఆవరించుకున్నాయి. కొమ్ములవాడి చేతిలోని వీరణం చప్పుడు నెమ్మదించింది. అది ఇప్పుడు ఉరుములా లేదు, గుండె బరువుగా కొట్టుకుంటున్నట్లుగా 'డుబ్... డుబ్...' అని ఏడుపు గొంతుకతో మోగుతోంది. వాడు తన ఎర్రటి కొమ్మును పక్కన పెట్టి, రెండు చేతులతో కళ్లు తుడుచుకున్నాడు. మంటల వెలుతురులో వాడి కళ్లల్లో తడి స్పష్టంగా కనిపిస్తోంది. "అయ్యా! కాలం ఎప్పుడూ ఒకేలా ఉండదు. ఒకచేత్తో వరాలిచ్చి, మరోచేత్తో ప్రాణాలు తీసే ఆ విధి రాతను ఎవరూ దాటలేరు. ఈ రాత్రి నేను చెప్పబోయే కథ, కడుపుకోతతో మొదలై,

కత్తుల నెత్తురుతో ముగిసే ఒక మహా విషాద కావ్యం. ఆవుల వలురాజుకు పుట్టిన సింహం లాంటి కొడుకుల్లో రెండోవాడు, మన యాదవ సామ్రాజ్యానికి మూలస్తంభం లాంటివాడు పెద్దిరాజు. పల్లికొండ మంత్రి మంత్రాంగం ప్రకారం యలమంచి సింహాసనాన్ని ఎక్కిన ఆ రాజు, ఆ తర్వాత తన అన్నదమ్ములతో కలిసి పంపాద్రి కోటను నిర్మించుకుని పాలిస్తున్నాడు. రాజ్యం పచ్చగా ఉంది, ఆలమందలు అపారంగా ఉన్నాయి. కానీ, ఆ రాజు కళ్ళల్లో, ఆయన ధర్మపత్ని పెద్దమ్మ గుండెల్లో ఒక తీరని చీకటి ఉండిపోయిందయ్యా. ఎంత సిరిసంపదలున్నా ఒక వారసుడు లేడన్న వేదన ఆ దంపతుల ప్రాణాలను తోడేస్తోంది.

పంపాద్రిలో పెద్దిరాజుతో పాటు అతని నలుగురు తమ్ముళ్లు, వాళ్ల భార్యలూ కలిసే ఉంటున్నారు. ఆ ఐదుగురు కోడళ్లు సంతానం కోసం తమ కులదైవమైన బసవన్న నోములు నోచారు. మట్టితో బసవన్నను చేసి, పసుపు కుంకుమలు పెట్టి, పచ్చి పాలు పోసి, కన్నీళ్లతో పాదాలు కడిగారు. ఆ బసవన్న మిగతా నలుగురు కోడళ్ల భక్తికి మెచ్చి, వాళ్లకు సంతాన ప్రాప్తిని అనుగ్రహించాడు. కానీ, పెద్దమ్మ వంతు వచ్చేసరికి విధి వక్రించింది. ఆమె దోసిలిలో పూలు పట్టుకుని ఆ నంది విగ్రహం ముందుకు వెళ్లగానే, ఆ రాతి బసవన్న అకస్మాత్తుగా తన ముఖాన్ని పక్కకు తిప్పుకున్నాడయ్యా! ఆ దృశ్యం చూసి కోటలోని వారంతా నిశ్చేష్టులయ్యారు. కంటికి కనిపించే ఆ అద్భుతం పెద్దమ్మ గుండెను కోసేసింది. దేవుడే ముఖం తిప్పుకుంటే ఆ తల్లి ఏడుపు ఈ భూమి మీద ఎవరు ఆపగలరు?

అలా పగలంతా ఏడ్చి ఏడ్చి సొమ్మసిల్లిపోయిన పెద్దమ్మ రాత్రి నిద్రలోకి జారుకుంది. ఆ అర్ధరాత్రి వేళ, ఆమె గదిలోకి ఒక కమ్మటి

పారిజాత పూల వాసన అకస్మాత్తుగా ప్రవేశించింది. కలలో సాక్షాత్తూ పరమశివుడు ప్రత్యక్షమై, 'తల్లీ! నిన్ను బసవన్న తిరస్కరించలేదు. నీ కడుపున పుట్టబోయేవాడు సామాన్యుడు కాదు. వాడు నా అంశతో, ఈ యాదవ జాతి రక్తాన్ని కత్తుల మీద పారించడానికి పుట్టబోతున్న ఒక అగ్నిపర్వతం. వాడిని మోసే శక్తి బసవన్న ఆశీస్సులకు సరిపోక అలా జరిగింది. మీరు వెంటనే ఈ ప్రాంతం విడిచి కల్యాణ పట్నం వెళ్లండి, మీ కడుపున ఒక మహావీరుడిని ప్రసాదిస్తాను' అని అభయమిచ్చాడు.

ఆ దైవవాక్కును శిరసావహించి పెద్దిరాజు, తన యాదవ ప్రముఖులతో కలిసి అపారమైన మందలను తోలుకుని కల్యాణానికి బయలుదేరాడు. మార్గమధ్యంలో వాళ్లు పవిత్రమైన కాటకోటేశ్వరం చేరుకుని భక్తితో శివుడిని ప్రార్థించారు. ఆ కాటకోటేశ్వరుని కరుణతో క్రీ.శ. 1217 ఫాల్గుణ మాసం (12-2-1217) నాటి ఆ అమావాస్య చీకట్లో... నేలమీద పడ్డ నెత్తుటి జ్వాలలా పెద్దమ్మ కడుపున ఒక మగబిడ్డ ఉద్భవించాడయ్యా! ఆ దేవుడి వరప్రసాదం కాబట్టే ఆ పసివాడికి 'కాటమరాజు' అని పేరు పెట్టుకుని మురిసిపోయారు మన యాదవులు. వాడు పుట్టగానే ఆకాశం నుంచి అకాల పూలవాన కురిసింది. ఆ పసివాడి ముఖంలో కత్తికి ఉన్న పదును, అగ్నికి ఉన్న తేజస్సు ఒకేసారి రూపుదిద్దుకున్నాయి. ఆ కాటమరాజుతో పాటు పెద్దిరాజు సగర్వంగా కల్యాణ పట్నానికి చేరుకున్నాడు. అక్కడ కల్యాణ ప్రభువైన మారాచ గంగురాజు ఎదురొచ్చి మన యాదవులకు ఘనస్వాగతం పలికాడు. అప్పటినుండి గంగురాజు, పెద్దిరాజు ఇద్దరూ ప్రాణమిత్రులయ్యారు. ఆ స్నేహానికి గుర్తుగా మన పెద్దిరాజు నివాసం కోసం సకల సౌకర్యాలతో కనక రేపల్లె అనే అద్భుతమైన నగరాన్ని నిర్మించి ఇచ్చాడయ్యా ఆ గంగురాజు.

ఆ రేపల్లె మట్టిలో కాటమరాజు ఆడుకుంటూ, కత్తుల రాపిడి శబ్దాలను లాలిపాటగా వింటూ పెరుగుతున్నాడు. వాడు పుట్టిన సరిగ్గా ఏడేళ్లకు (క్రీ.శ. 1-3-1223 న), పెద్దమ్మ కడుపున పాపనూక పుట్టింది. ఆ చెల్లెలి రాకతో యాదవ కోటలో ఒక వెచ్చటి ఆనందం వెల్లివిరిసింది. కానీ బాబయ్యా... ఆ సంతోషం ముణ్ణాళ్ల ముచ్చటే అయింది.

కాలం తన రంగు మార్చింది. కల్యాణ ప్రభువైన మారాచ గంగురాజుకు మరియు ఆర్లపెంట పాలకుడైన వాలికేతువ రాజుకు మధ్య పగ రగిలింది. తన ప్రాణమిత్రుడు గంగురాజుకు మద్దతుగా కత్తి పట్టి ఆర్లపెంట యుద్ధానికి బయలుదేరాడు మన పెద్దిరాజు. వెళ్లేముందు తన ఏడేళ్ల కొడుకు కాటమరాజును దగ్గరకు తీసుకుని, 'ఒకవేళ నేను ఈ రణంలో నేలకొరిగితే కన్నీరు పెట్టకు. మన యాదవులను, పశుసంపదను తీసుకుని సురక్షితంగా మన పంపాద్రి కోటకి వెళ్లిపో' అని ఆ పసివాడికి భవిష్యత్తును అప్పగించాడు.

ఆ తర్వాత పెద్దిరాజు ఆర్లపెంట యుద్ధభూమిలో అడుగుపెట్టాడు. వెనక వస్తున్న సైన్యంతో ఆ మహావీరుడు ఒక మాట చెప్పాడయ్యా... 'బ్రాహ్మణులను, స్త్రీలను, పసిపిల్లలను, మూగ జీవాలైన గోవులను, భయంతో వెన్నుచూపి పారిపోయే పిరికివాళ్లను, చేతిలో ఆయుధం లేని నిరాయుధులను ఎట్టి పరిస్థితుల్లోనూ చంపకూడదు' అని! శత్రువు రక్తం తాగడానికి వెళుతూ కూడా ఇంతటి గొప్ప యుద్ధనీతిని బోధించిన మహానుభావుడయ్యా మన పెద్దిరాజు!

ఆ ఆర్లపెంట రణక్షేత్రం ఒక భయంకరమైన నరకాన్ని తలపించింది. నేలంతా ఏనుగుల కళేబరాలు, గుర్రాల మొండెములతో నిండిపోయింది. పెద్దిరాజు ఒక ప్రళయరుద్రుడిలా శత్రువులను నరుక్కుంటూ వెళ్లాడు. కానీ

విధి ఆడిన క్రూరమైన నాటకంలో, ఆ మహా వీరుడు ఒంటరివాడయ్యాడు. ఆ కారు చీకటి యుద్ధంలో ఆర్లపెంట పాలకుడైన వాలికేతువ రాజు తన బరిసెతో వెన్నుపోటు పొడవగా... ఆ ఆయుధం పెద్దిరాజు గుండెను చీల్చుకుని పోయింది. ఆ మహా వృక్షం లాంటి పెద్దిరాజు, తన కత్తిని నేలకు ఆనించి, నెత్తురు కక్కుతూ ఆ ఎర్రటి కంకర రాళ్ల బురదలో కూలిపోయి వీరమరణం పొందాడయ్యా! మట్టి తల్లి అనాథ అయిపోయింది.

తండ్రి మరణవార్త కనక రేపల్లెకు చేరింది. అప్పటికి మన కాటమరాజు వయసు కేవలం ఏడేళ్లు! ఒక మామూలు పసివాడైతే తల్లి కొంగు పట్టుకుని ఏడవాలి. కానీ వాడు పచ్చిక బీళ్లలో పుట్టిన యాదవ సింహం! తండ్రి చనిపోయాడని వినగానే వాడికి దుఃఖం రాలేదు, ఆ వాలికేతువ రాజును సంహరించి పగతీర్చుకునే అవకాశం తనకు దక్కినందుకు గర్వంతో వాడి రక్తం ఉడికిపోయింది. తల్లి పెద్దమ్మ ఆశీస్సులు తీసుకుని, ఏడేళ్ల పసివాడు చేతిలో కత్తి పట్టుకుని ఆర్లపెంట రణభూమికి నడుస్తుంటే... వాడి అడుగుల కింద ఉన్న మట్టి వణికిపోయింది. ఆ శవాల గుట్టల మధ్య, పీక్కుతింటున్న రాబందులను పారద్రోలి, ఒక వేటాడే పులిలా వాలికేతువ రాజు వైపు ఉరికాడు. ఒక పసివాడు కత్తి పట్టుకుని రావడం చూసి వాలికేతువ రాజు అహంకారంతో నవ్వాడు. కానీ ఆ నవ్వు క్షణం కూడా నిలవలేదు. కాటమరాజు గాలిలోకి ఎగిరి విసిరిన కత్తి వేటుకు... ఆ వాలికేతువ రాజు నెత్తురు కక్కుతూ నేలకొరిగాడు!

ఇక ఆ తర్వాత జరిగిన దృశ్యం చూస్తే ఆకాశంలోని దేవతలు కూడా నిశ్చేష్టులై కన్నీరు పెట్టారయ్యా. తన కత్తికన్నా చిన్నవాడైన ఆ ఏడేళ్ల కాటమరాజు, శత్రువును సంహరించి, నెత్తుటితో తడిసిపోయిన తన తండ్రి భారీ కళేబరాన్ని ఒక పల్లకీలో మోసుకుంటూ కనక రేపల్లెకు

చేరుకున్నాడు. ఆ దృశ్యాన్ని చూసిన పెద్దమ్మ కళ్ళలో కన్నీరు లేదు, ఏడేళ్ల కొడుకు చేసిన ఆ భీకరమైన ప్రతీకారాన్ని చూసి గర్వంతో రొమ్ము విరుచుకుంది. ఏమాత్రం సంకోచం లేకుండా తన ఇద్దరు బిడ్డలైన కాటమరాజు, పాపనూకలను కల్యాణ రాణి ముద్దమ్మ చేతుల్లో పెట్టింది. ఆ తర్వాత భర్త పెద్దిరాజు కళేబరాన్ని నేలమీద పడుకోబెట్టి, ఆ నెత్తుటి మట్టి మీదే పేర్చిన చితిమంటల్లోకి నడిచి సగర్వంగా సతీసహగమనం చేసిందయ్యా ఆ మహాసాధ్వి. ఆ అగ్నిగుండం ఆమె దేహాన్ని కాల్చలేదు, ఒక ప్రకాశవంతమైన బంగారు కాంతిపుంజంగా మారి ఆమె ఆత్మను వెచ్చగా కైలాసానికి తీసుకువెళ్లింది.

చిన్న వయసులోనే తల్లిదండ్రులను కోల్పోయి, శత్రువుల నెత్తురుతో అభిషేకం చేయించుకున్న ఆ ఏడేళ్ల పసివాడు... అశ్రునయనాలతో తన తల్లిదండ్రులకు శాస్త్రోక్తంగా కర్మకాండలు నిర్వహించి, పేదలకు విశేషంగా అన్నదానం, వస్త్రదానాలు చేశాడు. తండ్రి చావుకు నెత్తుటి ప్రతీకారం తీర్చుకున్న ఆ పసివాడే... రేపటి యాదవ భారతాన్ని తన కత్తితో శాసించిన మన దైవాంశ సంభూతుడు కాటమరాజు!"

అంటూ కొమ్ములవాడు తన గుడారంలో ఒక్కసారిగా గాలి పీల్చుకున్నాడు. వీరణం మోత ఆపేశాడు. ఏడేళ్ల పసివాడి చేతిలో హతమైన వాలికేతువ రాజు, పల్లకీలో ఆ పసివాడు మోసుకొచ్చిన తండ్రి కళేబరం... ఆ దృశ్యాలు ఇంకా ఆ మంటల వెలుతురులో, ఆ పల్లె జనం కళ్ల ముందు కదలాడుతూనే ఉన్నాయి. ఆ రాత్రి గాలిలో మట్టి వాసనకన్నా, పసివాడి పౌరుషపు నెత్తుటి వాసన ఎక్కువగా వ్యాపించింది.

6

మహాప్రస్థాన పర్వము

ఎర్రనూకరాజు కథ

గుడారంలో నెత్తుటి వాసన పోయి, కాలుతున్న ఎముకల వాసన, ఒక వింతైన బూడిద వాసన గాలిలో దట్టంగా అలుముకున్నాయి. కొమ్ములవాడి ముఖంలో ఈసారి ఆవేశం లేదు, పౌరుషం లేదు... ఒక భయానకమైన శూన్యం, ఒక గడ్డకట్టిన ప్రశాంతత ఆవరించి ఉన్నాయి. వాడి చేతిలోని వీరణం చప్పుడు కూడా ఆగిపోయింది. కేవలం ఇత్తడి కొమ్మును నేలకు ఆనించి, కళ్ళు మూసుకుని, గొంతును ఒక నిశ్శబ్దపు లోయలోంచి వస్తున్న ప్రతిధ్వనిలా మార్చాడు.

"అయ్యా! యుద్ధం అంటే కత్తులతో చేసేది మాత్రమే కాదు. కొన్ని యుద్ధాలు రణభూమిలో కన్నా ముందు, ఒక ఆడదాని గుండెల్లో, ఆమె పీడకలల్లో జరుగుతాయి తండ్రీ! ఆవుల వలురాజు మూడో కొడుకు, మహా పరాక్రమశాలి ఎర్రనూకరాజు కథ ఇది. ఇది రక్తం చిందించిన వీరుడి కథ కన్నా, ఆ మరణాన్ని ముందే అనుభవించిన అతడి ఇల్లాలు, మహాసాధ్వి ఎర్రనూక సీత కన్న ఒక నెత్తుటి పీడకల కథ! ఒకనాడు ఎరుకుల జాతి వారు ప్రాణభయంతో పరుగెత్తుకుంటూ వచ్చి ఎర్రనూకరాజు పాదాలపై బడ్డారు. వాళ్ళను వెంటాడుతూ ఎర్రభూపతి సైన్యం ఏనుగుయాల అనే ప్రాంతానికి మృత్యువులా దూసుకొచ్చింది. యాదవుల గుమ్మం తొక్కి 'శరణు' అన్నవారిని కాదనే ప్రసక్తే లేదు కదా! వాళ్ళకు అభయమిచ్చి కత్తి దూశాడు ఎర్రనూకరాజు. కానీ, ఈసారి అతడి భార్య ఎర్రనూక సీత గుండెల్లో ఏదో అకారణ భయం రేగింది. ఎరుకుల కోసం ఎర్రభూపతితో కయ్యం వద్దని ఆమె భర్తను వారించింది, ఎంత బ్రతిమలాడినా అతడు వినలేదు. మృత్యువు పిలుస్తున్నప్పుడు మనిషికి ఏ అరుపులూ వినిపించవు బాబయ్యా! అతడు కత్తి పట్టి గుమ్మం దాటుతుంటే, అంతఃపురంలోని రాతి గోడలు అకస్మాత్తుగా మూగబోయాయి. గాలిలో పచ్చి నెత్తురు, అస్థికల బూడిద వాసన కలగలిసి వీచింది. ఆమె నుదుటి మీది ఎర్రటి కుంకుమ, ఎవరూ చెరపకుండానే దానంతట అదే కింద రాలింది.

ఆ అమావాస్య రాత్రి... దొనకొండ అంతఃపురంలో ఎర్రనూక సీత ఒంటరిగా పడకగదిలో ఉంది. ఆకాశంలో చంద్రుడు లేడు, నక్షత్రాలు లేవు. ఆ గదిలో ఒక భయంకరమైన మానసిక ప్రళయం మొదలైంది. ఆమె కళ్ళు మూసుకుంది, కానీ నిద్రపోలేదు. ఆమె ఆత్మ దేహాన్ని వదిలి, చీకట్లను చీల్చుకుంటూ వందల ఆమడల దూరంలో ఉన్న ఆ ఏనుగుయాల

యుద్ధభూమికి చేరుకుంది. ఆ చీకటి గదిలో మంచం మీద పడుకున్న ఆమెకు, కలలో ఏరులై పారుతున్న నెత్తురు స్పష్టంగా కనిపిస్తోంది. శత్రువుల కత్తులు ఎర్రనూకరాజు కవచాన్ని చీల్చుతుంటే, ఇక్కడ అంతఃపురంలో ఉన్న ఎర్రనూక సీత దేహం మీద ఆ కత్తి గాట్లు పడుతున్నాయి! ఆమె గుండెల్లో ఏదో పదునైన ఆయుధం దిగుతున్నట్లుగా ఒక భయంకరమైన నొప్పి. ఆమె శ్వాస ఆగిపోతున్నట్లుగా అనిపించింది. కలలో ఆ రణభూమిలో ఆకాశం నుంచి ఒక భయంకరమైన నల్లటి మృత్యుదేవత కిందకు దిగివచ్చి, తన భర్త తలచుట్టూ గద్దలా తిరగడం ఆమె కళ్ళారా చూసింది. ఎర్రనూకరాజు వీరోచితంగా పోరాడి ఎర్రభూపతిని సంహరించాడు, కానీ ఆ పోరాటంలో అతడి దేహం జల్లెడలా మారిపోయి నేలకొరిగాడు. కలలో తన భర్త రణభూమిలో పడిపోగానే, ఇక్కడ ఎర్రనూక సీత గదిలోని గోడల నుంచి ఎర్రటి రక్తం స్రవించడం మొదలైంది. ఆమె కలలో తన భర్త మరణించినట్లు, అడియారాలు తన వద్దకు వచ్చినట్లు, తాను ఆ కళేబరాన్ని ఒడిలో పెట్టుకుని అగ్నిగుండంలోకి నడుస్తున్నట్లు ఒక భయంకరమైన దుస్స్వప్నం కన్నది.

ఉలిక్కిపడి కళ్ళు తెరిచింది ఎర్రనూక సీత. ఆమె ఊపిరి వేగంగా ఆడుతోంది, గుండె పగిలిపోయేలా కొట్టుకుంటోంది. కానీ ఆశ్చర్యం... ఆమె కళ్ళు తడిగా లేవు, ఒక్క కన్నీటి చుక్క కూడా రాలలేదు. తన చేతులను చూసుకుంది... కలలో తన భర్త గాయాలను తాకినప్పుడు అంటిన పచ్చి నెత్తురు, నిజంగానే ఆమె చేతులకు అంటుకుని ఉంది! ఆ నెత్తుటిని చూసి ఆమె ఏడవలేదు తండ్రీ! ఆమె మనసు గడ్డకట్టిపోయింది. కలలోనే ఆమె తన భర్త మరణాన్ని, తన వైధవ్యాన్ని పూర్తిగా అనుభవించేసింది. ఉదయం

తెల్లవారింది. ఆమె కన్న కొడుకు భట్రావులరాజు, దుఃఖంతో హాహాకారాలు చేస్తూ తన తండ్రి ఎర్రనూకరాజు నెత్తురోడుతున్న కళేబరాన్ని అంతఃపురానికి మోసుకొచ్చాడు. ఊరంతా ఏడుస్తోంది, ఆ కోటలోని రాతి గోడలు సైతం కన్నీరు కారుస్తున్నాయి. కానీ ఎర్రనూక సీత మాత్రం ఒక వింతైన, భయంకరమైన ప్రశాంతతతో ఆ కళేబరం దగ్గరకు నడిచింది. ఆమె ముఖంలో ఎలాంటి ఆశ్చర్యమూ లేదు, దుఃఖమూ లేదు. కలలో తాను ఏ గాయాలైతే చూసిందో, అవే గాయాలు ఆ దేహం మీద ఉన్నాయి! రాత్రి తన కలలో తాను ఏ అడియారాలు చూసిందో అవే ఆనవాళ్లను ఆమె కొడుకు తెచ్చాడు. కలలో తాను ఊహించినట్లే ప్రతిదీ యథాతథంగా జరిగిపోయింది. ఈ లోకం దృష్టిలో అతడు అప్పుడే చనిపోయాడు, కానీ ఆమె దృష్టిలో రాత్రే అతడి ప్రాణం గాలిలో కలిసిపోయింది.

ఆమె కంటతడి పెట్టలేదు, పెడబొబ్బలు పెట్టలేదు. మొహాన పసుపు కుంకుమలు దిద్దుకుని, పెళ్ళినాటి పట్టుచీర కట్టుకుని ఒక దేవతలా తయారైంది. ఊరి బయట ఆకాశాన్ని అంటేలా పేర్చిన చితిమంటల వద్దకు నడిచింది. ఆ అగ్నిగుండం రాక్షసుడిలా బుసలు కొడుతూ రగులుతోంది. ఆ మంటల వేడికి చుట్టుపక్కల గాలి సైతం కాలిపోతోంది. కానీ ఎర్రనూక సీతకు ఆ మంటలు ఏమాత్రం వేడిగా అనిపించలేదు. ఆమె దృష్టిలో ఆ అగ్నిజ్వాలలు ఎర్రటి బూడిద పూలలా, తన భర్త దగ్గరకు చేర్చే ఒక దైవికమైన, వెచ్చటి ద్వారంలా కనిపించాయి. ఆ కంకర రాళ్ల దారిలో నడుచుకుంటూ వెళ్లి, తన భర్త కళేబరాన్ని ఆ చితి మీద పడుకోబెట్టి, అతడి తలను తన ఒడిలో పెట్టుకుంది. ఏమాత్రం వణకకుండా, ఒక భయంకరమైన నిర్లిప్తతతో, చిరునవ్వుతో ఆ అగ్నిలో కూర్చుంది. ఆమె కూర్చోగానే ఆ మంటలు ఒక పెద్ద సుడిగుండంలా మారి ఆమెను తమలోకి పీల్చుకున్నాయి. ఆమె దేహం కాలిపోతున్నట్లుగా

అనిపించలేదు బాబయ్యా... ఒక స్వచ్ఛమైన బూడిద మేఘంలా మారి గాలిలో కలిసిపోయినట్లుగా అనిపించింది. ఆ పీడకల నిజమైంది, ఆమె తన భర్తతో పాటే సహగమనం చేసి ఆ యలమంచి మట్టిలో శాశ్వతంగా కలిసిపోయిందయ్యా!"

కొమ్ములవాడు తన గుడారంలో గాలిని గట్టిగా పీల్చుకున్నాడు. అతడి నిశ్శబ్దం ఆ రాత్రిని మరింత బరువుగా మార్చింది. ఆకాశం నుంచి అదృశ్యమైన సన్నటి బూడిద వాన కురుస్తున్నట్లుగా ఆ పల్లె జనం భ్రమపడ్డారు. గాలిలో ఇంకా ఆ ఎర్రనూక సీత కన్న పీడకల తాలూకు భయం, ఆ పచ్చి నెత్తురు, మంటల్లో కరిగిన ఆ మహాసాధ్వి తాలూకు వాసన అలాగే నిలిచిపోయాయి. ఆ గుడారంలోని జనం ఆ అమావాస్య చీకట్లలోకి చూస్తూ, కంటికి కనిపించని ఆ మృత్యుదేవత అడుగుజాడలను వెతుక్కుంటూ ఉండిపోయారు.

7

ధిక్కార పర్వము

నలనూకరాజు కథ

గుడారంలో కాగడా మంటలు ఒక భయంకరమైన నృత్యం చేస్తున్నాయి. అప్పటివరకు వీచిన చల్లటి గాలి ఒక్కసారిగా ఆగిపోయింది. దాని స్థానంలో ఉక్కపోత, పచ్చి నెత్తురు, మరియు కాలుతున్న ఇనుము వాసన ఆవరించింది. కొమ్ములవాడి కళ్లలో ఇప్పుడు కన్నీళ్లు లేవు, ఒక క్రూరమైన, మొండి పౌరుషం రగులుతోంది. వాడి చేతిలోని వీరణం మీద దరువులు ఒక కదం తొక్కుతున్న సైన్యంలా, ఒక ఉగ్రమైన మృగం అడుగుల్లా 'ఢం... ఢం... ఢం...' అని మోగుతున్నాయి. ఆ శబ్దానికి చుట్టూ ఉన్న జనం గుండెలు వేగంగా కొట్టుకోవడం మొదలుపెట్టాయి. వాడు తన

ఎర్రటి కళ్ళను సభ మీద తిప్పుతూ, కరకుదేరిన గొంతుతో మహా సంగ్రామాన్ని ఆవాహన చేశాడు.

"అయ్యా! మన యాదవ వీరుల నరాల్లో పారేది కేవలం రక్తం కాదయ్యా... అది సెత్తురు రూపంలో ఉన్న అగ్ని! అది శత్రువుల గుండెల్ని చీల్చే రోషం! దేవుడికైనా ప్రాణాలిస్తాం కానీ, అహంకారంతో అడిగితే తలవంచి అంగుళం మట్టి కూడా ఇవ్వని మొండితనం మనది. ఒకడి కింద బానిసలుగా బతకడం మన జాతికి తెలియదు. ఆవులు, మట్టి, ఆకాశం... ఇవి తప్ప మనకు ఇంకో రాజు లేడు. ఆ యాదవ పౌరుషానికి, మడమ తిప్పని అహంకారానికి నిలువెత్తు రూపమే ఆవుల వలురాజు నాలుగో కొడుకు, మహా పరాక్రమశాలి మన నలనూకరాజు! ఈ రాత్రి నేను చెప్పే కథ వింటే మీలోని మగతనం నిద్రలేస్తుంది, మీ కండరాలు ఉక్కులా బిగుసుకుంటాయి!

కాలం తన మానాన తాను నడుస్తున్న రోజులవి. మన నలనూకరాజు తన అపారమైన మందలతో, తన అనుచరగణంతో కలిసి 'నున్న మొవాడ' అనే ప్రాంతానికి వెళ్లాడు. ఆ ప్రాంతాన్ని నున్న భూపతి అనే ఒక అహంకారి పాలిస్తున్నాడు. వాడికి కండకావరం నెత్తికెక్కింది. యాదవులు అంటే కేవలం పశువులు కాసుకునే గొల్లలని, తన రాజ్యంలో అడుగుపెట్టారు కాబట్టి తన కాలి కింద బతకాలని వాడు భ్రమపడ్డాడు. మన నలనూకరాజు పచ్చిక బీళ్ల వైపు మందను తోలుకుపోతుంటే, నున్న భూపతి తన సైన్యాన్ని పంపి అడ్డుకున్నాడు. 'మా రాజ్యంలో అడుగుపెట్టినందుకు, పచ్చిక మేపుకున్నందుకు సుంకం కట్టాలి' అని కబురు పంపాడు.

అయ్యా! ఆ మాట వినగానే నలనూకరాజు కళ్లు ప్రళయకాల సూర్యుడిలా మండిపోయాయి. 'సుంకం కట్టడమా! గొల్లలు సుంకం

కట్టడమా!' అన్న వాడి గర్జనకు ఆ అడవిలోని చెట్ల ఆకులు రాలిపోయాయి. వీస్తున్న గాలి భయంతో ఆగిపోయింది. 'భూమి ఆకాశాలు ఏ రాజు జాగీరు కాదురా! నా పశువులు మేసే ఈ మట్టి, నా నెత్తురు పంచుకున్న నా తల్లి! అడవుల్లో స్వేచ్ఛగా తిరిగే యాదవ సింహాలు, ఒక సామాన్యమైన రాజుకు పన్ను కట్టడమా! నా మందలోని ఒక లేగదూడ రోమాన్ని కూడా నీకు సుంకంగా ఇవ్వను... దమ్ముంటే నా కత్తికి ఎదురు నిలబడు!' అని నలనూకరాజు కత్తి దూశాడు. ఆ మొండి పౌరుషానికి, ఆ ఆత్మగౌరవానికి నున్న భూపతి అహంకారం దెబ్బతింది. యాదవులను మట్టికరిపించాలని తన సర్వ సైన్యాన్నీ ఉసిగొల్పాడు.

సరిగ్గా 'దిగిచేవుని కుంట' అనే ప్రదేశం దగ్గర రెండు సైన్యాలు ఢీకొన్నాయి. బాబయ్యా... అది యుద్ధం కాదు, రెండు కొండలు ఢీకొన్న ప్రళయం! నలనూకరాజు దేహం ఆ క్షణంలో ఒక మనిషిలా లేదు... ఉక్కుతో పోతపోసిన ఒక యుద్ధ యంత్రంలా మారిపోయింది. ఆయన కత్తి గాలిని చీల్చుతుంటే పుట్టే రొదకు శత్రువుల గుండెలు పగిలిపోయాయి. నలనూకరాజుకు తోడుగా నందికేశవుడు అనే మహావీరుడు కూడా కత్తి పట్టి శత్రువుల మీద విరుచుకుపడ్డాడు. ఆ దిగిచేవుని కుంటలోని నీళ్లన్నీ శత్రువుల నెత్తురుతో ఎర్రటి మడుగులా మారిపోయాయి. గాలిలో పచ్చి మాంసం, తెగిపడిన పేగులు, తుప్పు పట్టిన ఇనుము వాసనలు కలగలిసి ఒక భయానకమైన శ్మశానాన్ని తలపిస్తున్నాయి. నలనూకరాజు కత్తి దెబ్బకు ఏనుగుల తొండాలు తెగిపడుతున్నాయి, గుర్రాలు నిలువునా చీలిపోతున్నాయి. ఆయన అడుగుపెట్టిన ప్రతిచోటా వందలాది శవాల గుట్టలు పేరుకుపోయాయి.

కానీ తండ్రీ... ఎంతటి మహావీరుడైనా విధి వలయంలో చిక్కుకోవాల్సిందే. వందలాది మంది శత్రువుల బాణాలు, ఈటెలు నలనూకరాజు కవచాన్ని చీల్చుకుని ఆయన దేహంలోకి దిగబడ్డాయి. శరీరం జల్లెడలా మారిపోయి, ప్రతి గాయం నుంచి రక్తం ధారలుగా కారుతున్నా ఆ వీరుడు కింద పడలేదు. తన చివరి శ్వాస వరకు పోరాడుతూ, ఆ దిగిచేవుని కుంట నెత్తుటి బురదలో, తన ఆత్మగౌరవాన్ని వదులుకోకుండా, నందికేశవునితో కలిసి వీరమరణం పొందాడు. 'గొల్లలు తల తెగినా సుంకం కట్టరు' అని తన నెత్తుటితో ఆ నేల మీద శాసనం రాసి కైలాసానికి వెళ్లాడయ్యా మన రాజు!

తన భర్త వీరమరణం పొందాడన్న వార్త విన్న ఆయన ధర్మపత్ని నలనూక సీత కంటతడి పెట్టలేదు. ఒక యాదవ వీరుడి భార్యగా ఆమె మొహంలో ఒక గర్వం తాండవించింది. పసుపు కుంకుమలు దిద్దుకుని, పెళ్ళినాటి పట్టుచీర కట్టుకుని ఆ రణభూమికి నడిచింది. అక్కడ పేర్చిన అగ్నిగుండం ముందు నిలబడింది. ఈసారి ఆ మంటలు ఆమెను చూసి భయపెట్టలేదు, బదులుగా ఒక పౌరుషంతో రగులుతున్న బంగారు కత్తుల్లా పైకి ఎగసిపడ్డాయి. ఆ అగ్నిగుండం ఆమెను ఒక వీరనారిలా స్వాగతించింది. నలనూక సీత ఏమాత్రం వణకకుండా, చిరునవ్వుతో ఆ మంటల్లోకి అడుగుపెట్టింది. ఆమె దేహం కాలిపోలేదు... ఒక ఉజ్జ్వలమైన జ్యోతిలా మారిపోయి, తన భర్త ఆత్మను కలుసుకునేందుకు ఆ అగ్నిజ్వాలల గుండా సాగిపోయి, సహగమనం చేసిందయ్యా!

కానీ బాబయ్యా... కథ ఇక్కడితో అయిపోలేదు! అసలు కథ, అంతులేని పగ ఇప్పుడు మొదలైంది!" అంటూ కొమ్ములవాడు తన

వీరణంపై ఒక భయంకరమైన దరువు వేశాడు. ఆ శబ్దం ఉరుములా గుడారాన్ని వణికించింది.

"నలనూకరాజు, నలనూక సీతలకు పుట్టిన సెత్తురు పంచుకున్న కొడుకు ఉన్నాడు... వాడే మన పెయ్యల ఎర్రయ్య! తన తండ్రిని నున్న భూపతి అన్యాయంగా చంపాడన్న వార్త విన్నప్పుడు, ఎర్రయ్య మామూలు మనిషిలా ఏడవలేదు. ఆ క్షణంలో ఆకాశం ఎర్రబడింది. ఎర్రయ్య కళ్ళు నిప్పుల కొలిమిలా మారాయి. వాడి కండరాలు ఉబ్బి, దేహంలోకి ఏదో ఒక ప్రాచీనమైన, అడవి మృగం ఆత్మ ప్రవేశించింది. వాడు ఒక మనిషిలా లేడు బాబయ్యా... వేటకు సిద్ధమైన ఒక భయంకరమైన పెద్దపులిలా మారిపోయాడు! ఆ కోపంలో వాడు అరుస్తుంటే, వాడి గొంతులోంచి మనిషి మాట రాలేదు, ఒక భయంకరమైన సింహనాదం, ఒక పెద్దపులి గర్జన వెలువడింది. ఆ క్షణం నుంచి ఎర్రయ్య ఒక మనిషి కాదు, వాడి నీడ కూడా ఒక మహా మృగంలా కనిపించసాగింది. అందుకే ఆ యాదవ సింహానికి 'చెన్నాడే హెబ్బులి' (వేటాడే పెద్దపులి) అనే బిరుదు స్థిరపడిపోయిందయ్యా!

ఆ చెన్నాడే హెబ్బులి తన కత్తి తీసుకుని నున్న మొవాడ మీదకు లంఘించాడు. ఆ దాడి ఎలా ఉందంటే, అడవిలో ఆకలితో ఉన్న పులి జింకల మంద మీద పడినట్లుగా ఉంది. శత్రువుల తలలు ఎగిరిపడుతున్నాయి. వాడి కత్తి గాలిలో ఒక మెరుపులా కదులుతోంది. నున్న భూపతి సైన్యాన్ని చీల్చుకుంటూ వెళ్లి, నేరుగా నున్న భూపతి మెడ మీద కత్తి పెట్టాడు. 'నా తండ్రి ప్రాణం తీసినందుకు కాదురా... ఒక యాదవ వీరుడిని సుంకం అడిగి మా జాతి పౌరుషాన్ని అవమానించినందుకు ఈ శిక్ష!' అని గర్జించి, ఒకే ఒక్క వేటుతో నున్న భూపతి తల మొండెం నుంచి

వేరు చేశాడు మన పెయ్యల ఎర్రయ్య! ఆ తెగిపడిన తల ఆ నెత్తుటి మట్టిలో దొర్లుతుంటే, వాడి పౌరుషం చూసి దేవతలు సైతం పూలవాన కురిపించారు తండ్రీ!

అదీ మన యాదవుల నెత్తురు! అదీ మన ఆత్మగౌరవం! మట్టి కోసం, రోషం కోసం తలలైనా ఇస్తాం కానీ, అహంకారం ముందు తలవంచేది లేదు అని నలనూకరాజు తన మరణంతో చాటితే, ఆ జాతి పౌరుషాన్ని అవమానించిన వాడి తల తీసి మన పెయ్యల ఎర్రయ్య ఆ నెత్తుటితో తన తండ్రికి తర్పణం వదిలాడయ్యా!" అంటూ కొమ్ములవాడు తన చేతిలోని కొమ్మును ఆకాశం వైపు ఎత్తి, ఒక భీకరమైన, పులి గర్జనను తలపించే నాదాన్ని ఊదాడు. ఆ శంఖనాదం, వీరణం దరువులు గుడారంలోని జనం నరాల్లో రక్తాన్ని ఉడికించి, వాళ్లలోనూ ఒక ఆవేశాన్ని రగిలించాయి. ఆ కారుచీకటి రాత్రిలో, చెన్నాడే హెబ్బులి ఉగ్రరూపం వాళ్ల కళ్ల ముందు సజీవంగా కదులాడింది.

8

జలప్రళయ పర్వము

పోలురాజు కథ

గుడారంలో కాగడా మంటలు అకస్మాత్తుగా వీచిన ఒక చల్లటి గాలికి వణికిపోయాయి. అప్పటివరకు గాలిలో ఉన్న పచ్చి నెత్తురు, బూడిద వాసనలు మాయమై, ఎక్కడో వందల ఆమడల దూరంలో ఉన్న మహా నది ఉప్పొంగినప్పుడు వచ్చే తడి మట్టి, నాచు, మరియు ప్రళయపు వాసనలు గుప్పుమన్నాయి. కొమ్ములవాడి చేతిలోని వీరణం చప్పుడు మారింది. అది ఇప్పుడు కత్తుల రాపిడిలా లేదు... ఉధృతంగా, పిచ్చిపట్టినట్లు ప్రవహిస్తున్న ఒక మహా ప్రవాహంలా, ఒక భయంకరమైన ఉప్పెన హోరులా 'ఝుం... ఝుం...' అని మోగుతోంది. ఆ చప్పుడికి గుడారంలోని జనం ఆకాశం వంక

చూశారు, వర్షం పడకపోయినా వాళ్ల దేహాలు ఒక వింతైన చలికి వణికిపోయాయి. కొమ్ములవాడు తన కళ్ళు మూసుకుని, గొంతును మరింత లోతుగా చేసుకుని కథను ఆవాహన చేశాడు.

"అయ్యా! కత్తులతో చేసే యుద్ధాలు చూశారు, మనుషుల పగలు చూశారు. కానీ ప్రకృతి పగబడితే ఎలా ఉంటుందో ఎప్పుడైనా చూశారా తండ్రీ? మనిషి అహంకారం ఎంతటిదైనా, ఆ ప్రకృతి రాక్షసిలా విరుచుకుపడితే గడ్డిపోచలా కొట్టుకుపోవాల్సిందే. ఆవుల వలురాజు కడగొట్టు కొడుకు, సాక్షాత్తూ ఆ పరమశివుడి మూడో కన్నులోంచి రాలిన అగ్ని కణంలా పుట్టిన ఈశ్వరాంశ సంభూతుడు మన పోలురాజు! ఈయన కత్తి పట్టిన వీరుడే కాదు, ఒంటినిండా విభూతి పూసుకుని శివనామం జపించే మహా భక్తుడు. ఆయన ధర్మపత్ని సిరిదేవి. వాళ్లకు భక్తిరన్న, అయితమరాజు, ముమ్మయ్య అనే ముగ్గురు కొడుకులు, అగుమంచి అనే ఒక ఆడబిడ్డ సంతానం. పోలురాజు తన మందలతో ప్రశాంతంగా ఉన్న కాలంలో, దక్షిణాన శ్రీరంగపట్నంలో ఒక మహా ప్రళయం ముంచుకొచ్చిందయ్యా!

ఆ శ్రీరంగపట్నాన్ని చోడాని అనే మహారాజు పాలిస్తున్నాడు. వాడి అహంకారం ఆకాశాన్ని దాటింది. ఆ కాలంలో కావేరి నదికి ఒక భయంకరమైన ఉప్పెన వచ్చింది. కావేరి ఆ రోజు ఒక నీటి ప్రవాహంలా లేదు బాబయ్యా... కోట్లాది తలలున్న ఒక మహా సర్పం బుసలు కొడుతూ, నేలను మింగేయడానికి ఆకాశం నుంచి దిగివచ్చినట్లుగా ఉంది. నది రంగు నల్లగా మారిపోయింది. వందల ఏళ్ల నాటి చెట్లను, కొండ రాళ్లను, ఊళ్లకు ఊళ్లను ఆ ప్రవాహం ఒక చిన్న నలకల్లా లాగేసుకుపోతోంది. ఆ నీటి హోరు వింటే గర్భిణీ స్త్రీల గుండెలు పగిలిపోయేవి. నది అంచున ఉన్న మట్టి

కట్టలన్నీ కరిగిపోతున్నాయి. ఆ ప్రళయాన్ని చూసి భయపడిన చోడాని రాజు, దేవుడికి మొక్కుకోకుండా తన అహంకారాన్ని ప్రదర్శించాడు. తన రాజ్యంలోని చెరుకూరి జంగాలను పట్టుకొచ్చి, ఆ ఉప్పొంగుతున్న కావేరికి కట్ట వేయమని ఆజ్ఞాపించాడు. జంగాలు అంటే ఎవరయ్యా? పరమశివుడిని కొలుస్తూ, చేతిలో జోలె పట్టుకుని, ప్రాపంచిక సుఖాలు వదిలేసి భిక్షాటనతో బతికే సాధువులు. వాళ్ళ చేతుల్లో ఉండాల్సింది రుద్రాక్షలు, కానీ చోడాని రాజు వాళ్ళ చేతుల్లో బరువైన రాళ్లు పెట్టాడు. పని చేయకపోతే వాళ్ళ వీపుల మీద కొరడాలు ఝుళిపించమని పురహరుడు అనే తన దళవాయిని పంపించాడు.

ఆ పురహరుడు కిరాతకుడు. వాడి కొరడా దెబ్బలకు ఆ శివభక్తుల దేహాల నుంచి నెత్తురు చిమ్మి ఆ కావేరి నీళ్లలో కలుస్తోంది. ఆ జంగాలు కన్నీరు మున్నీరుగా ఏడుస్తూ, 'తండ్రీ! మేం లింగకాయలు కట్టుకునే జంగాలం, మట్టి మోసే కూలీలం కాదు, మమ్మల్ని వదిలేయండి' అని వేడుకున్నా వాడు కనికరించలేదు. ఇక లాభం లేదనుకున్న ఆ జంగాలు ఒక ఉపాయం ఆలోచించారు. చీకటి పడేవరకు ఎలాగోలా నటించి, ఆ పురహరుడిని బతిమలాడి ఆ రాత్రికి అక్కడే పడుకునేలా చేశారు. అర్ధరాత్రి దాటిన తర్వాత, కారు చీకట్లలో, ఎడతెగని వర్షంలో, జారుతున్న బురదలో ఆ జంగాలు ప్రాణాలు అరచేతిలో పెట్టుకుని చెరుకూరి దగ్గర అడవుల్లో ఉన్న మన పోలురాజు గుడారాల వైపు పరుగు తీశారు.

చీకట్లో అడుగులు తడబడుతూ, దేహమంతా బురద, నెత్తురు అంటుకుని, వణుకుతూ వచ్చిన ఆ జంగాలు నేరుగా పోలురాజు పాదాలపై బడ్డారు. 'మహారాజా! శరణు! చోడాని రాజు రాక్షసుడిలా మమ్మల్ని ఆ కావేరి రాకాసికి బలి చేస్తున్నాడు, శివభక్తులైన మమ్మల్ని కాపాడు' అని

భోరున విలపించారు. ఆ జంగాల కన్నీరు పోలురాజు పాదాలను తడపగానే, అక్కడి గాలి ఒక్కసారిగా స్తంభించిపోయింది. వీస్తున్న వర్షం ఆగిపోయింది. పోలురాజు ముఖం ప్రళయకాల రుద్రుడిలా మారిపోయింది. 'పరమశివుడిని కొలిచే జంగాల వీపుల మీద కొరడాలు ఝుళిపించిన ఆ చోడాని గాడి రాజ్యం కావేరిలోనే కలిసిపోవాలి! శరణు అన్న వాళ్ళను కాపాడటం మా యాదవుల నెత్తురుకే పుట్టిన విద్య!' అని గర్జించి, ఆ జంగాలకు అభయం ఇచ్చాడు. మరుసటి రోజు ఉదయం నిద్రలేచిన పురహరుడు, జంగాలు తప్పించుకుపోయి పోలురాజు ఆశ్రయం పొందారని తెలుసుకుని, నేరుగా వెళ్లి ఆ చోడాని రాజుకు కొండెములు చెప్పాడు.

అది వినగానే చోడాని రాజు గుండెల్లో పగ రగిలింది. పోలురాజు పైకి తన మహా సైన్యాన్ని, వాళ్ళకు నాయకుడిగా 'ముక్కంటి' అనే భయంకరమైన రాక్షసుడి లాంటి వీరుడిని యుద్ధానికి పంపించాడు. అయ్యా! చిలకమర్రి అనే ప్రదేశం దగ్గర రెండు సైన్యాలు ఢీకొన్నాయి. అది యుద్ధం కాదయ్యా, ప్రకృతికి, ప్రళయానికి మధ్య జరిగిన పోరు! ఆకాశం చిల్లులు పడినట్లుగా వర్షం కురుస్తోంది. కింద మట్టి అంతా నెత్తుటి బురదగా మారిపోయింది. ఆ బురదలో ఏనుగులు అడుగులు వేయలేక కూరుకుపోతున్నాయి. గుర్రాలు కాలు జారి పడిపోతున్నాయి. అటువంటి భయంకరమైన వాతావరణంలో పోలురాజు కత్తి దూశాడు. ఆయన కత్తి ఒక ఆయుధంలా కదలలేదు తండ్రీ, సాక్షాత్తూ ఆ పరమశివుడు ఆ నెత్తుటి బురదలో తాండవం చేస్తున్నట్లుగా కదిలింది. ముక్కంటి సైన్యం తలలు ఎగిరి ఆ కావేరి నీళ్లలో పడుతున్నాయి. కత్తులు డాలుకు తగిలినప్పుడు పుట్టిన నిప్పురవ్వలు ఆ వర్షపు చినుకులను తాకి 'స్సుయ్' మని శబ్దం

చేస్తూ ఆవిరైపోతున్నాయి. గాలిలో పచ్చి నెత్తురు, తడిసిన మట్టి వాసన ఉక్కిరిబిక్కిరి చేస్తోంది.

ఇద్దరు మహావీరులు... పోలురాజు, ముక్కంటి ఎదురుపడ్డారు. వాళ్ళిద్దరి మధ్య పోరు జరుగుతుంటే చుట్టూ ఉన్న సైన్యం భయంతో వెనక్కి తగ్గింది. పోలురాజు దేహంలోకి వందలాది బాణాలు దిగబడ్డాయి, రక్తం వర్షపు నీటితో కలిసి ప్రవహిస్తోంది. అయినా ఆ యాదవ సింహం కింద పడలేదు. ఆ ముక్కంటిని తీవ్రంగా గాయపరిచాడు. కానీ విధి ఆడిన నాటకంలో, కారు చీకటి, వర్షం, దేహం నిండా గాయాలతో ఆ నెత్తుటి బురదలో పోలురాజు నేలకొరిగాడు. శరణు కోరిన జంగాల కోసం తన ప్రాణాలను బలిగా ఇచ్చి, శివనామం జపిస్తూ వీరస్వర్గం అలంకరించాడు మన రాజు!

తన భర్త యుద్ధభూమిలో మరణించాడన్న వార్త సిరిదేవికి తెలిసింది. ఆమె ఒక యాదవ మహారాణి. భర్త చనిపోతే సహగమనం చేయడం అప్పటి యాదవ వంశపు ఆచారం. రణభూమిలో పోలురాజు చితితో పాటు, యుద్ధంలో చనిపోయిన వేలాదిమంది యాదవ సైనికుల భార్యలు కూడా అగ్నిగుండాలు పేర్చుకుని మంటల్లోకి దూకుతున్నారు. ఆ చిలకమర్రి యుద్ధభూమి అంతా ఎర్రటి మంటలతో, శవాల వాసనతో, డప్పుల మోతలతో దద్దరిల్లుతోంది. సిరిదేవి పసుపు కుంకుమలు దిద్దుకుని, పట్టుచీర కట్టుకుని తన భర్త చితి దగ్గరకు నడిచింది. ఆమె అడుగులు వేస్తుంటే ఆ అగ్నిగుండం ఆమెను ఆహ్వానిస్తున్నట్లుగా పైకి ఎగసిపడింది. కానీ... అకస్మాత్తుగా సిరిదేవి ఆగిపోయింది.

ఆమె గుండెల్లో ఒక భయంకరమైన అంతరంగమథనం మొదలైంది. చుట్టూ ఉన్న ప్రపంచం ఆమెను అగ్నిలోకి దూకమని ఒత్తిడి చేస్తోంది. యాదవ

కులగౌరవం ఆమెను మంటల్లో కలవమని పిలుస్తోంది. కానీ ఆమె చెవుల్లో పోలురాజు చెప్పిన చివరి మాటలు ప్రతిధ్వనిస్తున్నాయి. 'నా బిడ్డలు అనాథలు కాకూడదు. ఈ యాదవ వంశాన్ని నిలబెట్టాల్సిన సింహాలు వాళ్లు. వాళ్ళను పెంచే బాధ్యత నీది' అన్న ఆయన మాటలు ఆమెను వెనక్కి లాగాయి. ఆమె వెనక్కి తిరిగి చూసింది. అక్కడ భక్తిరన్న, అయితమరాజు, ముమ్మయ్య, అగుమంచి... పసివాళ్లు కన్నీరు కారుస్తూ నిలబడి ఉన్నారు. ఆ క్షణంలో సిరిదేవిలో ఒక భార్య చనిపోయి, ఒక మహా మాతృమూర్తి నిద్రలేచింది!

బాబయ్యా... ఆ దృశ్యం వర్ణించడానికి నా గొంతు వణుకుతోంది. పతివ్రతలు మంటల్లో కాలిపోతూ ఉంటే, ఆ అగ్నిగుండాల మధ్య నిలబడిన సిరిదేవి, తన కుల సంప్రదాయాలను, భయాలను పక్కకు నెట్టేసింది. ఆ చితి మంటలు ఆమె దేహాన్ని తాకాలని ముందుకు ఉరికాయి, కానీ ఆమెలోని ఆ అపారమైన మాతృశక్తి, ఆ మంటల వేడిని ఒక పవిత్రమైన కవచంలా అడ్డుకుంది. మంటలు ఆమెను తాకలేక వెనక్కి తగ్గాయి. 'నేను అగ్నిలో కాలిపోను... నా భర్త ప్రాణంగా భావించిన ఈ యాదవ వంశపు సింహాలను పెంచడానికి నా జీవితాన్ని అగ్ని కన్నా పవిత్రంగా ఆచరిస్తాను!' అని గర్జించి, ఆ అగ్నిగుండం నుంచి వెనక్కి అడుగు వేసింది సిరిదేవి! అది పిరికితనం కాదు తండ్రీ... తన ప్రాణాన్ని వదిలేయడం కన్నా, కత్తి మీద సాము లాంటి ఆ ఒంటరి జీవితాన్ని తన బిడ్డల కోసం ఎంచుకున్న ఆమె గుండెదిబ్బరం ఆకాశమంతటిది!

ఆమె సహగమనం చేయకుండా వెనక్కి రావడం చూసి దేవతలు సైతం పూలవాన కురిపించారు. ఆ సిరిదేవి పెంచిన పెంపకమే, ఆ తర్వాత బల్లికురువ పోట్లాటలోనూ, ఎర్రగడ్డపాటి మారణహోమంలోనూ ఆ బాలరాజులు కత్తి పట్టి శత్రువుల తలలు నరికేలా చేసిందయ్యా!" అంటూ

కొమ్ములవాడు తన గుడారంలో ఒక్కసారిగా గాలి పీల్చుకున్నాడు. వీరణం మీద ఒక గంభీరమైన దరువు వేసి, చేతిలోని ఇత్తడి కొమ్మును పైకెత్తి ఒక సుదీర్ఘమైన నాదాన్ని ఊదాడు. ఆ శబ్దం ఆ రాత్రి చీకట్లలో కరిగిపోతూ, అగ్నిగుండాల కన్నా శక్తివంతమైన ఆ తల్లి ప్రేమను, పోలురాజు త్యాగాన్ని ఆ జనం గుండెల్లో శాశ్వతంగా నిలిచిపోయేలా చేసింది.

9

ప్రథమ రణ పర్వము

బట్టి కురువ పోట్లాట

గుడారంలో వీస్తున్న గాలికి కాగడా మంటలు భయంతో వణికిపోతున్నాయి. అమావాస్య చీకట్లు ఆ గుడారాన్ని ఒక నల్లటి దుప్పటిలా కప్పేశాయి. కొమ్ములవాడి కళ్ళలో ఒక వింతైన శూన్యం... ఒక భయానకమైన నిశ్శబ్దం తాండవిస్తోంది. వాడి చేతిలోని వీరణం చప్పుడు ఆగిపోయింది. కేవలం తన కంచు గొంతును ఒక పాతాళపు లోయలోంచి వస్తున్న గర్జనలా మార్చి కథను ఆవాహన చేశాడు.

"అయ్యా! పగటి పూట కత్తులు పట్టుకుని చేసేది యుద్ధం... కానీ కళ్ళు కనబడని కారు చీకట్లో, నిద్రపోతున్న పసివాళ్ళ మీద కత్తులు దూస్తే

అది మారణహోమం! ప్రకృతి కూడా తలదించుకునే ఒక నెత్తుటి రాత్రి కథ ఇది. చిలకమర్రి యుద్ధంలో పోలురాజు నేలకొరిగిన తర్వాత, ఆ రాచరికపు వైభవాన్ని కోల్పోయి, గుండె నిండా విషాదాన్ని నింపుకుని మంత్రి వల్లికొండ తిరుగు ప్రయాణమయ్యాడు. పోలురాజు భార్య సిరిదేవి, సోదరి కొమరక్క, మరియు పసివాళ్ళైన బాలరాజులు భక్తిరన్న, అయితమరాజు, ముమ్మయ్యలను తీసుకుని, మిగిలిన ఆలమందలను తోలుకుంటూ యలమంచి వైపు నడుస్తున్నాడు. ఆ దారిలో చీకటి పడటం వల్ల, ఆ రోజు రాత్రికి బల్లికురువ అనే అటవీ ప్రాంతంలో గుడారాలు వేసుకుని విశ్రమించారు. అలసిపోయిన ఆ పసివాళ్ళు, ఆవులు గాఢ నిద్రలోకి జారుకున్నారు.

కానీ బాబయ్యా... పగ ఎప్పుడూ నిద్రపోదు! పోలురాజును చంపిన ముక్కంటికి చెందిన మనుమలు, ఈ యాదవ వంశాన్ని సమూలంగా నాశనం చేయాలన్న కసితో రగిలిపోతున్నారు. ఆ బాలరాజులను కూడా చంపడానికి ఒక పెద్ద రాక్షస సైన్యాన్ని వేసుకుని ఆ బల్లికురువ పై దండెత్తి వచ్చారు. అది చీకటి రాత్రి. కనీసం ఎదురుగా ఉన్న మనిషి ఎవరన్నది కూడా కనబడని దట్టమైన అంధకారం. అకస్మాత్తుగా అడవిలో ఆకుల సవ్వడి, గుర్రాల గిట్టల చప్పుడు. తేరుకునే లోపే శత్రువుల కత్తులు మెరిశాయి. ఆ నిశ్శబ్దపు రాత్రిలో ఒక్కసారిగా చావు కేకలు, పసిపిల్లల రోదనలు, నెత్తుటి వాసన! నిద్రమత్తులో ఉన్న యాదవులకు ఏం జరుగుతుందో అర్థం కాలేదు. గాలిలో ఎగురుతున్న బాణాలు ఎవరి దేహాలను చీల్చుతున్నాయో ఎవరికీ తెలియదు. తమ కళ్లెదుటే తమ బిడ్డల ప్రాణాలు గాలిలో కలుస్తాయేమో అన్న భయంతో సిరిదేవి గుండెలు

బాదుకుంది. ఆ అంధకారంలో రక్షణ కవచం లేక యాదవులు పిట్టల్లా రాలిపోతున్నారు. ఆ భయానక వాతావరణం ఒక నరకాన్ని తలపిస్తోంది.

ఇక లాభం లేదనుకున్న మంత్రి వల్లికొండ, ఆ కారు చీకట్లో నేలపై మోకరిల్లి ఆకాశం వైపు చేతులెత్తి ఆ శ్రీహరిని ఆక్రోశంతో ప్రార్థించాడు. 'ఓ దేవా! శరణు కోరిన జంగాల కోసం ప్రాణాలిచ్చిన వంశం ఇది... ఈ పసివాళ్ళ నెత్తురు ఈ చీకట్లో కలిసిపోవడం నీకు సమ్మతమేనా!' అని వేడుకున్నాడు. ఆ ఆర్తనాదం కైలాసాన్ని, వైకుంఠాన్ని తాకిందయ్యా! వల్లికొండ ప్రార్థనను మన్నించిన ఆ శ్రీహరి, యాదవులను రక్షించడానికి దైవాంశ సంభూతమైన 'ఒంటికొమ్ము బొల్లావు'ను ఆ రణభూమికి పంపించాడు.

అయ్యా... ఆ దృశ్యం వర్ణించడానికి నా ఒళ్లు జలదరిస్తోంది. ఆ కారు చీకట్లో, ఒక స్వచ్ఛమైన తెల్లటి వెలుతురు పుంజంలా ఆ బొల్లావు ఆకాశం నుంచి ఆ రణరంగంలోకి దూకింది. సాధువుగా పచ్చిక మేసే ఆ గోమాత, ఆ క్షణంలో ఒక ప్రాణిలా లేదు... మృత్యుదేవత వాహనంలా, పచ్చి నెత్తురు తాగే రాక్షసిలా మారిపోయింది! దాని కళ్ళు రెండు నిప్పుల కొలిమిల్లా ఎర్రగా మండుతున్నాయి. ఆ ఆవు గాలిలోకి తల ఎత్తి ఒక్కసారిగా రంకె వేసింది. ఆ శబ్దం అంబా అనిపించలేదు తండ్రీ... యాదవుల కదనభేరి 'కందుభేరి' పిడుగులు పడినట్లుగా మ్రోగినట్లు ఆ అడవి దద్దరిల్లింది. శత్రువుల గుండెలు ఆ ఒక్క రంకెకే పగిలిపోయాయి.

ఒక ప్రళయపు గాలివానలా ఆ బొల్లావు శత్రు సైన్యం మీదకు లంఘించింది. అది ఆవు కాదు, ఉగ్ర నరసింహుడి ఆవేశం! తన కాలి గిట్టలతో శత్రువుల గుర్రాలను, ఏనుగులను సైతం తొక్కి పారేస్తోంది. ఆ గిట్టల దెబ్బకు శత్రువుల ఇనుప కవచాలు 'టప్... టప్' మని

పగిలిపోతున్నాయి. పగిలిన కవచాల్లోంచి పచ్చి మాంసం, నెత్తురు ఎగజిమ్ముతోంది. ఆ బొల్లావు తనకున్న ఒకే ఒక్క వాడియైన కొమ్ముతో శత్రువుల గుండెలను చీల్చుతూ, వాళ్ళ పేగులను గాలిలోకి విసురుతోంది. ఆ తెల్లటి ఆవు దేహమంతా శత్రువుల రక్తంతో తడిసిపోయి, ఎర్రటి మృత్యుదేవతలా మారిపోయింది. ఆ భీకరమైన ఆవు ధాటికి ముక్కంటి సైన్యం చెల్లాచెదురైపోయింది. దొరికినవాడిని దొరికినట్లు నలిపి పారేసింది. ఆ చీకట్లో ఆ బొల్లావు కదలికలు ఒక మాయలా, ఒక గగుర్పాటు కలిగించే మాంత్రిక శక్తిలా శత్రువులను కబళించాయి.

ఆ శత్రు సైన్యాన్ని నడిపిస్తున్న మహా వీరులు, కిరాతకులైన మల్లందుల మసి నాయుడు మరియు మనలి నాయుడు... ఆ దైవికమైన బొల్లావు గిట్టల కింద పడి, అస్థిపంజరాలు నుజ్జునుజ్జైపోయి, నెత్తురు కక్కుతూ దారుణంగా ప్రాణాలు వదిలారు. ఆ రాత్రి బల్లికురువ మట్టి, శత్రువుల రక్తంతో బురదగా మారిపోయింది. తెల్లవారేసరికి అక్కడ ఏ ముక్కంటి సైన్యమూ మిగలలేదు, కేవలం గుట్టలుగా పడి ఉన్న శవాలు, విరిగిన ఆయుధాలు మాత్రమే ఉన్నాయి. తమ భర్తలైన మల్లందుల మసి నాయుడు, మనలి నాయుడు మరణించారన్న వార్త విన్న వారి భార్యలు, ఆ నెత్తుటి నేల మీదే అగ్నిగుండాలు పేర్చుకుని సహగమనం చేశారు. విధి వైపరీత్యం చూడండయ్యా... పగ తీర్చుకుందామని వచ్చిన వాళ్లే బూడిదైపోయారు!

ఆ దైవికమైన ఆవు సాయంతో ప్రాణాపాయం నుంచి బయటపడిన బాలరాజులను, ఆడవాళ్ళను తీసుకుని మంత్రి వల్లికొండ ఆ నెత్తుటి పొలిమేరలను దాటాడు. ఆ శివుని దయతో పంపాద్రి మీదుగా ప్రయాణించి,

ఎటువంటి ఆటంకాలు లేకుండా యలమంచి పట్నానికి క్షేమంగా చేరుకున్నాడు.

ఆవులంటే మనకు కేవలం పాలిచ్చే మూగ జీవాలు కాదయ్యా... అవసరమైతే మా యాదవ వంశాన్ని కాపాడటానికి దేవతలుగా మారి శత్రువుల నెత్తురు తాగే ఆయుధాలు అని ఆ బల్లికురువ పోట్లాట ప్రపంచానికి చాటిచెప్పింది!"

అంటూ కొమ్ములవాడు తన గుడారంలో ఒక్కసారిగా గాలి పీల్చుకున్నాడు. వీరణం మీద ఒక పెద్ద దరువు వేశాడు. ఆ శబ్దం ఆ చీకట్లో బొబ్బావు వేసిన భయంకరమైన రంకెను తలపిస్తూ పల్లె జనం గుండెల్లో ప్రతిధ్వనించింది. గాలిలో అప్పటికే ఒక వింతైన పచ్చి నెత్తురు, బూడిద వాసన ఆవరించుకుంది.

10

పరాక్రమ పర్వము

కర్రియావుల రాజు కథ

గుడారంలో మంటలు ఒక పాములా బుసలు కొడుతున్నాయి. అప్పటివరకు రణరంగపు వీరత్వాన్ని మోసుకొచ్చిన గాలి, ఇప్పుడు ఒక విషపూరితమైన, కుట్రపూరితమైన చల్లదనాన్ని మోసుకొచ్చింది. కొమ్ములవాడి కళ్ళలో ఒక వింతైన ఆందోళన. తన చేతిలోని వీరణం మీద దరువును నెమ్మదించి, ఒక గూఢచారి అడుగుల చప్పుడులా 'టప్... టప్...' అని మోగించడం మొదలుపెట్టాడు. ఆ శబ్దానికి చుట్టూ ఉన్న పల్లె జనం గుండెలు అకారణంగా వేగంగా కొట్టుకోవడం మొదలుపెట్టాయి. వాడు

తన ఎర్రటి కళ్ళను సభ మీద తిప్పుతూ, కరకుదేరిన గొంతుతో ఒక మహా కుట్రను, ఒక అద్భుత పరాక్రమాన్ని ఆవాహన చేశాడు.

"అయ్యా! పగవాడి కత్తికి ఎదురు నిలబడితే అది వీరత్వం... కానీ తోడబుట్టిన వాడి మనసుకే పగవాడు విషం పూస్తే, ఆ కత్తి ఎటు దిగుతుందో ఎవరికి తెలుసయ్యా? సింహాలను వేటాడటానికి కత్తులు పనికిరావని, కుట్రలే పదునైన ఆయుధాలని ఓరుగంటి రాజులు నమ్మిన ఒక చీకటి కథ ఇది! ఆనాడు ఓరుగంటి పొలిమేరల్లో మన కరియావులరాజు గాలిలోకి ఎగిరి, బేతాళుడి కఠారికోలను ఒక్క తన్నుతో ముక్కలు చేసిన కథ నేను ఇదివరకే మీకు చెప్పాను కదా తండ్రీ! ఆ ఇనుప ఆయుధాలు పగిలిన శబ్దం అక్కడితో ఆగిపోలేదు... అది ఒక భూకంపంలా ప్రయాణించి, ఓరుగల్లు పాలకుడైన ప్రతాపరుద్రుడి సింహాసనాన్ని కుదిపేసింది. ఆ దెబ్బకు వాడి అంతఃపురంలోని రాతి స్తంభాలు సైతం బీటలు వారాయి. ఆకాశంలోకి ఎగిరి ఇనుమును పిండి చేసిన ఆ కరియావులరాజు పరాక్రమం తలుచుకుంటేనే ప్రతాపరుద్రుడికి రాత్రుళ్లు నిద్ర కరువైంది. సింహాద్రి రాజు కడుపున పుట్టిన ఈ అగ్నిపర్వతాన్ని నేరుగా యుద్ధంలో ఎదుర్కోవడం తన సైన్యానికి అసాధ్యమని వాడికి అర్థమైంది.

అప్పుడు మొదలైందయ్యా ఆ రాజకీయం అనే కుట్రల పుట్ట! ఓరుగంటి పాలకుడు ప్రతాపరుద్రుడు తన నక్క బుద్ధికి పదునుపెట్టాడు. కత్తులతో గెలవలేని చోట, చెప్పుడు మాటలు నెత్తురు చిమ్మిస్తాయని వాడికి తెలుసు. ఆ సమయంలో మన యలమంచి కోటను పోలురాజు రెండో కొడుకైన అయితమరాజు పాలిస్తున్నాడు. ప్రతాపరుద్రుడు తన గూఢచారుల ద్వారా, దౌత్యం పేరుతో అయితమరాజు చెవిలో లేనిపోని

కల్పితాలు, నిష్టూరాలు నూరిపోయడం మొదలుపెట్టాడు. 'మహారాజా! నీ తమ్ముడు కరియావులరాజు పరాక్రమం నీ సింహాసనానికే ఎసరు పెడుతోంది. వాడు ఎవరి మాటా వినని పొగరుబోతు. ప్రజలు నిన్ను కాదు, వాడినే రారాజుగా చూస్తున్నారు. రేపో మాపో వాడు నీ మెడ మీదే కత్తి పెట్టి, యలమంచి రాజ్యాన్ని లాగేసుకుంటాడు,' అంటూ అయితమరాజు మనసులో పచ్చి విషాన్ని చల్లాడు.

ఆ విషం అయితమరాజు కళ్లకు గంతలు కట్టింది. అహంకారం, అభద్రతాభావం మనిషి ఆలోచనలను ఎలా చంపేస్తాయో చూడండి తండ్రీ! తన సొంత తమ్ముడి పౌరుషం యాదవ జాతికి రక్ష అని గర్వపడాల్సిన అన్న, వాడిని తన పాలిట మృత్యువుగా భావించాడు. ఆ కుట్రపూరితమైన మాటలు నిజమేనని నమ్మి, ఆవేశంతో రగిలిపోయిన అయితమరాజు, తన బావ మరియు మంత్రి అయిన వల్లికొండను పిలిచాడు. సింహాసనం మీద కూర్చుని, కళ్లు ఎర్రజేసి... 'నా రాజ్యానికి ముల్లుగా మారిన నా తమ్ముడు కరియావులరాజు ప్రాణాలు నాకు వద్దు. వాడిని వెంటనే రహస్యంగా మట్టుబెట్టి, వాడి నెత్తురు తీసుకొచ్చి నాకు చూపించు. అప్పుడే నా గుండె కుదుటపడుతుంది' అని ఒక భయంకరమైన, కఠినమైన ఆజ్ఞ జారీ చేశాడు. తోడబుట్టిన వాడినే చంపమంటున్న ఆ మహారాజు మాట విని వల్లికొండ గుండె పగిలిపోయింది.

కరియావులరాజు మరణిస్తే యాదవ సామ్రాజ్యానికి ఇక పుట్టగతులు ఉండవని, అది పూర్తిగా ప్రతాపరుద్రుడు ఆడిన నాటకమని ఆ తెలివైన మంత్రికి స్పష్టంగా తెలుసు. వల్లికొండ తన మంత్రి బుద్ధికి పదునుపెట్టాడు. ఆ రాత్రికి రాత్రే కరియావులరాజు వద్దకు వెళ్లి, జరిగిన కుట్రను వివరించి, అతడిని ప్రాణాపాయం నుంచి రక్షించడానికి ఊరి బయట ఉన్న ఒక

కాపువాడి ఇంట్లో ఎవరికీ తెలియకుండా రహస్యంగా దాచిపెట్టాడు. ఆ తర్వాత వల్లికొండ దట్టమైన అడవిలోకి వెళ్లాడు. అక్కడ ఒక అడవి కుందేలును వేటాడి చంపాడు. ఆ కుందేలు దేహం నుంచి కారుతున్న వేడి వేడి, చిక్కటి రక్తాన్ని ఒక ఇత్తడి గిన్నెలో నింపుకున్నాడు. ఆ పచ్చి నెత్తురు నుంచి వస్తున్న వాసన గాలిని బరువెక్కిస్తోంది. నేరుగా ఆ గిన్నెను తీసుకువెళ్లి అయితమరాజు పాదాల ముందు పెట్టాడు. 'మహారాజా! మీ ఆజ్ఞను శిరసావహించాను. ఇదిగో మీ సింహాసనానికి అడ్డుగా ఉన్న మీ తమ్ముడి నెత్తురు' అని ఏమాత్రం వణకకుండా నమ్మబలికాడు. ఆ గిన్నెలోని ఎర్రటి రక్తం చూడగానే అయితమరాజుకు ఒక పక్క తన సింహాసనం దక్కిందన్న పైశాచిక ఆనందం, మరోపక్క తన తమ్ముడిని తానే చంపుకున్నానన్న తీరని పాపభీతి ముంచుకొచ్చాయి.

ఇక యలమంచి కోటలో కరియావులరాజు అనే పీడ శాశ్వతంగా వదిలిపోయిందని ప్రతాపరుద్రుడికి వార్త అందింది. వాడి అహంకారం తలెత్తింది. ఇక యాదవులకు అడ్డులేదని, యలమంచిని నాశనం చేయడానికిదే సరైన సమయమని భావించి, ఒక మహా సముద్రం లాంటి సైన్యాన్ని వెంటేసుకుని దండెత్తి వచ్చాడు. 'గవలికొండ' అనే ప్రదేశం వద్ద ఓరుగంటి సైన్యం ఒక కారుమబ్బులా మోహరించింది. ఆకాశాన్ని కమ్మేసిన ఆ శత్రువుల సముద్రాన్ని చూసి అయితమరాజుకు చెమటలు పట్టాయి. తన పక్కన తన సోదరులు లేరు, ముఖ్యంగా శత్రువుల గుండెల్లో నిద్రపోయే ఆ సింహం కరియావులరాజు లేడు. గవలికొండ మట్టి అంతా శత్రువుల గుర్రాల గిట్టల కింద నలిగిపోతోంది. చావు కళ్లెదుటే కనిపిస్తోంది. 'అయ్యో! నా చేతులారా నా తమ్ముడిని, నా కుడి భుజాన్ని నరుక్కున్నానే! ఇప్పుడు ఈ

ప్రళయాన్ని ఎదుర్కొనే వీరుడెవరు?' అని అయితమరాజు ఆ కంకర రాళ్ల మీద కూలబడి కన్నీరు మున్నీరుగా ఏడ్చాడు.

అప్పుడు వల్లికొండ ఒక గంభీరమైన చిరునవ్వు నవ్వాడు. 'మహారాజా! యాదవ సింహాన్ని మీ బావ ప్రాణాలు తీయగలడా? పగవాడి కుట్రను ఛేదించడానికి ఆడిన నాటకం ఇది. ఇదిగో... మీ కుడి భుజం, మన యాదవ జాతి పౌరుషం!' అంటూ, తాను రహస్యంగా దాచిన కరియావులరాజును రణభూమికి తీసుకువచ్చాడు.

చనిపోయాడనుకున్న కరియావులరాజు ఆ గవలికొండ రణరంగంలో అడుగుపెట్టగానే ఆకాశం దద్దరిల్లింది బాబయ్యా! అతడి కళ్లలోని ఆగ్రహం చూసి ఓరుగంటి సైన్యానికి రక్తం గడ్డకట్టింది. తన అన్న పడిన ఆవేదనను చూసి కరియావులరాజు ఒక ప్రళయకాల రుద్రుడిలా ఉరికాడు. అతడి కత్తి గాలిలో ఒక అదృశ్యమైన మెరుపులా కదులుతోంది. ఓరుగంటి సైన్యం తలలు వందలాదిగా ఎగిరిపడుతున్నాయి. ఏనుగులు నెత్తురు కక్కుతూ కుప్పకూలుతున్నాయి. గాలిలో పచ్చి మాంసం, కాలుతున్న ఇనుము వాసన ఉక్కిరిబిక్కిరి చేస్తోంది. అతడి ధాటికి తట్టుకోలేక, ఆవేశంతో ఊగిపోతున్న ఆ యాదవ వీరుడిని చూసి మృత్యువు కళ్లెదుట కనిపించడంతో ప్రతాపరుద్రుడి మహా సైన్యం ఆయుధాలు పడేసి వెనక్కి పారిపోయి, ప్రాణభయంతో తమ ఓరుగంటి కోటలో దాక్కుంది.

కానీ ఆ మహా సంగ్రామం ముగిసేసరికి కరియావులరాజు దేహం జల్లెడలా మారిపోయింది. ఒంటి నిండా వందలాది కత్తి గాయాలు, ఈటె దెబ్బలు ఉన్నాయి. మాంసం చీలిపోయి పచ్చి నెత్తురు ఏరులై పారుతోంది. అతడి శ్వాస కొట్టుమిట్టాడుతోంది. అలాగే నెత్తురోడుతున్న గాయాలతో నేరుగా అయితమరాజు కొలువుకు వెళ్లి, తన అన్నకు, తన ప్రాణాలు

నిలబెట్టిన బావ వల్లికొండకు పాదాభివందనం చేసి కుప్పకూలిపోయాడు. అప్పుడు జరిగింది ఒక మహా అద్భుతం తండ్రీ! వల్లికొండ తన మడిసంచిలోంచి ఒక పవిత్రమైన విభూతిని చేతిలోకి తీసుకున్నాడు. తన పూర్వీకులైన శివభక్తులను, ఆ కల్యాణ సోమేశ్వరుడిని తలచుకుంటూ ఒక రహస్యమైన ప్రాచీన మంత్రం చదివి, ఆ విభూతిని ప్రాణాలు వదులుతున్న కరియావులరాజు దేహం మీద చల్లాడు.

ఆ పవిత్రమైన విభూతి ఆ పచ్చి నెత్తురును తాకగానే... గాలిలో ఒక చల్లటి, స్వచ్ఛమైన చందనపు వాసన వ్యాపించింది. మాయ జరిగినట్లుగా, తెగిపోయిన కండరాలు వాటంతట అవే పాముల్లా కదులుతూ కలుసుకున్నాయి! ప్రవహిస్తున్న రక్తం అకస్మాత్తుగా ఆగిపోయి చర్మం కలిసిపోయింది. చూస్తుండగానే కరియావులరాజు దేహం మీద ఉన్న భయంకరమైన, ప్రాణాంతకమైన గాయాలన్నీ మటుమాయమైపోయాయి! కనీసం గాయపడ్డ మచ్చ కూడా లేకుండా, మృత్యువు అంచుల దాకా వెళ్లిన అతడి దేహం ఒక ఉక్కు విగ్రహంలా మునుపటిలా మారిపోయింది. ఆ మాంత్రిక వాస్తవికతను చూసి అక్కడున్న వారంతా నిశ్చేష్టులయ్యారు. ప్రకృతి ధర్మాలను సైతం ఆ శివభక్తి, ఆ యాదవ వీరత్వం జయించాయి తండ్రీ! ఆ దైవికమైన సంఘటన తర్వాత యాదవులందరూ క్షేమంగా, గర్వంగా యలమంచి కోటలో అడుగుపెట్టారు" అంటూ కొమ్ములవాడు తన గుడారంలో ఒక్కసారిగా గాలి పీల్చుకున్నాడు. వీరణం మీద ఒక గంభీరమైన దరువు వేసి, చేతిలోని ఇత్తడి కొమ్మును పైకెత్తి ఒక సుదీర్ఘమైన నాదాన్ని ఊదాడు. ఆ శబ్దం ఆ రాత్రి చీకట్లలో ప్రతిధ్వనిస్తూ, ప్రతాపరుద్రుడి కుట్రను, వల్లికొండ బుద్ధిబలాన్ని, ఆ అద్భుతమైన విభూతి మహిమను ఆ పల్లె జనం కళ్ల ముందు సజీవంగా నిలిపింది.

11

పట్టాభిషేక పర్వము

కాటమరాజుకు పట్నం కట్టిన కథ

గుడారంలో కాగడా మంటలు ఒక భయంకరమైన నిశ్శబ్దాన్ని ఆవరించుకున్నాయి. కారు చీకట్లు ఆ గుడారాన్ని ఒక నల్లటి దుప్పటిలా కప్పేశాయి. కొమ్ములవాడి చేతిలోని వీరణం చప్పుడు నెమ్మదించింది. అది ఇప్పుడు యుద్ధభేరిలా లేదు... ఒక జాతి భవిష్యత్తు కోసం సాగిన అన్వేషణను, ఒక మహా సామ్రాజ్యపు పుట్టుకను గుండె చప్పుడులా 'డుబ్... డుబ్...' అని వినిపిస్తోంది. వాడు తన ఎర్రటి కళ్ళను గుడారం పైకప్పు వైపు నిలిపి, గతాన్ని తనలోకి ఆవాహన చేసుకుంటూ గంభీరంగా గొంతు విప్పాడు.

"అయ్యా! కాలం ఎంత విచిత్రమైనదో చూడండి. రాజ్యాలను ఏలాల్సిన ఆ యాదవ వంశపు రత్నాలు, దైవాంశ సంభూతులు కాటమరాజు, అతడి చెల్లెలు పాపనూక... తమ తల్లీదండ్రులను కోల్పోయి కళ్యాణ పట్నంలో పెరగాల్సిన ఖర్మ పట్టింది. నాడు ఆర్లపెంట యుద్ధంలో ఆ మహావీరుడు పెద్దిరాజు వీరమరణం పొందగానే... ఆ కల్యాణ రాణి ముద్దమ్మ చేతుల్లో తన బిడ్డలను పెట్టి, మహాసాధ్వి పెద్దమ్మ అగ్నిగుండంలోకి నడిచి సగర్వంగా సతీసహగమనం చేసింది. అప్పటినుండి ఆ రాణి ముద్దమ్మ పెంపకంలోనే పెరిగారు మన పిల్లలు.

ఇటు యలమంచి కోటలో అయితమరాజు సింహాసనం ఎక్కాడు కానీ, అసలు రాజ్యాన్ని ఏలాల్సిన ఆ నల్లనయ్య వారసులు కల్యాణ పట్నంలో ఉన్నారని మంత్రి పల్లికొండ లోలోపల మథనపడ్డాడు. యాదవ జాతి భవిష్యత్తు వాళ్ల చేతుల్లోనే ఉందని గ్రహించిన పల్లికొండ, ఆ పసివాళ్లను ఎలాగైనా మన యలమంచికి తీసుకురావాలని అయితమరాజుతో చెప్పాడు. ఆ మాట వినగానే, అయితమరాజు తన అన్న, ఈశ్వరాంశ సంభూతుడైన భక్తిరన్నను కళ్యాణ నగరానికి పంపాడు.

రణభూమిలో కత్తి పట్టి శత్రువుల తలలు నరకాల్సిన ఆ మహావీరుడు భక్తిరన్న, ఒంటినిండా విభూతి పూసుకుని, జంగమయ్య వేషంలో కళ్యాణం చేరుకున్నాడు. ఆ నగరంలో అడుగుపెట్టగానే, ముందుగా పవిత్రమైన బసవకళ్యాణం ఆలయానికి పోయి పరమశివుడిని ప్రార్థించాడు. ఆ తర్వాత ఆ జంగమయ్య వేషంలోనే కళ్యాణం వీధులలో సంచరిస్తూ... నేరుగా కళ్యాణం రాజు గంగురాజు రాజప్రాసాదానికి చేరుకున్నాడు. గంగురాజు గొప్ప శైవ భక్తుడు. సాక్షాత్తూ శివుడే జంగం రూపంలో వచ్చాడని భక్తిరన్నను సాదరంగా ఆహ్వానించాడు.

ఆ ఇద్దరూ కూర్చుని శైవమతాన్ని గురించి గాఢంగా చర్చించుకుంటున్న సమయం... అకస్మాత్తుగా గాలిలో ఒక పసిగొంతుక మధురమైన, కానీ గుండెను పిండేసే విషాద గీతాన్ని పాడుతున్న శబ్దం వినపడింది. తండ్రీ... ఆ పాటలో, చాలా కాలం క్రితం మరణించిన తన తాత వలురాజు, వీరమరణం పొందిన తండ్రి పెద్దిరాజు, అగ్నిలో ఆహుతైన తల్లి పెద్దమ్మల త్యాగాలు వినిపిస్తున్నాయి. ఆ గొంతు మరెవరిదో కాదు, సాక్షాత్తూ మన పాపనూకదే! ఆ పాటలోని భావాన్ని గ్రహించిన భక్తిరన్న కళ్లలో నీళ్లు తిరిగాయి. 'మహారాజా... ఆ పాడుతున్నది మా యాదవ ఆడపడుచు పాపనూక!' అని గంగురాజుకు అసలు విషయం చెప్పాడు.

వెంటనే గంగురాజు సేవకులను పంపి కాటమరాజును తీసుకురమ్మని ఆజ్ఞాపించాడు. సేవకులు వెళ్లేసరికి ఆ పసివాడు ఎక్కడున్నాడో తెలుసా బాబయ్యా? సాధనగరడీలో! వయసు చిన్నదైనా, రేపటి యుద్ధాల కోసం కండలు తిరిగేలా రకరకాల భయంకరమైన వ్యాయామాలు, కత్తిసాము చేస్తున్నాడు మన కాటమరాజు! రాజభవనం నుంచి పిలుపు రాగానే, చెమటలు కక్కుతున్న దేహంతో, కొదమసింహంలా ఆ కొలువులోకి అడుగుపెట్టాడు.

పిల్లలను చూడగానే భక్తిరన్న గుండె ఉప్పొంగింది. కానీ కల్యాణ రాణి ముద్దమ్మకు అనుమానం వచ్చింది. 'అయ్యా జంగమయ్యా... వీరు నీ వారసులే అనడానికి నిదర్శనం ఏమిటి? సరైన ఆధారం చూపకపోతే నువ్వు అగ్నిసాక్షిగా ప్రమాణం చేయాలి' అని షరతు పెట్టింది.

అయ్యా... ఆ మాటతో, ఆ కళ్యాణ పట్నం నడిబొడ్డున ఉన్న పవిత్రమైన పెద్దమ్మ గుండం దగ్గరకు భక్తిరన్న, గంగురాజు దంపతులు, కాటమరాజు, పాపనూక మరియు పెద్దలంతా చేరుకున్నారు. అప్పటికే

అక్కడ మంటలు భయంకరంగా రగులుతున్నాయి. భక్తిరన్న ఆ గుండం చుట్టూ అత్యంత భక్తితో మూడుసార్లు ప్రదక్షిణ చేశాడు. కర్పూరము, కుంకుమ, పూలు ఆ గుండంపై ఉంచి, ఆ మంటల ముందు మోకరిల్లాడు. చేతులు పైకెత్తి కళ్లు మూసుకుని...

'ఓ పెద్దమ్మ తల్లీ! నీ నెత్తురు పంచుకుని పుట్టిన నీ బిడ్డలు నేడు తమ కులం ఏంటో రుజువు చేసుకోవాల్సిన ఖర్మ పట్టింది. నాడు పెద్దిరాజు కళేబరాన్ని ఒడిలో పెట్టుకుని అగ్నిగుండంలో దూకిదైన మహాసాధ్వివి నువ్వు! నీ బిడ్డల కోసం సాక్ష్యం పలకడానికి రా తల్లీ!' అని ఒక భయంకరమైన ఆక్రోశంతో పిలిచాడు. ఆ పిలుపు ఆకాశాన్ని తాకింది.

మరుసటి క్షణం ఆ కళ్యాణ పట్నంలో ఒక అద్భుతం జరిగింది బాబయ్యా! రాక్షసుడిలా బుసలు కొడుతున్న ఆ అగ్నిగుండంలోని మంటలు అకస్మాత్తుగా ఒక చల్లటి, ప్రకాశవంతమైన బంగారు రంగులోకి మారిపోయాయి. గాలిలో అప్పటివరకు ఉన్న పొగ వాసన మాయమై, స్వచ్ఛమైన చందనం వాసన ఆ ఊరంతా వ్యాపించింది. ఆ అగ్నిగుండం మధ్యలో మంటలు విడిపోయి, అందులోంచి సాక్షాత్తూ ఆ మహాసాధ్వి పెద్దమ్మ ఆత్మ ఒక దివ్యమైన కాంతితో పైకి లేచింది! ఆ దృశ్యం చూసి జనం భయంతో వెనక్కి పరుగులు తీశారు, కొందరు మోకాళ్ల మీద పడి వణికిపోయారు. కానీ కాటమరాజు, పాపనూకలు మాత్రం ఏమాత్రం భయపడకుండా ఆ మంటల వైపు చూశారు. ఆ పెద్దమ్మ ఆత్మ ఆ పిల్లలను చూసి వగచి, ఆ అగ్నిగుండం సాక్షిగా 'వీరు నా బిడ్డలే, యాదవ వంశపు వారసులే' అని కచ్చితమైన సాక్ష్యం పలికింది. ఆ ఆత్మ కళ్ళలో ఉన్న అపారమైన మాతృప్రేమ, ఆ అగ్నిగుండపు వెచ్చదనాన్ని మించిపోయింది. సాక్షాత్తూ ఒక ఆత్మ వచ్చి సాక్ష్యం చెప్పడంతో గంగురాజు దంపతులు, ఆ

ఊరి జనం నిశ్చేష్టులై ఆ దైవికమైన మాయకు తలవంచి పిల్లలను భక్తిరన్నతో పంపడానికి అంగీకరించారు.

అప్పుడు ఆ కళ్యాణ పాలకుడు గంగురాజు కాటమరాజును పరీక్షించాలనుకున్నాడు. ఒకవైపు కళ్లు చెదిరే రత్నాలు, వజ్రాలు, బంగారు ఆభరణాలు, ఏనుగులు, గుర్రాలు, పల్లకీలు పెట్టించాడు. మరోవైపు తన రాజ్యపు పదునైన 'బిరుదు చిహ్నాలను' ఉంచి... 'నీకు ఏది కావాలో కోరుకో' అన్నాడు. అప్పుడు చూడాలయ్యా మన యాదవ సింహం పౌరుషం! ఆ సిరిసంపదలను కన్నెత్తి కూడా చూడకుండా, నడిచి వెళ్లి ఆ నెత్తురు మరిగిన గంగురాజు బిరుదు చిహ్నాలను ఎంచుకున్నాడు కాటమరాజు! ఆ రాజసం చూసి గంగురాజు ఆశ్చర్యపోయి, పాపనూకకు మాత్రం మురిపెంగా విలువైన బంగారు ఆభరణాలను కానుకగా ఇచ్చాడు.

ఆ తర్వాత భక్తిరన్న కళ్యాణ నగర సమీపంలో ఉన్న కనక రేపల్లెకు వెళ్లి, 'నేను నా బిడ్డలైన కాటమరాజు, పాపనూకలను తీసుకుని యలమంచికి వెళుతున్నాను' అని అక్కడి యాదవులందరికీ తెలియజేశాడు. అది విన్న కనక రేపల్లె యాదవులంతా సంతోషంతో ఉప్పొంగిపోయారు. గంగురాజు, అతని రాణి ముద్దమ్మ, కళ్యాణ నగర ప్రముఖులు, మరియు కనక రేపల్లె యాదవులంతా కలిసి మన పిల్లలకు అత్యంత ఘనంగా వీడ్కోలు పలికారు.

భక్తిరన్న తన బిడ్డలను తీసుకుని గర్వంగా యలమంచిలో అడుగుపెట్టాడు. ఆ పిల్లల రాకతో యలమంచి పట్టణం ఆనందంతో పులకించిపోయింది. అయితమరాజు వాళ్లకు అఖండ స్వాగతం పలికాడు. అప్పుడు భక్తిరన్న ఆ పసివాడైన కాటమరాజు ముందు మన యాదవ సింహాలన్నింటినీ నిలబెట్టి పరిచయం చేశాడట! 'నాయనా కాటమరాజా...

వీరే నీ పినతండ్రి అయితమరాజు, ఈయన మహామంత్రి పల్లికొండ, ఆయన చల్లపిన్నమనీడు... వీరు కరియావులరాజు, భట్టావులరాజు, పుత్తమరాజు, ముమ్మయ్య, యర్రయ్య, పోచయ్య, సిరిదేవి, కొమరమ్మ...' అని ఆ యాదవ ప్రముఖులందరినీ ఒక్కొక్కరిగా పరిచయం చేస్తుంటే ఆ యాదవ కొలువు ఇంద్రభవనంలా వెలిగిపోయింది.

కాటమరాజు పినతల్లి సిరిదేవి, పాపనూకను ఆప్యాయంగా దగ్గరకు తీసుకుని గుండెలకు హత్తుకుని యోగక్షేమాలు అడిగింది. కళ్యాణం నుండి పాపనూకతో పాటు వచ్చిన పరిచారికను కూడా ఆదరించి, వాళ్ల కన్నీళ్లు తుడిచింది.

ఆ తర్వాత ఆ నిండు ఆస్థానంలో... మహామంత్రి పల్లికొండ గొంతు సవరించుకుని ఒక చారిత్రక ప్రకటన చేశాడు. 'యాదవ సామ్రాజ్యానికి, ఈ జాతికి అధిపతిగా ఇకపై కాటమరాజు బాధ్యతలు స్వీకరిస్తాడు!' అని ప్రకటించాడు. ఆ మాట వినగానే దర్బారులో పౌరుషానికి మారుపేరైన 'చల్లపిన్నమనీడు' ఆవేశంగా లేచాడు. 'ఆగు మంత్రి! ఈ సభలో కాటమరాజు కంటే వయసులో పెద్దవారు, అనుభవజ్ఞులు ఉండగా... ఈ పసివాడికి పట్టం కట్టడమేమిటి? ఇది నీ పక్షపాతం కాదా?' అని వ్యతిరేకించాడు. కానీ, పల్లికొండ ఆ మహారాజు పౌరుషాన్ని సభకు వివరించాడు. ఆ బాలుడిలోని అగ్నితేజస్సును చూసి, యాదవ వీరులందరూ ముక్తకంఠంతో కాటమరాజుకు మద్దతు పలికారు. చల్లపిన్నమనీడు అభ్యంతరాన్ని గౌరవిస్తూనే, ఆ జాతి నిర్ణయానికి అందరూ తలవంచారు.

లక్షలాది ఆవుల అరుపుల మధ్య, మట్టి వాసనతో నిండిన ఆ విశాలమైన కోటలో... కాటమరాజు పట్టాభిషేక మహోత్సవం ఆకాశం

దద్దరిల్లేలా అత్యంత ఘనంగా జరిగిందయ్యా! ఆ ఒక్క పట్టాభిషేకంతో యలమంచి, దొనకొండ, కనిగిరి, ఎర్రగడ్డపాడు... ఇలా నలుదిక్కులా ఉన్న యాదవులందరికీ కాటమరాజు అఖండమైన రారాజు అయ్యాడు! వాడు ఆ సింహాసనం మీద కూర్చొని కత్తి పట్టుకోగానే, ఆ పసివాడి ముఖంలో సాక్షాత్తూ ఆ విష్ణుమూర్తి తేజస్సు, యాదవ కుల దైవమైన నల్లనయ్య స్వస్వరూపం వెల్లివిరిశాయి! అది కేవలం ఒక పట్నం కట్టడం కాదు తండ్రీ... యాదవ జాతి ఆత్మగౌరవాన్ని మళ్లీ ఆకాశపు అంచులకు చేర్చి, భవిష్యత్తులో నెల్లూరు పాలకులతో జరగబోయే ఒక మహా సంగ్రామానికి పునాది వేసిన ఒక నెత్తుటి శిలాశాసనం!"

అంటూ కొమ్ములవాడు తన గుడారంలో ఒక్కసారిగా గాలి పీల్చుకున్నాడు. వీరణం మీద ఒక గంభీరమైన దరువు వేసి, చేతిలోని ఇత్తడి కొమ్మును పైకెత్తి ఒక సుదీర్ఘమైన, విజయ గర్వంతో కూడిన నాదాన్ని ఊదాడు. ఆ శబ్దం ఆ రాత్రి చీకట్లలో ప్రతిధ్వనిస్తూ, ఒక బాలుడు తన వంశాన్ని నిలబెట్టుకుని తిరిగి వచ్చి యాదవ సామ్రాజ్యపు కిరీటాన్ని ధరించిన ఆ అద్భుత ఘట్టాన్ని ఆ పల్లె జనం కళ్ల ముందు సజీవంగా నిలిపింది.

12

కళ్యాణ పర్వము

కాటమరాజు వివాహము

గుడారంలో కాగడా మంటలు అకస్మాత్తుగా గాలికి అల్లాడాయి. అంతవరకు కత్తుల గలగలలతో, పౌరుషాల ఉరుములతో దద్దరిల్లిన ఆ వాతావరణంలో ఒక్కసారిగా ఒక భయంకరమైన నిశ్శబ్దం ఆవరించింది. ఆ నిశ్శబ్దం ఒక శ్మశానపు ప్రశాంతతను తలపిస్తోంది. కొమ్ములవాడి చేతిలోని వీరణం దరువు ఆగిపోయింది. వాడి కళ్లలో నెత్తుటి ఛాయలు పోయి, ఎక్కడో లోతుల్లో దాగున్న ఒక పచ్చి విషాదం సుడులు తిరుగుతోంది. మంటల వెలుతురులో వాడి ముఖం మీద కదులుతున్న నీడలు, ఒక తీరని శాపానికి సజీవ సాక్ష్యాల్లా కనిపిస్తున్నాయి. వాడు ఒక దీర్ఘమైన

నిట్టూర్పు విడిచి, గొంతును సవరించుకున్నాడు. ఆ గొంతులో ఇప్పుడు ఉగ్రరూపం లేదు, గుండెను పిండేసే ఒక మూగ రోదన ఉంది.

"అయ్యా! కత్తితో తలలు నరకడం పౌరుషం... శత్రువు గుండెను చీల్చి నెత్తురు తాగడం వీరత్వం... కానీ, అదే కత్తి పవిత్రమైన రక్తాన్ని చిందిస్తే? ఆ నెత్తురు నేలమీద పడి ఒక ఉసురుగా, ఒక ఘోరమైన శాపంగా మారితే? ఆ పాపం ఏడు తరాలను దహించివేస్తుందయ్యా!" అంటూ కొమ్ములవాడు కళ్లు మూసుకున్నాడు. "మన యాదవ వీరుల పౌరుషాల వెనుక, అగ్నిగుండం లాంటి ఒక చీకటి గతం ఉందయ్యా. సామ్రాజ్యాలను శాసించిన ఆ మహావీరులు, విధి రాత ముందు ఎలా తలవంచారో తెలియాలంటే మీరు ఆ నెత్తుటి మఠం వైపు చూడాలి. ఈ కథ కాటమరాజుది కాదు, ఆయన తండ్రి పెద్దిరాజు చేసిన ఒక ఘోరమైన పొరపాటుది."

కాలం వెనక్కి వెళితే... పెద్దిరాజు యాదవ సైన్యాలను వెంటబెట్టుకుని మదనకుంభీనుల మీదకు యుద్ధానికి బయలుదేరాడు. ఆకాశాన్ని కప్పేసిన దుమ్ము, గుర్రాల సకిలింపులు, ఏనుగుల ఘీంకారాలతో ఆ సైన్యం ఒక ప్రళయంలా ముందుకు సాగుతోంది. వారి మార్గమధ్యంలో ఒక పవిత్రమైన సన్యాసుల మఠం ఉంది. అది ప్రాపంచిక సుఖాలను వదిలేసి, ఆత్మజ్ఞానం కోసం తపస్సు చేసుకునే మునుల ఆశ్రమం. ఆ మఠం చుట్టూ ఉన్న గాలిలో చందనం, కర్పూరం, మరియు పవిత్రమైన హోమగుండాల వాసన నిండి ఉండేది. కానీ యుద్ధపు మత్తులో, కన్నుమిన్ను కానని అహంకారంతో ఉన్న ఆ యాదవ సైన్యం ఆ మఠాన్ని ముట్టడించింది. ప్రశాంతంగా ఉన్న ఆ ఆశ్రమం మీదకు రాకాసి మంటలు దూసుకొచ్చాయి.

అయ్యా... ఆ దృశ్యాన్ని తలుచుకుంటేనే నా నరాల్లో రక్తం గడ్డకట్టుకుపోతోంది! పవిత్రమైన ఆశ్రమ కుటీరాలు కాలిపోతుంటే, ఆ మంటల వెలుగులో ఆకాశం నెత్తుటి రంగులోకి మారింది. హోమగుండాల చందనపు వాసన పోయి, కాలిపోతున్న మాంసం వాసన, కాలుతున్న ఎముకల వాసన ఆ గాలిని అపవిత్రం చేశాయి. దేహమంతా పవిత్రమైన విభూతిని పూసుకున్న ఆ సన్యాసుల శరీరాల నుంచి ఎర్రటి రక్తం ధారలుగా ప్రవహించి ఆ మట్టిలో కలుస్తోంది. ఆ నెత్తురు పడ్డ చోట నేల బీటలు వారింది. మంటల్లో కాలిపోతూ, తమ ఆశ్రమం నాశనమైపోవడాన్ని చూసిన ఆ సన్యాసుల కళ్లు అగ్నిగోళాల్లా మారాయి. నెత్తురు కారుతున్న చేతిని పైకెత్తి, కాలిపోతున్న ఒక ముసలి సన్యాసి పెద్దిరాజు వైపు చూసి ఒక భయంకరమైన శాపం పెట్టాడు. 'ఓ అహంకారీ! నీ కత్తికి కళ్లు లేవు, నీ పౌరుషానికి పాపభీతి లేదు. మా ప్రాణాలు తీసిన ఈ పాపం నీ వంశాన్ని ఒక నీడలా పీడిస్తుంది. ఏ సుఖాలను వదిలేసి మేం ఈ అడవిలో సన్యాసులుగా బతుకుతున్నామో...మా లాగే నీ బిడ్డలు కూడా సన్యాసులుగా బతుకుతారు!' అని గర్జించాడు. ఆ ముని నోటి నుంచి ఆ మాట రాగానే, కాలిపోతున్న మఠంలోని మంటలు ఒక్కసారిగా నీలం రంగులోకి మారి ఆకాశాన్ని తాకాయి. ప్రకృతి సైతం ఆ శాపానికి భయపడి వణికిపోయింది.

ఆ ముని కంఠంలోంచి వచ్చిన ఉసురు, ఒక అదృశ్యమైన విషసర్పంలా పెద్దిరాజు వంశంలోకి ప్రవేశించింది. ఆ శాపం నేరుగా మన కాటమరాజు జీవితం చుట్టూ ఒక చీకటి వలయంగా అల్లుకుంది. యాదవ కులానికి రారాజు, డెబ్బై ఏడు బిరుదులను అదుపులో ఉంచగలిగిన మహావీరుడు కాటమరాజు, వివాహ వయసుకు వచ్చాడు. 'మర్మవారి గంగ' అనబడే వీరగంగను అతనికిచ్చి వివాహం చేశారు. ఆమె మామూలు

స్త్రీ కాదయ్యా... సాక్షాత్తూ కాటమరాజును వివాహమాడడానికే అవతరించిన ఆ ఆదిశక్తి గంగమ్మ తల్లికి సజీవ ప్రతిరూపం! ఆమె అడుగుపెడితే ఎండిపోయిన రాతి నేల మీద కూడా జలకళ ఉట్టిపడేది. ఆమె నడుస్తుంటే ఆమె కాలి పట్టీల శబ్దం, ఒక లోతైన నది ప్రవహిస్తున్న చప్పుడులా వినిపించేది. ఆమె కళ్లు అనంతమైన సముద్రపు లోతుల్ని దాచుకున్నట్లుండేవి. దైవాంశ సంభూతుడైన కాటమరాజుకు, ఆ గంగమ్మ అవతారమైన వీరగంగకు జరిగిన ఆ వివాహం చూసి ఆకాశంలోని దేవతలు సైతం మురిసిపోయారు.

కానీ... సన్యాసుల మఠంలోంచి పుట్టిన ఆ సెత్తుటి శాపం వాళ్లను వదులుతుందా? వివాహం అయితే జరిగింది కానీ, ఆ భార్యాభర్తలు ఏనాడూ ఒక్కటి కాలేదు. ఆ రాత్రి వాళ్ల ఏకాంత మందిరంలో, పూల పాన్పు మీద కాటమరాజు వీరగంగను సమీపించబోయిన క్షణంలో... ఇద్దరి మధ్య ఒక అదృశ్యమైన మంటల గోడ పుట్టుకొచ్చింది. అది కంటికి కనిపించని మఠం తాలూకు చితిమంట! ఆ మంటల వేడికి కాటమరాజు గుండెల్లో ఏదో తెలియని ఒక వైరాగ్యం ఆవహించింది. వీరగంగ కళ్లలోకి చూసినప్పుడు, అతనికి ఒక భార్య కనిపించలేదు, పూజించాల్సిన ఒక జగన్మాత కనిపించింది. ఆ సన్యాసి శాపం నిజమైంది తండ్రీ! వాళ్లిద్దరూ ఒకే గదిలో ఉన్నా, రెండు వేరువేరు తీరాల్లా మిగిలిపోయారు. కాటమరాజు, వీరగంగలు ఎప్పటికీ శారీరకంగా కలువలేదు, వారికి సంతానం కూడా కలగలేదు. ఒక మహా సామ్రాజ్యానికి రాజు మరియు రాణి... కానీ ఆ నాలుగు గోడల మధ్య మాత్రం వారిద్దరూ బ్రహ్మచర్యాన్ని పాటిస్తున్న సన్యాసులు!

ఆ వైరాగ్యాన్ని, ఆ మానసిక సంఘర్షణను భరించలేక కాటమరాజు ఆ అంతఃపురాన్ని విడిచిపెట్టాడు. ఎప్పుడూ ఆ దొనకొండ రాతి గోడల మధ్య

ఉండలేక, తన అపారమైన పశువుల మందను వెంటబెట్టుకుని, ఒక సంచారిలా దేశాటనం చేయడం మొదలుపెట్టాడు. ఒక పక్క కత్తి పట్టిన వీరుడిగా శత్రువుల తలలు నరుకుతూనే, మరోపక్క ఆవుల మధ్య, మట్టి దుమ్ములో, ఆకాశం కింద పడుకుంటూ ఒక సన్యాసిలా జీవితాన్ని గడపసాగాడు. కాటమరాజు భార్య ఆ నల్లటి మట్టి, అతనికి పిల్లలు ఆ మూగ జీవాలే! తన పౌరుషాన్ని, తనలోని మగతనాన్ని ఆ పచ్చిక బీళ్లలో, ఆ కత్తుల రాపిడిలో వెతుక్కున్నాడు.

ఇక ఆ దొనకొండ అంతఃపురంలో ఒంటరిగా మిగిలిపోయిన వీరగంగ పరిస్థితి చూస్తే రాళ్లయినా కరగాల్సిందే బాబయ్యా! ఆకాశంలో మబ్బులు పట్టి వాన కురవకపోయినా, వీరగంగ కళ్లలోంచి నీళ్లు కారిన ప్రతిసారీ ఆ అంతఃపురపు రాతి గోడల మీంచి నీటి బిందువులు కారేవి. సాక్షాత్తూ ఒక ప్రవహించే నది లాంటి ఆ ఆదిశక్తిని తీసుకొచ్చి, కదలని ఒక రాతి కోటలో బంధించినట్లుగా ఆమె జీవితం మారిపోయింది. ఆమెకు భర్త ఉన్నాడు కానీ స్పర్శ లేదు. సామ్రాజ్యం ఉంది కానీ సంతోషం లేదు. బయట ప్రపంచానికి ఆమె ఒక మహారాణి, కానీ ఆ చీకటి గదిలో ఆమె ఒక శాపగ్రస్తమైన సన్యాసిని. ఆమె తన యవ్వనాన్ని, తన కోరికలను ఆ గంగమ్మ తల్లి పాదాల వద్ద అర్పించి, భర్త రాక కోసం, వయసు మళ్లిన ఒక తపస్వినిలా ఎదురుచూస్తూ కూర్చునేది. కాటమరాజు చెల్లెలు పాపనూక జీవితం కూడా ఆ శాపానికి బలయి, వివాహమే నోచుకోక ఆ ఒంటిస్తంభం మేడలో ఉండిపోయింది. ఆ ముని వేసిన ఒక్క శాపం, యాదవ వంశపు వారసుల జీవితాలను ఎలా ఎండబెట్టిందో చూశారా?

"అయ్యా... ఇదీ మన కాటమరాజు వివాహం వెనుక ఉన్న నెత్తుటి విషాదం," అంటూ కొమ్ముల వాడు తన గుడారంలోని జనం వైపు బరువైన

కళ్లతో చూశాడు. "కత్తులతో యుద్ధాలు గెలవొచ్చు, పశువుల మందలతో రాజ్యాలను ఏలొచ్చు. కానీ... కంటికి కనిపించని విధి రాతను, ఒక ముని ఉసురును ఏ కత్తితో నరకగలమయ్యా? యాదవ వీరుల అహంకారం ఎక్కడో ఓడిపోవాలి కదా... అది వాళ్ల పడకగదిలోనే ఓడిపోయింది. కాటమరాజు తన కత్తికి పెట్టిన పదును, తన కాపురానికి పెట్టుకోలేకపోయాడు. ఒక నది లాంటి స్త్రీని దొనకొండలో వదిలేసి, నీటి కోసం పశువులను తోలుకుని దేశాలు పట్టి తిరుగుతున్న ఆ రాజు కన్నీళ్లు... ఈనాటికీ ఆ పాలేటి మడుగులో ప్రవహిస్తూనే ఉన్నాయయ్యా!" అంటూ కొమ్ములవాడు తన వీరణంపై మెల్లగా, ఒక చావు డప్పులా దరువు వేశాడు. ఆ శబ్దం గుడారంలోని మంటలను వణికిస్తూ, రాత్రి చీకట్లలో ఒక భయంకరమైన శూన్యాన్ని నింపుతూ గాలిలో కలిసిపోయింది.

13

సజీవ సమాధి పర్వము

పాపనూక కథ

గుడారంలో కాగడా మంటలు అకస్మాత్తుగా ఒక భయానకమైన నిశ్శబ్దానికి తలవొగ్గాయి. కొమ్ములవాడి చేతిలోని వీరణం మూగబోయింది. వాడి కళ్లలో అప్పటివరకు ఉన్న సెత్తుటి ఛాయలు కనుమరుగై, ఒక లోతైన, అంతుచిక్కని విషాదం ఆవరించింది. చేతిలోని ఇత్తడి కొమ్మును పక్కనపెట్టి, ఒక మూగ వేదనతో ఆకాశం వంక చూశాడు. గాలిలో అకారణంగా ఒక చల్లటి, బరువైన ఏకాంతపు వాసన వ్యాపించింది. వాడు ఒక దీర్ఘమైన నిట్టూర్పు విడిచి, గుండె లోతుల్లోంచి వస్తున్న వణుకుతున్న గొంతుతో కథను ఆవాహన చేశాడు.

"అయ్యా... కత్తులతో చేసే యుద్ధాల్లో నెత్తురు కారుతుంది, ఆ రక్తం ఎర్రగడ్డపాటి మట్టిని తడుపుతుంది. దాన్ని వీరత్వం అంటాం. కానీ విధి ఆడే నాటకంలో, ఏకాంతంతో చేసే యుద్ధంలో కారేది నెత్తురు కాదు తండ్రీ... కంటికి కనిపించని కన్నీరు! దైవాంశ సంభూతుడైన మన కాటమరాజు సొంత చెల్లెలు పాపనూక జీవితం అటువంటి ఒక నెత్తుటి శాపమే! ఆమె ధనంకొండలో ఈడేరింది. యవ్వనంలో అడుగుపెట్టిన ఆ ఆడబిడ్డకు వివాహం చేయాలని మంత్రి వల్లికొండ సంకల్పించాడు. తన తమ్ముడైన 'నాచకూళ్ల నాయుడికి' ఇచ్చి పెళ్లి చేయాలని అయితమరాజును, సిరిదేవిని కోరాడు. ఒక మహారాజు చెల్లెలికి వివాహం అనగానే ధనంకొండ అంతా మురిసిపోయింది. కానీ, ఆ సంతోషం ముణ్ణాళ్ల ముచ్చటే అయింది. అయితమరాజు తమ ఆస్థాన పురోహితులను పిలిచి పాపనూక జాతక చక్రం చూడమన్నాడు.

ఆ పురోహితులు తాళపత్రాలు తెరిచి జాతకాన్ని పరిశీలిస్తుంటే, వాళ్ల కళ్లు భయంతో పెద్దవయ్యాయి. ఆ జాతక చక్రంలోని గ్రహాలు కాగితం మీదే నెత్తుటి చుక్కల్లా ఎర్రబడ్డాయి! 'మహారాజా! ఈ తల్లి మామూలు మనిషి కాదు... ఫాల్గుణ మాసం, బహుళ పక్షం, నాలుగు ఘడియల జమిలి నక్షత్రాన, బుధవారం నాడు పట్టపగటి వేళ భూమిని దన్నుచు పుట్టిందయ్యా!' అని వణికిపోతూ చెప్పారు. ఆమె పుట్టుకతోనే 'ధనధాన్యముల గండం, తల్లిదండ్రుల గండం, గోత్రగండం' మూటగట్టుకుని వచ్చిందన్నారు. ఒకవేళ ఆమెకు వివాహం చేస్తే ఏమవుతుందో వివరిస్తూ...

'ఇచ్చినవారిండ్లు ఇలమీద క్రుంగును
పుచ్చుకున్నవారిండ్లు భూమిమీద వెలుసును

ఎదురింట్లు మనవయ్యా ఏక పుణికెల పాపకు
విధి అమిశతోఁ బుట్టెను వినవయ్యా చెల్లెలు...
రాజలక్ష్మి తొలగును నగరు వెళ్ళిన యపుడె పూజలక్ష్మి తొలగును'

అని ఒక భయంకరమైన శాపాన్ని పద్యరూపంలో పాడారు. 'ఆమెను ఎవరికి ఇచ్చినా ఆ అత్తిల్లు భూమిలో కూరుకుపోతుంది. ఆమె ఈ కోట గడప దాటితే యాదవ వంశపు సిరిసంపదలు, రాజలక్ష్మి కాలిపోతాయి. ఆమెను ఎవరికీ ఇచ్చి పెళ్లి చేయవద్దు, ఇల్లటంగా ఇక్కడే ఉంచుకోండి' అని హెచ్చరించారు.

ఆ మాటలు వినగానే యాదవుల గుండెల్లో రక్తం గడ్డకట్టింది. విధి శాపానికి భయపడిన కొమరక్క, తన కొడుకు నాచకూళ్ల నాయుడిని ఇల్లరికం పంపి బలిచేయడానికి అంగీకరించలేదు. దాంతో పాపనూక వివాహం ఆగిపోయింది. కానీ, పడుచు పిల్లను ఇంట్లో అలాగే అవివాహితగా ఉంచడం మహా దోషమని, దానివల్ల యాదవ వంశం సర్వనాశనం అవుతుందని మళ్లీ పురోహితులే భయపెట్టారు. ఆమెను ఊరి బయట ఒక మేడలో ఒంటరిగా ఉంచాలని సలహా ఇచ్చారు. ఆ మాటలకు తల్లి సిరిదేవి గుండె తరుక్కుపోయింది. తల్లడిల్లుతున్న తల్లిని అయితమరాజు వారించి, ఒక కమ్మ (లేఖ) రాసి మందలో ఉన్న అన్న కాటమరాజుకు పంపాడు. ఆ కమ్మ చదివిన కాటమరాజు కళ్లలోంచి రాలిన కన్నీటి చుక్కలు ఆ అడవిలోని నేలను తడిపాయి. విధి రాతను ఎదిరించలేక, తన ప్రాణప్రదమైన చెల్లెలిని ఒంటరిగా ఉంచడానికి కన్నీళ్లతోనే అనుమతి పంపాడు.

అన్న అనుమతి రాగానే, అయితమరాజు ఊరి బయట ఒక భయంకరమైన, కానీ అద్భుతమైన కట్టడాన్ని నిర్మించాడు. అది

మామూలు రాళ్లతో కట్టిన మేడ కాదయ్యా... స్వచ్ఛమైన 'రక్త చందనం' చెట్లను నరికించి కట్టిన ఏడంతస్తుల మేడ! ఆ మేడ గోడలు ఎప్పుడూ పచ్చి నెత్తురులా కనిపించేవి. ఆ రక్త చందనం కలప నుంచి వచ్చే సుగంధం, ఒక శ్మశానపు నిశ్శబ్దాన్ని, ఒక తీరని విషాదాన్ని గాలిలో వెదజల్లేది. ఆ మేడను సర్వాంగ సుందరంగా అలంకరించి, పాపనూకను అందులో ప్రవేశపెట్టారు. సిరిదేవి, కొమరక్క మరియు ఇతర యాదవ కాంతలందరూ ఏడుస్తూ వెళ్లి ఆ పసిబిడ్డను ఆ ఏడంతస్తుల మేడలో ఒంటరిగా దిగవిడిచి, బరువెక్కిన గుండెలతో వెనుదిరిగారు. ఆ రక్త చందనపు తలుపులు మూసుకున్నప్పుడు వచ్చిన శబ్దం, పాపనూక జీవితానికి పడిన ఒక రాతి తాళంలా ధనంకొండ అంతా ప్రతిధ్వనించింది!

దశాబ్దాల పాటు ఆ రక్త చందనపు గోడల మధ్య పాపనూక జీవితం ఒక సజీవ సమాధిలా గడిచింది. అమావాస్య చీకట్లలో వీచే భయంకరమైన గాలి, ఆ ఏడంతస్తుల ఎత్తులో ఉన్న మేడకు తగిలి ఒక మృత్యు గీతంలా ఆమె చెవుల్లో వినిపించేది. ఆ ఒంటరితనం ఆమె మనసును ఒక పదునైన కత్తిలా కోస్తూనే ఉంది. కింద ఎక్కడో దూరంగా పచ్చిక బీళ్లలో వేలాది ఆవులు నడుస్తుంటే, ఆ గిట్టల చప్పుడు ఆ మేడ స్తంభం గుండా ప్రయాణించి ఆమె పాదాలను తాకేది. తన అన్నలు రణరంగంలో కత్తులు దూస్తుంటే, ఆమె ఆ రక్త చందనపు గోడల మధ్య తన ఉనికితో ఒక మూగ యుద్ధం చేసేది.

కొమ్ముల వాడు ఒక కన్నీటి చుక్కను తుడుచుకున్నాడు. గుడారంలోని మంటలను చూస్తూ గద్గద స్వరంతో... "కత్తులతో యుద్ధాలు చేసి వీరస్వర్గం పొందిన యాదవ వీరుల చరిత్ర అందరికీ తెలుసు. కానీ, రక్తచందనపు మేడలో దశాబ్దాల ఏకాంతంతో ఒంటరిగా పోరాడిన ఆ

పాపనూక బలిదానం... మా యాదవుల గుండెల్లో ఎప్పటికీ ఒక పవిత్రమైన నిట్టూర్పుగా మిగిలిపోతుందయ్యా!" అంటూ నిశ్శబ్దంగా తన తలదించుకున్నాడు. గాలిలో అప్పటికీ ఆ రక్తచందనపు వాసన, పాపనూక ఏకాంతపు నిట్టూర్పుల వాసన అలాగే మిగిలిపోయాయి.

14

అరణ్య పర్వము

కాటమరాజు ఉత్తరాది ఆవులమేపు

గుడారంలో కాగడా మంటలు అకస్మాత్తుగా ఒక వింతైన ఉక్కపోతను వెదజల్లుతున్నాయి. రాత్రి వీస్తున్న గాలిలో ఎప్పటిలాగా పచ్చటి చెట్ల ఆకుల సవ్వడి లేదు, ఒక ఎండిపోయిన నేల నిట్టూర్పు లాంటి సెగ తగులుతోంది. కొమ్ములవాడి ముఖం మీద చెమట బిందువులు కారుతున్నాయి. తన చేతిలోని వీరణాన్ని పక్కన పెట్టి, ఒక ఎండిపోయిన గొంతుకతో, నీటి చుక్క కోసం అల్లాడే ఒక మూగ జీవిలా గాలిని గట్టిగా పీల్చుకున్నాడు. వాడి కళ్లలో ఇప్పుడు నెత్తుటి పౌరుషం లేదు... కేవలం

భయంకరమైన దాహం, ఒక తీరని కరువు తాలూకు భయానకమైన శూన్యం, ఒక మాయాజాలపు ఛాయలు కనిపిస్తున్నాయి.

"అయ్యా! మనిషి కత్తి పట్టి శత్రువుల తలలు నరకగలడు, దేవుడితోనైనా తలపడి తన పౌరుషాన్ని నిలబెట్టుకోగలడు. కానీ... ప్రకృతి పగబడితే? తాను ప్రాణంగా ప్రేమించే మూగ జీవాలు కళ్లెదుటే గుక్కెడు నీళ్ల కోసం గిలగిలలాడుతూ మట్టిలో కలిసిపోతుంటే, ఆ మహావీరుడి గుండె ఎంతలా పగిలిపోతుందో ఊహించగలరా తండ్రీ! ఆకాశంలోని దేవుళ్లు ఆడే చదరంగంలో, మన యాదవ రాజులు ఎలా పావులుగా మారారో, విధి వాళ్లను దక్షిణాది వైపు ఎలా నడిపించిందో చెప్పే ఒక మహాద్భుతమైన, కఠోరమైన మాయాజాలపు కథ ఇది. నెర్రెలు బారిన నల్లమల సాక్షిగా, పాతాళగంగై పొంగిన మట్టిపాట ఇది!

తండ్రి మరణం తర్వాత చిన్న వయసులోనే యాదవ సామ్రాజ్యానికి రారాజుగా పట్టాభిషిక్తుడైన కాటమరాజుకు ఆ రాతి కోటలు, సింహాసనాలు ఏమాత్రం రుచించలేదు.. తన అపారమైన ఆలమందలను తోలుకుని, దొనకొండను విడిచిపెట్టి ఉత్తరాదిన ఉన్న పవిత్రమైన నల్లమల అరణ్యాలకు చేరుకున్నాడు. పవిత్ర గిరులపై దైవం నడిచిన ఆ రోజుల్లో, కృష్ణమ్మ అలల సవ్వడి నల్లమల అరణ్యపు గుండె చప్పుడులా వినిపించేది. శివభక్తుడైన ఆ యాదవ రాజశేఖరుడు తన వేలాది గోవులతో ఆ పచ్చని సముద్రంలోకి అడుగుపెట్టాడు. ఆకాశాన్ని తాకే చెట్ల నీడన, సాక్షాత్తూ ఆ మల్లికార్జునుడి పాదాల చెంత ఆ మందల మెడలోని చిరుగంటల నాదం పన్నెండేళ్ల పాటు ఒక అద్భుత స్వప్నంలా సాగింది. ఆ కొండలు యాదవులకు కన్నతల్లులయ్యాయి. గడ్డిపోచలు మేసిన కొద్దీ అమృతంలా మళ్లీ మొలిచేవి, ఆవుల ఆనందభాష్పాలతో కొండవాగులు ఉప్పొంగేవి. ఆ

అడవుల్లో కత్తుల చప్పుడు లేదు, రక్తం వాసన లేదు. కేవలం ప్రకృతి మాత ఒడిలో ఆడుకునే పసిపిల్లల్లా ఆ యాదవులు, వారి గోవులు జీవించాయి.

కానీ బాబయ్యా... కాలగమనపు పట్టీలైన కవిలెలను బ్రహ్మదేవుడు తెరిచాడు. 'చిత్రభాను' సంవత్సరం రానే వచ్చింది. యాదవుల అదృష్టం నెర్రెలు బారనుందని కైలాసంలో శివునితో బ్రహ్మ పలికిన మరుక్షణం, భూమిపై రుతువులు ఉక్కిరిబిక్కిరయ్యాయి! తన మదిలోని సంకల్పంతో, యాదవులను దక్షిణాదికి మళ్లించాలనే ఉద్దేశంతో సాక్షాత్తూ ఆ పరమశివుడు ఒక భయంకరమైన, అతీంద్రియమైన కరువును సృష్టించాడు. శివుని మాయతో ఆకాశం తన నీలిరంగును కోల్పోయి, రక్తపు రంగుతో కూడిన రాగిరంగును పులుముకుంది. మేఘాలు క్షణాల్లో ఆవిరయ్యాయి. అడవిలో అకస్మాత్తుగా 'ఎర్రగోలు చిచ్చు' రగులుకుని, పచ్చని కొండలు నిలువునా దహించుకుపోయాయి. చెరువులు అడుగంటిపోయాయి, నిన్నటి దాకా జలజల పారిన సెలయేర్లలోని బురద ఎండిపోయి రాళ్లలా మారింది. ఆ రాళ్లు కాలుతున్న ఇనుప ముక్కల్లా మారాయి. గడ్డి దొరక్క, జమ్మిపండ్లు, తునికిపండ్లు తింటూ ఆకలితో అలమటిస్తున్న గోవుల ప్రాణాలు గాలిలో కలవసాగాయి. ఆవుల ఎముకలు ఎండిన నదుల్లా ఆ కొండలపై తెల్లగా పరుచుకున్న దృశ్యం చూస్తే కరుడుగట్టిన రాతి గుండె అయినా పగిలిపోవాల్సిందే.

ఆ మూగజీవాల ఆర్తనాదాలు కాటమరాజు గుండెల్లో న్యాయం కోసం తల్లడిల్లే ప్రతిధ్వనుల్లా మోగాయి. ఆ ఎర్రటి మండుటెండలో, కుప్పకూలుతున్న ఆవులను చూసి ఆ మహావీరుడు కన్నీళ్లు రాలుస్తూ తన కుడిభుజం పద్మనాయుడితో ఇలా అన్నాడు... 'రాఘువా! ఇవి కేవలం పశువులు కావు. నా తొలిచూలు పడ్డలు నా తోబుట్టువులు, నా మలిచూరి

పెయ్యలు నా అక్కచెల్లెళ్లు, ఈ ఆంబోతులు నన్ను కన్న తండ్రులు! దప్పికతో ఇవి నా కళ్లెదుటే కన్నుమూస్తుంటే నా ప్రాణాలు నిలువునా కాలిపోతున్నాయి. ఇక ఈ కొండల మీద ఉంటే గోవులు బతకవు, మందలను వెంటనే కిందకు దించుదాం!' అని ఆజ్ఞాపించాడు. లక్షలాది ఆవులు, లేగదూడలు, ఎద్దులు ఆ రాతి కనుమల గుండా నెత్తురు కారుతున్న డెక్కలతో కిందకు దిగుతుంటే, తీవ్రంగా దెబ్బతిన్న ఒక మహాసముద్రం అరణ్యం గుండా నెత్తురు కక్కుతూ ప్రవహిస్తున్నట్లుగా అనిపించింది.

ఆ గోవుల ఆవేదన, ఆ యాదవ రాజు కన్నీరు నేరుగా కైలాసాన్ని తాకాయి. త్రిమూర్తులు ముగ్గురూ తమ దైవత్వాన్ని దాచి, బలిజ వ్యాపారులైన వీరిశెట్టి, చెన్నమశెట్టి, బ్రహ్మశెట్టి వేషాల్లో భూమిపైకి వచ్చారు. దారిలో దుమ్ముకొట్టుకున్న శరీరాలతో వారు, నడవలేక సొమ్మసిల్లిపోతున్న ఆవులను చూసి, కాటమరాజును పరీక్షించడానికి కఠినంగా నిందించారు. 'మీ అధిపతి ఎంతటి పాపాత్ముడు! దిక్కులేని ధేనువులను ఇలా ఎండబెట్టి, తాను మాత్రం పరిమళ ద్రవ్యాలు రాసుకుని పరుపులపై నిద్రిస్తున్నాడా?' అని ఎత్తిపొడిచారు. ఆ మాటలు విన్న దళవాయి ఎల్లయ్య గుండె రగిలిపోయింది. మండిపడుతూ కత్తి దూయబోయాడు! కానీ, కాటమరాజు అతడిని శాంతపరిచి, ఎల్లయ్య ద్వారా ఆ వ్యాపారులను శరణార్థులుగా భావించి బ్రతిమాలి తన గుడారానికి పిలిపించుకున్నాడు.

అయ్యా... అప్పుడు జరిగిందో దైవికమైన మాయ! గోపాలకులు తమ ఆవులను కన్నబిడ్డల్లా 'గంగా భవాని, కామాక్షి, కొదుమ సింహము' అని పేరుపేరునా పిలిచారు. ఆ పిలుపు వినగానే ఆకలితో ఎండిపోయి, చర్మం

ఎముకలకు అతుక్కుపోయిన ఆ ఆవుల పొదుగుల నుంచి అకస్మాత్తుగా అమృతం లాంటి పాలవెల్లువ ఉబికివచ్చింది! ఆ దృశ్యం త్రిమూర్తులను సైతం ఆశ్చర్యపరిచింది. ఆ కరువులో తమ ప్రాణాలు పోతున్నా సరే, వచ్చిన అతిథులకు తమ వద్ద ఉన్న పాలు, మీగడ, నెయ్యి, పాయసంతో రాజోపచారాలు చేసి యాదవ ధర్మాన్ని నిలబెట్టాడు ఆ మహారాజు. అంతేకాదు, పూర్వజన్మలో గోవర్ధనగిరి కింద రక్తం చిందించిన భక్తులైన వారి జాగిలాలు సైతం, దైవాజ్ఞ మేరకు పచ్చి మాంసం ముట్టక, కాగెడు ఆవుపాలను మాత్రమే స్వీకరించడం చూసి ఆ బలిజల రూపంలో ఉన్న దేవుళ్లు మురిసిపోయారు.

యాదవుల ఆతిథ్యానికి కరిగిపోయిన ఆ త్రిమూర్తులు చిరునవ్వులు చిందిస్తూ, తమ గతాన్ని నెమరువేసుకున్నారు. వాళ్లు సామాన్య వ్యాపారులు కారని వారి తేజస్సు చెబుతోంది. 'రాజా! మీ వంశపు ఈ ఆతిథ్యం మాకు కొత్త కాదు. పూర్వం సాక్షాత్తూ ఆ శంకరుడికి, కాముడికి మధ్య జరిగిన ఒక పందెంలో శంకరుడు గెలవగా, భూమిపై భయంకరమైన కరువు ఏర్పడింది. మునులు, ఋషులు, ముక్కోటి దేవతలు సైతం ఆకలిదప్పులతో అల్లాడిపోతూ ప్రాణాలు గుప్పిట్లో పెట్టుకుని 'అంభోజ బిలము' అనే ప్రాంతానికి చేరుకున్నారు. అక్కడ మీ పూర్వీకుడైన యాదవ రాజు మందలున్నాయి. అప్పుడే కొందరు గోపాలకులు కుండలో పెరుగు జుర్రుకుని, మిగిలిన చల్లబానను పొదల్లో దాచిపెట్టారు. ఆకలితో మాడిపోతున్న ఆ కోటి దేవతలు ఆ కుండను చూసి, తమ దైవత్వాన్ని సైతం మరచిపోయి, మూగి ఆ మిగిలిన పెరుగును ఆబగా జుర్రుకున్నారు. అది చూసిన ఒక గొల్లవాడు కోపంతో చేతిలో దుడ్డుకర్ర పట్టుకుని ఆ ఆగంతుకులను కొట్టబోగా, వెంటనే దేవతలు తమ నిజరూపాలు చూపారు.

అప్పుడు ఆ గొల్లవాడు ఉలిక్కిపడి 'అయ్యయ్యో! మేము తిని వదిలేసిన ఈ ఎంగిలిని మీరు ఎందుకు తిన్నారు స్వామీ?' అని కన్నీరుమున్నీరు కాగా, 'ఎంగిలి అయినంత మాత్రాన అమృతం దోషం కాదు' అని దేవతలు ఆనందించారు. ఆనాడు బక్కచిక్కిన దేవతల ఆకలి తీర్చినందుకే మీ పూర్వీకుడికి 'బడుగుల రాజు' అన్న బిరుదు దక్కింది. మీరు ఆ మహాత్ముల మనవళ్లు!' అని ఆశీర్వదించారు.

ఆ మాయావులు కాటమరాజుతో ఇలా చెప్పారు: 'రాజా! ఇక్కడినుండి దక్షిణాదిన ఉన్న నల్లసిద్ధి రాజ్యమైన పాకనాడుకు వెళ్లండి. అక్కడ కరువు ఎరుగని పాలేరు ప్రవహిస్తోంది. ఆ నేల మీ గోమాతలకు ప్రాణం పోస్తుంది. అక్కడ మనుషుల ఎత్తున పెరిగే మంకెన గడ్డి, పసికందుల పొడవుండే చెంగల గడ్డి, దోసిళ్ల కొద్దీ మేసే దోమకాలి గడ్డి, అమృతంలాంటి వెన్నముద్ద గడ్డి, బొంత చిప్పెర, నల్లగోగడ, కుందురు గడ్డి... ఇలా ఎన్నో ఔషధ గుణాలున్న అలములు పచ్చని పట్టుతివాచీలా పరుచుకుని ఉన్నాయి,' అని ఒక అద్భుత దృశ్యాన్ని కళ్ళముందు ఆవిష్కరించి, అమాంతం గాలిలో కలిసిపోయారు! ఆ బలిజ వ్యాపారులు మాయమైపోవడం చూసి, వాళ్లు సాక్షాత్తూ ఆ దేవుళ్లే అని కాటమరాజు గ్రహించాడు.

ఆ మరునాడే కోట్లాది గోవులు వింజామరలు, పల్లకీలతో పాకనాటి వైపు ఒక మహా నదిలా కదిలాయి. దారిలో 'ఇశిసేకువ్వ' అనే ఎత్తైన గుట్టపై, చప్పన్న దేశాలకు ఆనవాలుగా నిలిచేలా కాటమరాజు సగర్వంగా తన యాదవ జెండా పాతాడు. కానీ తండ్రీ... ప్రకృతి ఆడే వింత నాటకం ఇంకా ముగియలేదు. విధి మనిషి సహనాన్ని ఎంత క్రూరంగా పరీక్షిస్తుందో చెప్పడానికి ఈ ఘట్టమే ఒక సజీవ సాక్ష్యం. మందలు 'ఏడునూతలపాటి'

వద్దకు చేరుకున్నాయి. సూర్యుడు మాడు పగిలిపోయేలా నిప్పులు చెరుగుతున్నాడు. కళ్లు బైర్లు కమ్మే ఆ ఎండలో... అకస్మాత్తుగా ఆకాశం నుంచి వేలాది పచ్చని రామచిలుకల గుంపు వచ్చి అక్కడ ఎండిపోయిన చెట్లపై వాలింది. ఆ ఆకుపచ్చటి రంగును చూసి, వడదెబ్బకు మతిస్థిమితం కోల్పోయి తీవ్రమైన భ్రమకు గురైన ఆరువందల ఎద్దులు... ఆ చిలుకలను చెట్టుకు చిగురించిన పచ్చని ఆకులుగా భావించాయి! దాహంతో, ఆకలితో కళ్లు మూసుకుపోయిన ఆ మూగజీవాలు, ఆ పచ్చదనాన్ని తినాలన్న ఆశతో గాల్లోకి ఎగిరి నోరు తెరిచాయి. ఆ ఎద్దులు పైకి ఎగరగానే, ఆ చిలుకలు తుర్రుమని ఆకాశంలోకి ఎగిరిపోయాయి. భ్రమలో ఎగిరిన ఆ ఆరువందల ఎద్దులు... కొండల పైనుంచి కింద పడి, కఠినమైన శిలల మీద తమ బరువైన శరీరాలు గుద్దుకుని, ఎర్రటి రక్తం చిందిస్తూ ప్రాణాలు విడిచాయి. పచ్చదనం కోసం ఆ మూగజీవాలు చేసిన ఆ చివరి ఎగిరిపాటు, ఆ రాతి నేల మీద ఒక భయంకరమైన నెత్తుటి విషాద కావ్యమై నేలకొరిగింది!

తన కళ్లెదుటే ఆరువందల ఎద్దులు నెత్తురు కక్కుతూ చనిపోవడం చూసిన కాటమరాజు శోకసంద్రమయ్యాడు. గుండెలు పగిలేలా రోదించాడు. 'నా కళ్లెదుటే నా గోవులు ప్రాణాలు విడుస్తుంటే, నేను బ్రతికి లాభమేమిటి? నా తోబుట్టువులు లేని ఈ ప్రాణం నాకు వద్దు!' అని గర్జించి, తన చేతిలోని వాడియైన కుంతాన్ని (ఈటెను) తన గుండెకు గుచ్చుకుని ప్రాణత్యాగానికి సిద్ధపడ్డాడు. ఆ యాదవ రాజు భక్తికి, తన పశువుల పట్ల అతడికున్న అపారమైన ప్రేమకు దిక్కులు స్తంభించిపోయాయి!

కాటమరాజు తన రొమ్మును చీల్చుకోబోతున్న క్షణంలో, గగన మార్గాన కదులుతున్న ఆ ఈటెను ఒక అదృశ్య శక్తి గాలిలోనే ఆపేసింది.

సాక్షాత్తూ ఆ కైలాసపతి, మృత్యుంజయుడైన పరమశివుడు పరుగున భూమిమీదకు దిగివచ్చాడు! 'యాదవ రాజా, ఆగు! నీ అపారమైన ప్రేమకు నేను తలవంచాను. నీ గోవులకు నేను కొల్లలుగా నీళ్లు ఇస్తాను,' అని గర్జించి, తన చేతిలోని భయంకరమైన త్రిశూలాన్ని గిరగిరా తిప్పి కఠినమైన 'గజకూలపు బండ'ను బలంగా పొడిచాడు. ఆ దెబ్బకు గుభగుభమంటూ పది పిడుగులు ఒకేసారి పడినట్లు ఉరుములతో ఆ బండరాళ్లు చీలిపోయాయి. ఆ చీలికలోంచి 'గూబగుండం' ఉరకలెత్తుతూ, జలజలమంటూ పాతాళగంగ పైకి ఉబికివచ్చింది! మండిపోతున్న ఆ అడవిలో అకస్మాత్తుగా ఒక పవిత్రమైన జలపాతం సృష్టించబడింది. ఆ చల్లని జలధార ఎండిపోయిన ఆవుల గొంతుల్లో అమృతంలా జారి ప్రాణాలు పోస్తుంటే, మృత్యుంజయుడి కరుణకు శిరసు వంచి, అంతులేని ఆత్మవిశ్వాసంతో కాటమరాజు తన యాదవ సైన్యంతో పాకనాటి వైపు... తన భవిష్యత్తును, మరణ శాసనాన్ని లిఖించబోయే ఆ ఎర్రగడ్డపాటి వైపు నూతన అధ్యాయానికి అడుగులు వేశాడయ్యా!"

అంటూ కొమ్ములవాడు తన గుడారంలో గాలిని గట్టిగా పీల్చుకున్నాడు. వీరణం మీద ఒక ఉరుము లాంటి దరువును మోగించాడు. ఆ శబ్దం వింటుంటే పాతాళగంగ ఉప్పొంగిన శబ్దం, ఆ రామచిలుకల వెనక ఎగిరిన ఆరువందల ఎద్దుల ఆర్తనాదాలు ఆ పల్లె జనం గుండెల్లో ఒక మాయాజాలంలా శాశ్వతంగా ముద్రపడిపోయాయి. ఒక మహా సంగ్రామానికి రంగం సిద్ధమైందన్న నిజం ఆ రాత్రి గాలిలో స్పష్టంగా తెలుస్తోంది.

15

ప్రతిజ్ఞా పర్వము

పగబట్టిన నెత్తురు - ఆరవెల్లి అగ్నిసాక్షిగా

గుడారంలో కాగడా మంటలు ఒక భయంకరమైన నృత్యం చేస్తున్నాయి. అప్పటివరకు గాలిలో ఉన్న పాతాళగంగ తాలూకు చల్లదనం మాయమై, ఒక వేడి నిట్టూర్పు, మరియు నెత్తుటి వాసన గుడారాన్ని కమ్మేశాయి. కొమ్ములవాడి కళ్ళలో ఒక తీరని పగ, ఒక మహా సంగ్రామానికి సిద్ధమవుతున్న ఉద్వేగం కనిపిస్తున్నాయి. తన చేతిలోని వీరణం మీద బరువైన దరువు వేస్తూ, ఒక మరణ మృదంగాన్ని మోగిస్తున్నట్లుగా కథను ఆవాహన చేశాడు.

"అయ్యా! పద్నాలుగేళ్ల అరణ్యవాసపు దుమ్ము దులపకుండానే, ఆ ఉత్తరాది పచ్చికబయళ్ల మీద కరువు మిగిల్చిన మరణమృదంగాన్ని మనసులోనే మోస్తూ మన కాటమరాజు ఒక కఠోరమైన నిర్ణయానికి వచ్చాడు. పాతాళగంగతో మూగజీవాల గొంతులు తడిపినా, దక్షిణాదిన ఉన్న పాకనాటి పొలిమేరలు దాటాలంటే కేవలం ఆత్మవిశ్వాసం సరిపోదని ఆయనకు తెలుసు. పరదేశాల గాలి పీల్చిన ఆవులకు భూతబలి అర్పించి, 'దొడ్డిగుడుపు' (మందల పండుగ) చేయాలని సంకల్పించాడు. 'తల్లి సిరిదేవి దీవెన లేనిదే కాలు ముందుకు వేయలేను, ధనంకొండకు వెళ్లి వస్తాను' అని తన ఆంతరంగికుడు, తన కుడిభుజం పద్మ రాఘువనాయుడితో అన్నాడు. ఆ మాట వినగానే పద్మనాయుడు పకపక నవ్వాడు. 'బావా! ఈ అడవుల్లో అలమటించిన మనకు ఆ ధనంకొండ పట్నం మీద ఆశ ఎందుకు? అక్కడ వందలాది అంగళ్లు, విలాసాలు, పూల వీధులు ఉన్నాయి. పట్టుపరుపుల మీద నిద్రిస్తున్న బంధువుల మధ్యకు వెళితే, ఈ అడవిని, నిన్ను నమ్ముకున్న ఈ గోపాలకులను, ముఖ్యంగా మన ప్రాణాలైన ఈ ఆవులను మర్చిపోతావు' అని హెచ్చరించాడు. పద్మనాయుని మాటలు కాటమరాజు గుండెల్లో నారాసాల్లా గుచ్చుకున్నాయి. 'రాఘువా! ఈ గోవులే నా కన్నతల్లులు, ఆంబోతులే నా తండ్రులు, ఈ లేగదూడలే నా తోబుట్టువులు! నా రాజ్యమైనా, ప్రాణమైనా ఈ పశువులే. ఏ పట్నం వ్యామోహమూ నన్ను బంధించలేదు, నేను వచ్చేదాకా ఈ మందల బాధ్యత నీదే' అని చెప్పి, ఆ మహావీరుడు తన మాతృమూర్తి ఆశీస్సుల కోసం ధనంకొండ వైపు అడుగులేశాడు.

ఆకాశం నుంచి దిగివస్తున్న జలపాతంలా తమ రాజు వస్తున్నాడన్న వార్త వినగానే, ధనంకొండ పట్నమంతా భేరీ మృదంగాల మోతలతో

మార్మోగింది. ముత్యాల పందిళ్లు, మామిడాకు తోరణాలు, కురివేళ్ల సపారాలతో నగరమంతా పచ్చటి పండుగలా ముస్తాబైంది. ఆవులన్న రాకను విన్న పల్లికొండ, అయితమరాజు, పుత్తమరాజు తమ తమ పంచకల్యాణి అశ్వాలను, పల్లకీలను అధిరోహించి గజసైన్యాలతో ఎదురేగి ఘనస్వాగతం పలికారు. కంటికి రెప్పలాంటి కొడుకును చూడగానే సిరిదేవి, మేనత్త కొమరక్కల ఆనందానికి అవధులు లేకుండా పోయాయి. ఆరతులిచ్చి, దృష్టి తీసి రాజును ఆ రాతి భవనంలోకి తీసుకువెళ్లారు.

కానీ బాబయ్యా... కాటమరాజు కళ్లలో ఆ పట్నపు వెలుగులు లేవు, నెర్రెలు బారిన నల్లమల ఛాయలే, ఆ కరువు రాక్షసుడి పీడకలలే ఉన్నాయి. తల్లి సిరిదేవి పాదాలపై పడి ఆ మహావీరుడు కుమిలికుమిలి ఏడ్చాడు. 'అమ్మా! ఆ కొండల్లో కరువు దావానలంలా చుట్టుముట్టింది. నా కళ్లెదుటే నా గోవులు రక్తం కక్కుతూ నేలకొరిగాయి. ఆ దృశ్యం చూసినప్పుడు నాకు మన గతం గుర్తొచ్చింది తల్లీ... కళ్యాణ పట్నంలో మన పెద్దలు హతమైన ఆ నెత్తుటి రోజులు నా కళ్ల ముందు కదలాడాయి. కన్నవారిని కోల్పోయి నేనూ, నా చెల్లెలు పాపనూక అనాథలమై గుండెలవిసేలా ఏడ్చిననాడు, ఈ పశువులే మాకు తల్లీతండ్రీ అయ్యాయి. ఇప్పుడు ఆ పశువులు కూడా నా కళ్లెదుటే ప్రాణాలు వదులుతుంటే నేను ఎలా బతకాలి?' అంటూ తన ఆవేదనను కట్టలు తెంచుకున్నాడు. కొడుకు రోదన విన్న సిరిదేవి గుండె తరుక్కుపోయింది. 'నాన్నా! దైవ నిర్ణయాన్ని మనం మార్చలేము. చనిపోయిన పశువుల కోసం ఎందుకు విలపిస్తావు? నీవు ఇక్కడే ఉండు, మూడుకోట్ల ధనం పోసి నీ ఆవులను పదింతలు చేసి ఇస్తాను. ఏరుల వెంట నీళ్ల తొట్లు, వందలాది బావులు తవ్విస్తాను, గడ్డి

వాములు వేయిస్తాను. కానీ ఆ దక్షిణాదికి, పాకనాటికి మాత్రం వెళ్లద్దు' అని ప్రాధేయపడింది.

ఆ పాకనాడు పేరు వినగానే ఆ తల్లి పెదవులు భయంతో వణికాయి. 'నాయనా! ఆ సిద్ధిరాజు వంశంతో మనకు తరతరాల కులపగ ఉంది. నాడు జరిగిన 'దొడ్డిగుడుపు' తర్వాత జరిగిన ఘోర యుద్ధంలో మీ ఐదుగురు తండ్రులు నెత్తుటి మడుగులో ప్రాణాలు వదిలారు. ఆ పాత పగను మళ్లీ రగల్చద్దు, పాకనాటి పొలిమేరలు తొక్కద్దు' అని ఒక వీరమాతలా హెచ్చరించింది. కానీ తండ్రీ... యాదవ రక్తం పగను ఎప్పటికీ మర్చిపోదు. కత్తులకు పట్టిన తుప్పు నెత్తురుతోనే వదులుతుంది. కాటమరాజు పెదవులపై ఒక గంభీరమైన చిరునవ్వు వెలిసింది. 'అమ్మా! ఆరిన పగలకు అడుగుజాడలు ఎత్తుకుంటే శూరుడిగా పుట్టి లాభమేమిటి? పగ భూములలో పశువులను మేపడమే నా పంతం. పాకనాటి మట్టిలోనే దొడ్డిగుడుపు జరిపించి తీరుతాను' అని ఒక శిలాశాసనంలా నిశ్చయంగా చెప్పాడు. కొడుకు పట్టుదల చూసి ఇక లాభం లేదనుకున్న సిరిదేవి, కన్నీళ్లతోనే ఆ మహాక్రతువుకు అంగీకరించింది. బంధుమిత్ర సమేతంగా కాటమరాజు ఆరవెల్లి అడవుల్లో ఉన్న తన మందల వద్దకు చేరుకున్నాడు.

అయ్యా... ఆ ఆరవెల్లి మైదానం అప్పుడు ఒక పవిత్ర యాగశాలలా మారింది. లక్షలాది ఆవుల మధ్య ఎత్తైన గుడారాలు వెలిశాయి. పంచ రంగుల ముగ్గులు, చెరుకు గడలు, నిమ్మకాయలతో పందిళ్లు అలంకరించారు. కుంభాల కొద్దీ వరి అన్నం, కూరలు వండి అడవిలోని భూత ప్రేతాలకు భూతబలి అర్పించారు. దిక్కులు దద్దరిల్లేలా జంతువులను బలిస్తుంటే, ఆ రక్తపుటేరులు ఆశ్చర్యకరంగా దక్షిణ దిశగా, పాకనాడు వైపు ప్రవహించాయి! అది రాబోయే మహా సంగ్రామానికి కంటికి

కనిపించే దైవిక సూచికలా అనిపించింది. దేవతా వృషభమైన 'బసవన్న'కు యాదవ కాంతలు మంగళ హారతులు పట్టి భక్తితో పూజించారు.

కానీ ఆ పూజా సమయంలోనే ఒక మహాద్భుతం, ఒక భయానకమైన శకునం ఎదురైందయ్యా! కాటమరాజు, పద్మనాయుడు, బీరన్నల ఆయుధాలను సిరిదేవి పూజిస్తుండగా... ఆ కుంతళాలు, విల్లంబులు, కత్తులు అకస్మాత్తుగా తమకు తాముగా ప్రాణం పోసుకుని కదిలాయి. త్రాచుపాము పడగ విప్పినట్లుగా ఆ బరువైన ఆయుధాలు గాల్లోకి లేచి, రక్తం కోసం ఆకలితో ఉన్న రాక్షసుల్లా భయానకమైన శబ్దాలతో ఘీంకరించాయి! మనుషుల ప్రమేయం లేకుండా ఆయుధాలు గాలిలో నాట్యం చేస్తున్న ఆ మాంత్రిక దృశ్యాన్ని చూసిన సిరిదేవి, వీరగంగ, అగుమంచి వణికిపోయారు. 'కొడుకా! ఆయుధాలు నెత్తురు అడుగుతున్నాయి. దక్షిణాదిన కయ్యం తప్పదు, ఆ ప్రయాణం విరమించుకో' అని సిరిదేవి మళ్లీ కన్నీరుమున్నీరైంది. కానీ రాజు వెనక్కి తగ్గలేదు. సిరిదేవి తన దుఃఖాన్ని దిగమింగుకుని భారంగా దీవిస్తూ, 'నాన్నా, చిన్న చిన్న పోరాటాలకు రాఘవుడిని, బీరన్నను పంపకు. వారిని పట్టుచీరల్లా అపురూపంగా దాచుకో, రాబోయే మహా సంగ్రామానికే వారిని వాడుకో' అని వీరమాతలా కర్తవ్యాన్ని బోధించింది.

సరిగ్గా ఆ సమయంలోనే విధి మరో క్రూరమైన నాటకానికి తెరతీసింది. కాటమరాజు భార్య వీరగంగ, రణరంగానికి వెళుతున్న తన భర్తను ఆఖరిసారిగా కళ్లారా చూడాలని ఆరాటపడుతుండగా, దేవతా వృషభం బసవన్న అకస్మాత్తుగా ఆమెకు అడ్డంగా నిలబడ్డాడు. ఎంత చూసినా తన భర్త ముఖం కనిపించకపోవడంతో, ఆత్మాభిమానం దెబ్బతిన్న వీరగంగకు తీవ్రమైన ఆగ్రహం కట్టలు తెంచుకుంది. 'పతులకు సతులకు ఎడబాటు

తెచ్చిన పాపాత్ముడా! నిన్ను అడవిలో కోరల పులి కరిచి చంపగా, నీ నెత్తురు ఏరులై పారుగాక!' అని ఆ మహాపతివ్రత ఆ దైవికమైన అంబోతును ఘోరంగా శపించింది. ఆ శాపం గాలిలో కలిసిపోయి, ఆ అడవిని ఒక క్షణం పాటు భయంకరమైన నిశ్శబ్దంలోకి నెట్టింది.

ఆ శాపాన్ని వెంటేసుకుని కాటమరాజు తన లక్షలాది గోవులతో పాకనాటి వైపు తన మరణశాసన ప్రస్థానాన్ని ప్రారంభించాడు. ఆ సైన్యం కదలికలకు భూమి కంపించింది. కంభం, మంగలకుంట దాటుకుని కనిగిరి అడవుల్లోకి మందలు ప్రవేశించాయి. బాబయ్యా... పతివ్రత నోటి నుంచి వచ్చిన మాట గాలిలో పోతుందా? ఆ దట్టమైన అరణ్యంలో వీరగంగ శాపం నిజమైంది! చెట్ల మాటున నక్కి ఉన్న ఒక భయంకరమైన కోరల పులి ఒక్కసారిగా గాల్లోకి ఎగిరి, ఆవుల మధ్యలో నడుస్తున్న బసవన్నపై దాడి చేసింది. మదగజం లాంటి ఆ పులి పంజా దెబ్బలకు బసవన్న రంకెలు వేశాడు, ఆ అరుపులకు భూమి దద్దరిల్లింది. నెత్తురు ఏరులై పారుతోంది. ఆ అరుపులు విన్న పద్మ రాఘువ నాయుడు ఒక కాలాగ్ని రుద్రుడిలా కదిలాడు. చేతిలో ఆయుధాలు వాడలేదు, కత్తి తీయలేదు... తన భుజబలంతో ఏకంగా ఆ క్రూర శార్దూలంపైకి గాలిలోంచి లంఘించాడు. ఆ పులిని తన గుండెల మీదకు లాక్కుని, దాన్ని ఉక్కిరిబిక్కిరి చేసి, నెత్తురు కాలువలు పారేలా తన వట్టి చేతులతోనే ఆ పులి రొమ్మును రెండుగా చీల్చి చంపాడు రాఘువుడు! బసవన్న ప్రాణాలు నిలిచాయి.

రాఘువుని భయంకరమైన పరాక్రమాన్ని చూసిన కాటమరాజు ఉప్పొంగిపోయాడు. 'గజేంద్రుడిని మొసలి బారినుండి ఆ శ్రీహరి రక్షించినట్లు, మా బసవన్నను కాపాడావు రాఘువా!' అంటూ గుండెలకు హత్తుకున్నాడు. పులి నెత్తురు అంటిన చేతులతో, గెలుపు గర్వంతో ఆ

యాదవ సైన్యం పాకనాటి పొలిమేరలైన పాలేరు నది ఒడ్డుకు చేరుకుంది. అక్కడ అడుగుపెడితే ఇక యుద్ధమే! ఆ పాలేటి నీటి సవ్వడిలో రాబోయే మహాభారత సంగ్రామపు రణభేరీలు అప్పటికే స్పష్టంగా వినిపిస్తున్నాయయ్యా!" అంటూ కొమ్ములవాడు తన గుడారంలో గాలిని గట్టిగా పీల్చుకున్నాడు. వీరణం మీద ఒక ఉరుము లాంటి దరువును మోగించి, ఇత్తడి కొమ్మును ఆకాశం వైపు ఎత్తి ఒక దీర్ఘమైన నాదాన్ని ఊదాడు. ఆ శబ్దం వింటుంటే, ఆయుధాలు గాలిలో నాట్యం చేసిన దృశ్యం, రాఘువుడు పులిని చీల్చిన పరాక్రమం ఆ పల్లె జనం కళ్ల ముందు సజీవంగా కదలాడాయి. రాబోయే పాలేటి ఘట్టానికి ఆ రాత్రి గాలి ఒక ఉత్కంఠభరితమైన వేదికగా మారిపోయింది!

16

తర్క పర్వము

పాలేటి కథ

గుడారంలో కాగడా మంటలు అకస్మాత్తుగా ఒక వింతైన నిశ్శబ్దానికి తలవొగ్గాయి. అప్పటివరకు కరువు గురించిన భయంతో వణికిపోయిన ఆ పల్లె జనం, ఇప్పుడు ఏదో తెలియని దైవికమైన ఉత్కంఠతో ఊపిరి బిగబట్టారు. కొమ్ములవాడి చేతిలోని వీరణం మీద దరువులు ఒక నది ప్రవాహంలా, అలల సవ్వడిలా 'ఝుం... ఝుం...' అని లయబద్ధంగా మోగుతున్నాయి. వాడి కళ్లలో ఒక అంతుచిక్కని భక్తి, అదే సమయంలో యాదవ పౌరుషం కలగలిసి కనిపిస్తున్నాయి. గాలిలో అకారణంగా నాచు, తడి మట్టి, మరియు ఎండిన బురద వాసనలు ఒకేసారి గుప్పుమన్నాయి.

ఆ అనుభూతిని పీల్చుకుంటూ కొమ్ములవాడు తన గంభీరమైన గొంతును సవరించుకున్నాడు.

"అయ్యా! కత్తులతో చేసే యుద్ధాల్లో మనిషి నెత్తురు చిందిస్తాడు, ప్రాణాలు తీస్తాడు. కానీ అహంకారంతో చేసే యుద్ధంలో మనిషి తనను తానే కోల్పోతాడు. దేవుడికైనా తలవంచని ఒక మహా పౌరుషానికి, ప్రకృతిని శాసించే ఒక దైవ శక్తికి మధ్య జరిగిన అద్భుతమైన సమరమే ఈ పాలేటి కథ! నల్లమల అడవుల్లో కరువును జయించి, ఆ పరమశివుడు సృష్టించిన పాతాళగంగతో దప్పిక తీర్చుకుని, మన కాటమరాజు తన సోదరులు, దళవాయి పద్మనాయుడితో కలిసి దక్షిణాది వైపు మహాప్రస్థానం మొదలుపెట్టాడు. ఆ ప్రయాణం ఒక జీవనదిలా సాగుతోంది. లక్షలాది ఆవుల అడుగుల కింద రేగిన ధూళి ఆకాశాన్ని కప్పేయగా, గొడుగులు, పడిగెలు, రణభేరీల మోతలతో పాకనాటి పొలిమేరలైన 'పాలేరు' నది ఒడ్డుకు చేరుకుంది యాదవ సైన్యం. ఆరువేల లేగదూడలు, బొల్లావులు, సలుగుటెద్దులు, భోగావతి నర్రావులు... ఇలా లెక్కకు మిక్కిలిగా ఉన్న గోసంపద అంతా ఆ నదీ తీరంలో గుడారాలు వేసుకుని బారులు తీరింది. ఆ సైన్యాన్ని నడిపిస్తున్న కాటమరాజు, పద్మనాయుడు, యల్లయ్య, బీరన్నల కళ్లలో పాత పగను సాధించాలన్న కసి కణకణలాడుతోంది.

కానీ బాబయ్యా... ఆ పాలేరు ప్రవాహం సామాన్యమైనది కాదు. అది సాక్షాత్తూ ఆ గంగాభవాని నివాసం! పరదేశం నుండి వచ్చిన లక్షలాది ఆవులు తనకు బలి అర్పించకుండా, కనీసం పూజ చేయకుండా తన వక్షస్థలాన్ని దాటి వెళ్లడాన్ని ఆ తల్లి భరించలేకపోయింది. ప్రశాంతంగా పారుతున్న పాలేరు అకస్మాత్తుగా ఉరకలెత్తింది. నీటి అలలు కొండలంత ఎత్తుకు ఎగశాయి. ఆ ప్రవాహం మధ్యలో నీరు సుడులు తిరుగుతుండగా,

ఒక భయంకరమైన, దైవికమైన ఆకారం ఆవిర్భవించింది. పక్షిణి పుట్టము కట్టుకుని, పచ్చని చిలుకల రవికె దొడిగి, వీపున నాగుపాముల్లాంటి జడలు భయంకరంగా నాట్యం చేస్తుండగా, నుదుట వీరగంధం, చేతిలో కనకశూలం ధరించిన ఆదిశక్తి గంగాభవాని ప్రత్యక్షమైంది! ఆమె కాలి అందెల సవ్వడికే ఆవులు బెదిరి చెల్లాచెదురయ్యాయి. భూత ప్రేతగణాలు భయంకరమైన అరుపులతో నది పొడవునా కావలి కాశాయి. ఆ దృశ్యం చూస్తే గుండెలు ఆగిపోవాల్సిందే.

'ఆగండి!' గంగ గొంతు ఆకాశంలో ఉరుములా బద్దలైంది. 'ఉత్తరాది నుండి వస్తున్న యాదవ రాజా! నాకు కించిత్తు భుక్తి (బలి) పెట్టకుండా, కనీసం నన్ను స్మరించకుండా ఈ పవిత్రమైన పాలేరును ఎలా దాటుతావనుకున్నావు? మర్యాదగా నా పాదాలకు పూజ చేసి నీ మందను దాటించుకో. లేదంటే, ఈ నదిలో నీ అహంకారాన్ని, నీ ఆవులను పాతాళానికి తొక్కుతాను' అని గర్జించింది.

ఆ మాటలకు కాటమరాజు కళ్లలో కోపం కట్టలు తెంచుకుంది. యాదవ వంశపు గర్వం అతని మాటల్లో ప్రతిధ్వనించింది. 'ఓ నీరజనేత్రీ! గంగా! నువ్వేదో ఒక పర్వతపు వాగువి, అంతకు మించి ఏమీ కావు. ఒక ఆడదానివి, నా దారికి అడ్డంగా నిలబడి నన్ను బెదిరిస్తావా? నా సైన్యంలో పురహరుడైన బసవన్న ఉన్నాడు, పద్మనాయుడు, యఱ్ఱయ్య లాంటి మహావీరులున్నారు. ఆరవెల్లిలో ముక్కోటి దేవతలకు పప్పు, పాయసాలతో మహా కుంభాలు పెట్టాము. ఇప్పుడు నీకు పెట్టడానికి నా దగ్గర సమయం లేదు, భక్తి లేదు. నేను తలుచుకుంటే నా ఆవులు ఈ నదిని ఒక్క ఉదుటున దాటేస్తాయి, పక్కకు తప్పుకో!' అని ఖండితంగా, అహంకారంతో చెప్పాడు కాటమరాజు.

ఆ ధిక్కారానికి గంగ ఫక్కున నవ్వింది. ఆ నవ్వుకు నదిలో అలలు సుడిగుండాలుగా మారాయి. 'పిచ్చివాడా! నేను కేవలం నీటి ప్రవాహాన్ని కాను. మూడు లోకాలను నేనే, దిక్కులను నేనే, ఆకాశాన్ని, సముద్రాన్ని నేనే! నా ఎడమ భాగంలో కూర్మం భూమిని మోస్తోంది. దేవుళ్లనే శాసించే దానను, నాతోనే నీ బింకామా? గతం మరిచావా యాదవ రాజా? కల్యాణ పట్నంలో నువ్వు ఏడేళ్ల బాలుడిగా ఉన్నప్పుడు, ఆర్లపెంట రణరంగంలో నీ తండ్రి శత్రువుల చేతిలో చిక్కుకుని దిక్కుతోచక చెట్టు కింద కూర్చున్నాడు. ఆనాడు నా కోసం ప్రార్థిస్తే, ఆకాశం నుండి దిగివచ్చి నీ తండ్రిని కాపాడాను నేను. ఆనాటి నీ దీనత్వం ఏమైంది? అది మాత్రమే కాదు, ద్వాపర యుగంలో మీ వంశమూలపురుషుడు శ్రీకృష్ణుడు పుట్టిన నాడు, మధురలో కంసుని బారి నుండి ఆ శిశువును కాపాడేందుకు వసుదేవుడు నన్ను ప్రార్థించాడు. ఆ రోజు పొంగిపొర్లుతున్న యమునను రెండుగా చీల్చి మీ వంశానికి దారిచ్చింది నేనే కదా! ఆ రక్షకిని నాకే బలి ఇవ్వనంటావా?' అని గంగ గద్దించింది.

కానీ తండ్రీ... పగతో రగిలిపోతున్న కాటమరాజు మనసులో అప్పుడు భక్తికి చోటు లేదు. 'కల్లబొల్లి కథలు చెప్పకు గంగా! మేము ఏ పూజలైనా పంపాద్రిలో చేస్తాం తప్ప నీకు చేయం' అంటూ, తన వీరులను పిలిచి, 'యల్లయ్యా, రాఘవా! మీ కత్తులు ఝుళిపించండి. ఆవులను కర్రలతో అదిలించి నదిని దాటించండి. ఈ శక్తులను కాళ్ళతో తొక్కించి మందను ముందుకు నడపండి' అని ఆజ్ఞాపించాడు.

కాటమరాజు ఆజ్ఞతో యాదవులు రణభేరీ మోగించారు. కానీ గంగ తన మాయను ప్రదర్శించింది. 'మల్లమ్మా! పోచమ్మా! కమ్మికు రండి! అశ్వాలను, ఆవులను ముంచేయండి!' అంటూ అష్టదిక్కుల నుండి

గ్రామశక్తులను పిలిచింది. తన తమ్ముడు పోతురాజును రప్పించింది. ఆకాశం ఏకమై కారుమేఘాలు కమ్ముకున్నాయి. ప్రళయ వాయువులు వీచాయి. పాలేరు ఉప్పొంగి, చెట్లను, గుట్టలను ముంచెత్తుతూ ప్రవహించింది. ఆవులు నీటిలో మునిగిపోతూ, ఒకరినొకరు గుద్దుకుంటూ ఆర్తనాదాలు చేశాయి. ఆ సెత్తుటి దృశ్యాన్ని చూసిన యాదవుల అండ, దైవస్వరూపమైన బసవన్న కాలాగ్ని రుద్రుడిలా మారాడు. కొండలు దద్దరిల్లేలా ఒక్కసారిగా పోటు రంకె వేశాడు. ఆ దైవికమైన అరుపుకు భూమి కంపించింది, ఉప్పొంగిన పాలేరు నీరు భయంతో రెండుగా చీలిపోయి పక్కకు తప్పుకుంది! ఆవులన్నీ ప్రాణాపాయం నుండి తప్పించుకుని ఆవలి ఒడ్డుకు చేరుకున్నాయి.

నదిని దాటిన గర్వంతో కాటమరాజు గుడారం వేసుకుని విశ్రమిస్తుండగా, పద్మనాయుడు ఆందోళనగా పరుగెత్తుకుంటూ వచ్చాడు. 'బావా! మన మందలో అత్యంత పవిత్రమైన, ముద్దులొలికే మట్టి పెయ్య (ఒక విశిష్టమైన లేగదూడ) కనిపించడం లేదు' అని చెప్పాడు.

అయ్యా... అప్పుడు జరిగిందయ్యా అసలు మాయ! బసవన్న అరుపుకు నీళ్లు పక్కకు తప్పుకున్నాయని కాటమరాజు విర్రవీగుతున్న సమయంలో, తన మాటను ధిక్కరించిన ఆ యాదవ రాజు అహంకారాన్ని శాశ్వతంగా పాతాళానికి తొక్కాలని గంగమ్మ నిర్ణయించుకుంది. మట్టి పెయ్యను ఒక నీటి గుండం కింద బండరాతి మాటున దాచిపెట్టిన గంగమ్మ, ఒక్కసారిగా తన చేతిని గాలిలో ఊపింది. కనురెప్ప వేసే లోపు... ఆకాశాన్ని తాకుతున్న ఆ పాలేటి నీళ్లన్నీ ఉడుకుతున్న ఇనుప పెనం మీద నీళ్లు చల్లినట్లు 'స్సుయ్' మని శబ్దం చేస్తూ అమాంతం గాలిలో ఆవిరైపోయాయి! పన్నెండు ఆమడల పశువులు కనీసం నాలుక

తడుపుకోవడానికి నదిలో ఒక్క చుక్క నీరు కూడా లేకుండా పాలేటిని పూర్తిగా ఎండబెట్టింది ఆ తల్లి!

ఆ దృశ్యం చూస్తే గుండెలు పగిలిపోవాల్సిందే తండ్రీ! క్షణాల క్రితం నిండుగా పారిన నది, ఇప్పుడు ఒక భయంకరమైన, ఎండిన లోయలా మారిపోయింది. నది అడుగున ఉన్న బురదలో వేలాది చేపలు, తాబేళ్లు నీళ్లు లేక గిలగిలలాడుతూ, ఊపిరి ఆడక నెత్తురు కక్కుతూ ప్రాణాలు వదులుతున్నాయి. గాలిలో పచ్చి చేపల వాసన, ఎండుతున్న నాచు, మరియు కాలుతున్న బురద వాసన ఉక్కిరిబిక్కిరి చేస్తోంది. కళ్లెదుటే ఉన్న జలాశయం మాయమవ్వడంతో పశువులు భయంతో వణికిపోయాయి. గుక్కెడు నీరు లేక, ఆ భయంకరమైన ఉక్కపోతకు లేగదూడలు గిలగిలలాడుతూ, కళ్లు తేలేసి ఆ ఎండిన బురదలోనే మూర్ఛపోయి కుప్పకూలాయి! లక్షలాది ఆవులు తమ దూడలను చూసి గుండెలు బాదుకుంటూ ఆకాశం వైపు చూసి పెడుతున్న ఆర్తనాదాలు ఆ అడవిని దద్దరిల్లజేశాయి.

ఆ హృదయ విదారక దృశ్యాన్ని చూసిన కాటమరాజు గుండె బద్దలైపోయింది. నదిని జయించానన్న కాటమరాజు గర్వం ఒక్కసారిగా ఆవిరైంది. అహంకారం కరిగి ఆవేదన మిగిలింది. ఆ రాత్రి కాటమరాజు కలలోకి అతని ఇష్టదైవం, పూర్వీకుడైన పోలురాజు వచ్చి, 'నాయనా! గంగ సామాన్యురాలు కాదు, తరాల నాటి మన కులదేవత. ఆమెను పూజించకుండా ఆ పాకనాటి పగను సాధించలేవు. అహంకారం వీడి ఆమెకు శరణుకోరు' అని మార్గనిర్దేశం చేశాడు.

మరునాడు ఉదయం కాటమరాజు, పద్మనాయుడు, యల్లయ్యలతో కలిసి పసుపు బట్టలు ధరించి, పూజాద్రవ్యాలతో ఆ ఎండిన పాలేరు నది

బురదలోకి నడిచాడు. ఎప్పుడూ శత్రువుల ముందు వంగని ఆ యాదవ రాజు తల, తన పశువుల కోసం వంగింది. తన ఆయుధాన్ని కింద పెట్టి, రెండు చేతులు జోడించి ఆ గంగమ్మ తల్లికి మోకరిల్లి అంజలి ఘటించాడు.

'శరణు భయంకరి! శరణు శంకరి! శరణు పరంజ్యోతి! అజ్ఞానంతో నీపై అహంకారం ప్రదర్శించాను. ముక్కోటి దేవతలకు మూలమైన నిన్ను సామాన్య నదిగా భావించాను. తల్లివి నువ్వు, బిడ్డలం మేము. నా పశువులను రక్షించు తల్లీ! మట్టె పెయ్యను తిరిగి ఇవ్వు. ఈ పాకనాటి యుద్ధంలో మేము గెలిచి వస్తే, నీకు ఏనుగుల మెదడులతో పూజలు చేస్తాను, శత్రువుల తలలతో నీకు తోరణాలు కడతాను' అని భక్తి పారవశ్యంతో, కన్నీళ్లతో ప్రార్థించాడు. ఆ వీరుడి కన్నీళ్లు ఆ ఎండిన బురద మీద పడగానే, గంగమ్మ తల్లికి ఉన్న కోపం నీరుగారిపోయింది.

ఆ పశ్చాత్తాపానికి గంగ మనసు కరిగింది. చిరునవ్వు నవ్వింది. ఆమె నవ్వగానే, ఆకాశం నుంచి ఒక ఉరుము లాంటి శబ్దంతో, అప్పటివరకు ఆమె మాయ చేసి దాచిన నీళ్లన్నీ అమాంతం ఉప్పొంగి వచ్చాయి! మళ్లీ పాలేరు నిండుకుండలా, అమృతంలా ప్రవహించడం మొదలుపెట్టింది. ఆ నీటి అలకు ఎండిన బురద కొట్టుకుపోయింది. అప్పటివరకు మూర్ఛపోయిన పశువులన్నీ ఆ జలధారల చల్లదనానికి ప్రాణం పోసుకుని లేచి నిలబడ్డాయి. నీటిలోంచి ఉద్భవించిన గంగమ్మ ఆ మట్టె పెయ్యను తిరిగి ఇచ్చింది.

అప్పుడు ఆకాశవాణిలా ఆ తల్లి ఇలా పలికింది: 'రాజా! ఇది కేవలం మీ అహంకారాన్ని అణచడానికి జరిగిన యుద్ధం కాదు. దీని వెనుక ఒక పరమార్థం ఉంది. ఎప్పుడో ఎర్రగడ్డపాటిలో ఐదుగురు రుషులు హరిహరుల కోసం తపస్సు చేసి, వారిలో వారు కలహించుకుని పంచలింగాలుగా

మారారు. ఆ రుషులే ఇప్పుడు యాదవులుగా మీ రూపంలో జన్మించారు. రాబోయే పాకనాటి యుద్ధంలో మీరు ధర్మం కోసం పోరాడి అసువులు బాసి, తిరిగి కైలాసం చేరుకోవాలన్నదే దైవ నిర్ణయం. ఈ మట్టిపై మీ కీర్తి ఆచంద్రతారార్కం నిలిచిపోతుంది. పాకనాటి పొలిమేరలు దాటి వెళ్లండి, విజయీభవ!' అని దీవించి, పసుపు అక్షింతలు చల్లింది.

గంగమ్మ దీవెనలతో యాదవ సైన్యం చెరగని ఆత్మవిశ్వాసంతో, రణభేరీలు మ్రోగిస్తూ ఆ మహారణ్యాల గుండా పాకనాటి వైపు తమ చారిత్రక మహాప్రస్థానాన్ని మళ్లీ ప్రారంభించింది. ఆ అడుగుల చప్పుడు నెల్లూరు రాజ్యపు పునాదులను కదిలించడానికి సిద్ధమైందయ్యా!" అంటూ కొమ్ములవాడు ఆకాశం వైపు ఇత్తడి కొమ్మును ఎత్తి ఒక సుదీర్ఘమైన, గంభీరమైన నాదాన్ని ఊదాడు. ఆ శబ్దం ఆ రాత్రి చీకట్లలో కరిగిపోతూ, మనిషి అహంకారానికి, దైవశక్తికి మధ్య జరిగిన ఆ మహా అద్భుతాన్ని ఆ పల్లె జనం కళ్ల ముందు సజీవంగా నిలిపింది.

17

విరాట పర్వము

కాటమరాజు దక్షిణాది ఆవుల మేపు

గుడారంలో కాగడా మంటలు అకస్మాత్తుగా ఒక భయంకరమైన రాకాసి నాలుకల్లా పైకి లేచాయి. అప్పటివరకు గంగమ్మ తల్లి కరుణతో చల్లబడిన గాలి, ఇప్పుడు అకస్మాత్తుగా ఉడుకుతున్న ఇనుము లాంటి సెగను, పచ్చి మాంసం వాసనను మోసుకొచ్చింది. కొమ్ములవాడి ముఖంలో ఒక ఆరని క్రోధం తాండవిస్తోంది. వాడి కళ్ళు ఎర్రటి నిప్పుల కొలిమిల్లా మారాయి. చేతిలోని వీరణం మీద దరువును ఒక ప్రళయకాల మృదంగంలా, పిడుగులు పడుతున్నట్లుగా 'ఢాం... ఢాం... ఢాం...' అని మోగించడం మొదలుపెట్టాడు. ఆ శబ్దానికి చుట్టూ ఉన్న జనం గుండెలు

అదిరిపోయాయి. వాడు కళ్ళు మూసుకుని, ఒక చేత్తో ఇత్తడి కొమ్మును గాలిలోకి ఎత్తి పట్టుకుని, అమావాస్య చీకట్లను చీల్చుకుంటూ ఆ మహా ఘట్టాన్ని ఆవాహన చేశాడు.

"అయ్యా! కత్తులతో చేసే యుద్ధంలో పౌరుషం ఉంటుంది, కానీ కంటికి కనిపించని కుట్రతో చేసే యుద్ధంలో కేవలం రాక్షసత్వం ఉంటుంది. గంగమ్మ తల్లికి తలవంచి, ఆ తల్లి కరుణతో పాలేరు నదిని దాటిన మన యాదవ సైన్యం, పాకనాటి పొలిమేరల్లోని 'జన్నివాడ గుంటి' పై తమ శిబిరాలను ఏర్పాటు చేసింది. పెన్నానది వెంబడి పడమట గన్నవరం, యరగుడిపాడు, పంచలింగాల కొండల మీదుగా ఆ లక్షలాది ఆవుల మందలు ఒక మహాసముద్రంలా ప్రవహించాయి. ఆకాశాన్ని తాకే ఆ నిడిగంటి గుంటిపై పడిగలు, గొడుగులు, జమిడి గుడారాలు, మేఘడంబరాలు వెలిశాయి. ఆ గుంటిపై నిలబడి చుట్టూ పరుచుకున్న పాకనాటి పచ్చదనాన్ని చూసిన కాటమరాజుకు గుండెల్లో రణోత్సాహం పొంగిపొర్లింది. తన అంతరంగికుడు పద్మనాయుడిని పిలిచి, 'మరిది రాఘవా! ఈ గుంటిపై మనం చదరంగం ఆడదాం. కానీ, దానికి ముందు మన భవిష్యత్తును చెప్పడానికి ఒక బ్రాహ్మణోత్తముడిని పిలిపించు' అని ఆజ్ఞాపించాడు.

సరిగ్గా అదే సమయానికి, దైవమాయో ఏమో, కమండలం, దర్భలు చేతబూని ఒక వృద్ధ బ్రాహ్మణుడు అక్కడికి వచ్చాడు. ఆ విప్రుడికి పాదపూజ చేసి, తమ భవిష్యత్తును చెప్పమని కాటమరాజు వేడుకున్నాడు. ఆ బ్రాహ్మణుడు మరెవరో కాదు బాబయ్యా... సాక్షాత్తూ తమ ఇలవేల్పు పల్లికొండ పెరుమాళ్ళే ఆ వేషంలో దారిచూపడానికి వచ్చాడు! ఆ బ్రాహ్మణుడు ఆ జన్నివాడ గుంటి వైపు చూస్తూ యాదవ

వంశ క్రమాన్ని వివరించి గంభీరంగా ఇలా అన్నాడు: 'రాజా! ఈ నిడిగంటి గుంటి చరిత్ర సామాన్యమైనది కాదు. సీతమ్మను అపహరించుకుపోతున్న రావణుడు ఇక్కడ చదరంగం ఆడి ఓడిపోయాడు. వానర సైన్యం వారధి కడుతున్నప్పుడు హనుమంతుడు జారవిడిచిన పర్వతం ఇది. దేవతలు, చక్రవర్తులు ఇక్కడ జూదమాడి సర్వస్వం కోల్పోయారు. ఈ గుంటిపై మీరు ఆడే ఈ జూదం కూడా పెను ప్రళయానికి దారితీస్తుంది. నెల్లూరి రాజులతో మీకు ఏడు తరాల పగ ఉంది, అది ఇప్పుడు బలిమిగొంటుంది. రాబోయే సూర్యగ్రహణం నాడు మీ ఆవులపై నెత్తుటి వర్షం కురవనుంది. జాగ్రత్త!' అని హెచ్చరించాడు. మాట నిలబెట్టుకోవడం ప్రాణాల కంటే గొప్పదని హితవు పలికాడు. ఆ మాటలు విన్న కాటమరాజుకు వచ్చింది సామాన్య బ్రాహ్మణుడు కాదని అర్థమైంది. ఆ భక్తిపారవశ్యంతో, 'ఏమొచ్చినా నేను చూసుకుంటాను!' అని యాదవులకు అభయమిచ్చాడు.

ఆ పాకనాడు మామూలుది కాదయ్యా... ఎటు చూసినా మనిషి ఎత్తు పెరిగే పచ్చటి గడ్డి, కరువు అనేది ఎరుగని ఎర్రటి సారవంతమైన మట్టి. ఆ పచ్చికను చూడగానే ధర్మబద్ధుడైన కాటమరాజు తన ఖడ్గాన్ని పక్కనబెట్టి ఆలోచనలో పడ్డాడు. 'మన ఆవులు ఈ పాకనాటి పచ్చికను ఆరగించాలంటే, ముందుగా ఈ నేల రాజుకు పుల్లరి చెల్లించడం యాదవుల ధర్మం. కత్తితో భూమిని గెలవగలం, కానీ ధర్మంతోనే నెత్తురు పారకుండా ఈ మూగజీవాల కడుపు నింపగలం,' అని నిశ్చయించుకున్నాడు. వెంటనే తన అంతరంగికులలో అత్యంత చతురుడైన ఒక మంత్రిని రాయబారిగా నెల్లూరి ప్రభువైన చోళాది నల్లసిద్ధిరాజు కొలువుకు పంపాడు.

పెన్నానది తీరాన, వజ్రవైఢూర్యాలు పొదిగిన అష్టాదశ స్తంభాల మహామండపంలో, సింహాసనంపై గర్వంగా ఆసీనుడై ఉన్నాడు

నల్లసిద్ధిరాజు. అతని చుట్టూ మంత్రులు, దండనాయకులు, సామంతులు కొలువుదీరి ఉన్నారు. దర్బారులో నిశ్శబ్దాన్ని చీల్చుకుంటూ యాదవ రాయబారి అడుగుపెట్టాడు. అతని పాదాలకు ఉన్న మట్టివాసన, ఆ దర్బారులోని అగరువాసనలను పక్కకు నెట్టింది. తలవంచకుండా, రాజుకు గౌరవప్రదంగా అభివాదం చేసి గంభీరంగా ఇలా అన్నాడు: 'రాజాధిరాజ! చోళ కులతిలక! ముక్కోటి దేవతల చల్లని దీవెనలు పొందిన యాదవ రాజశేఖరుడు, మా ప్రభువు కాటమరాజు తన లక్షలాది గోగణాలతో మీ పాకనాటి పొలిమేరలకు చేరుకున్నారు. ఉత్తరాది కరువులో మా ఆవుల గొంతులు ఎండుతుంటే, మీ పాకనాటి పచ్చదనం మాకు ప్రాణం పోస్తుందని వచ్చాము. పగలు, ప్రతీకారాలు పక్కనబెట్టి, మా గోవులు మీ భూముల్లో స్వేచ్ఛగా మేసేందుకు, చెరువుల్లో నీళ్లు తాగేందుకు ఎంత పుల్లరి కావాలో అడగండి. చెల్లించి, న్యాయబద్ధంగా కౌలు పొందడానికి మా రాజు సిద్ధంగా ఉన్నారు.'

ఆ మాటలు వినగానే నల్లసిద్ధిరాజు పెదవులపై ఒక గంభీరమైన చిరునవ్వు వికసించింది. పాకనాటి రాజ్యాధికార గర్వంతో సింహాసనంపై ముందుకు వంగి, ఆ రాయబారి కళ్లలోకి సూటిగా చూస్తూ ఆ నేల ధర్మాన్ని, ఒప్పందపు నియమాన్ని ఒక కవిత్వంలా ఇలా పలికాడు: 'ఓయీ గొల్ల రాయబారీ! మా పాకనాటి పచ్చిక అంటే సామాన్యమైనది కాదు. వానదేవుని కరుణతో, పాలేటి జలాలతో ఉద్భవించిన ఈ నేల ధర్మం, మా రాజ శాసనం ఒకటే... నీరున బుట్టిన పూరెల్ల మీది, ఆవుకు పుట్టిన కోడెల్ల మాది! అవును, ఈ గడ్డమీద నీటి స్పర్శతో పుట్టిన ప్రతి గడ్డిపోచా నెల్లూరి రాజ్యానిదే. ఆ పచ్చికను మేసి మీ ఆవులకు పుట్టిన ప్రతి కోడెదూడా మీదే. కాబట్టి, ఆ పూరికి (గడ్డికి) బదులుగా, పుల్లరిగా మీ

మందల్లో పుట్టిన కోడెలను కానీ, లేదా దానికి సరితూగే సువర్ణాన్ని కానీ ఈ నెల్లూరి ఖజానాకు చెల్లించాలి. అదే మన మధ్య కౌలు.'

నల్లసిద్ధిరాజు చేసిన ఆ నిర్మొహమాటమైన ఒప్పందపు ప్రతిపాదనకు యాదవ రాయబారి ఏమాత్రం బెదరలేదు. అతడి ముఖంలో ఒక రాజసం ఉట్టిపడింది. 'రాజా! శివుని దయ వల్ల యాదవుల సంపద కొలిస్తే తరిగేది కాదు, తోడితే అయిపోయేది కాదు. మా ఆవుల ప్రాణాల ముందు ఈ లోకంలోని సంపదంతా దిగదుడుపే!' అంటూ తన వెంట తెచ్చిన బరువైన ఎద్దుల తోలు సంచులను దర్బారు మధ్యలో కిందకు వంచాడు.

అంతే బాబయ్యా! అప్పటివరకు ప్రశాంతంగా ఉన్న నెల్లూరి కొలువు ఒక్కసారిగా అవాక్కయింది. ఆ సంచుల నుండి లక్షలాది అచ్చమైన బంగారు 'మాడలు' జలజలమంటూ నేలపై రాలాయి! ఆ బంగారు నాణేల కాంతికి దర్బారులోని సూర్యకాంతి కూడా చిన్నబోయింది. అవి నేలను తాకుతున్న శబ్దం, ఒక మహా జలపాతం హోరులా సిద్ధిరాజు చెవుల్లో మార్మోగింది. ఆ నాణేలపై ఉన్న యాదవుల వృషభ ముద్రలు నెల్లూరి సామంతుల కళ్లను చెదిరిపోయేలా చేశాయి. దేవేంద్రుని ఖజానా భూమిపైకి దిగివచ్చిందా అన్నట్లుగా ఆ బంగారు రాసులు సింహాసనం మెట్లను తాకాయి. 'ఇది మా పశుపతి కాటమరాజు పంపుతున్న పుల్లరి రాజా! నీరున బుట్టిన పూరెల్ల మాది, ఆవుకు పుట్టిన కోడెల్ల మీది అన్న మీ ధర్మానికి మేము కట్టుబడి ఉన్నాం. మా ఆవులు మేసిన ప్రతి గడ్డిపోచకు, తాగిన ప్రతి నీటిబొట్టుకు ఇది వెల. ఇప్పుడు చెప్పండి, పాకనాటి కౌలు మాకు ఇస్తారా, లేదా?' అని రాయబారి సింహంలా గర్జించాడు.

యాదవుల సిరిసంపదలను, ఆ మూగజీవాల పట్ల వారికున్న అపారమైన ప్రేమను కళ్లారా చూసిన నల్లసిద్ధిరాజు నివ్వెరపోయాడు. అతనిలోని గర్వం కరిగిపోయి, రాజుకు ఉండాల్సిన ధర్మబుద్ధి మేల్కొంది. వెంటనే తన మంత్రులను పిలిచి, ఒక తామ్ర శాసనాన్ని తెప్పించాడు. 'యాదవ రాయబారీ! మీ రాజు కాటమరాజు పంపిన పుల్లరిని నెల్లూరి రాజ్యం సగౌరవంగా స్వీకరిస్తోంది. నాటి నుంచి నేటి వరకు, ఇక ఏనాటికైనా పాకనాటి భూముల్లో మీ కామధేనువులు స్వేచ్ఛగా ఆరుగాలం మేసుకోవచ్చు. పాకనాటిలో గడ్డికి, చెరువులో నీటికి మా వైపు నుండి ఎటువంటి అడ్డూ ఉండదు. ఇది ఈ చోళ రాజు ఇస్తున్న పక్కా కౌలు!' అంటూ తన రాజముద్ర వేసిన శాసనాన్ని రాయబారి చేతికి అందించాడు. శాసనం తీసుకుని రాయబారి విజయగర్వంతో వెనుతిరిగాడు. సిద్ధిరాజు ఆనందంగా ఆ బంగారు రాసులను తన ఖజానాకు తరలించమని ఆజ్ఞాపించాడు.

కానీ తండ్రీ... విధి ఆడే వింత నాటకం చూడండి. ఆ కాలపురుషుడు ఆ కొలువు మంటపపు పైకప్పుపై కూర్చుని వికృతంగా నవ్వుతున్నాడు! ఆ రోజు సాయంత్రం, సూర్యుని ఎర్రటి కిరణాలు రాజప్రాసాదపు కిటికీల గుండా ఆ బంగారు మాడలపై పడినప్పుడు, ఒక భయంకరమైన అద్భుతం జరిగింది. ఆ నాణేలు తమ బంగారు రంగును కోల్పోయి, అచ్చం గడ్డకట్టిన పచ్చి రక్తం ముద్దల్లా మెరిశాయి! ఆ పుల్లరి ఒప్పందం రెండు రాజ్యాల మధ్య శాంతిని కాదు, త్వరలో పెన్నానదిని రక్తపుటేరుగా మార్చబోయే ఒక మహా సంగ్రామానికి పునాది అని ఆ క్షణంలో ఎవరికీ అర్థం కాలేదు.

ఆ తామ్ర శాసనంతో యాదవులు తమ పశువులను పాకనాటి పచ్చిక బీళ్లలో స్వేచ్ఛగా మేపడం ప్రారంభించారు. కానీ పన్నెండున్నర

ఏళ్లు కరువుతో మాడిపోయిన ఆ లక్షలాది ఆవుల ఆకలి ముందు ఆ బీళ్లు ఎన్ని రోజులు సరిపోతాయి? ఆ మహా గోగణం అడవులు దాటి, ఆ నెల్లూరు కాపులు పండించుకున్న బంగారు వరిపొలాల మీద పడ్డాయి. మరులుతీరే రాజనాలు, సన్నవడ్లు, పచ్చగన్నేరు వడ్లు, కస్తూరి నిగనాలు, ముత్యపు సరులు, బంగారు తీగలు లాంటి అద్భుతమైన వరి చేలను ఆవులు కొరికి మేసేశాయి. వనాలకు వనాలు, పండ్ల తోటలు ఆవుల కాలికింద నలిగిపోయి భూమి నెర్రెలు బారింది. కళ్లెదుటే తమ బతుకులు బుగ్గిపాలవుతుంటే, నెల్లూరి కాపులు కన్నీరుమున్నీరుగా ఉరకలు వేస్తూ చోళాది నల్లసిద్ధిరాజు కొలువుకు చేరుకుని మొరపెట్టుకున్నారు. కానీ ధర్మబద్ధుడైన సిద్ధిరాజు చలించలేదు. 'గొల్లరాజుకు పుల్లరి తీసుకుని కొలు ఇచ్చాను. సత్యం తప్పితే దేవతలు క్షమించరు. మీ నష్టానికి నేను నా కొటారుల నుండి ధాన్యం ఇస్తాను, కానీ గొల్లరాజుతో తగవు వద్దు' అని తేల్చి చెప్పాడు.

సిద్ధిరాజు న్యాయానికి కట్టుబడినా, కాపుల గుండెల్లో రగులుతున్న పగ చల్లారలేదు. వారు నేరుగా సిద్ధిరాజు చిన్నభార్య, పడవీటి పట్నపు రాజు కూతురైన కుందమాదేవి దగ్గరకు వెళ్లి తమ గోడు వెళ్లబోసుకున్నారు. ఆ మదిరాక్షి కోపంతో అగ్నిపర్వతంలా రగిలిపోయింది. తన భర్త పిరికివాడని నిందించి, వెంటనే తన అన్న పడవీటి భావరాజుకు కబురు పంపింది. 'అన్నా! గొల్లరాజు ఆవులను నువ్వు సంహరించకపోతే, ఇప్పుడే నీ కళ్లెదుటే విషం తాగి ప్రాణాలు వదులుతాను' అని బెదిరించింది. దానికి భావరాజు మండిపడుతూ, 'పాపకర్మురాలా! ధర్మబద్ధమైన ఆవులను చంపడం మహాపాతకం. కురుక్షేత్రం, కారంపూడి లాంటి

మహాసంగ్రామాలకు ఆడవారే కారణమైనట్లు, నీవు మన పట్నాలకు అగ్గిపెట్టేలా ఉన్నావు' అని తీవ్రంగా నిందించి వెళ్లిపోయాడు.

అన్న వెళ్లినా కుందమాదేవి పంతం వీడలేదు. అహంకారానికి మారుపేరైన ఆ రాణి, యాదవులను ఎదుర్కోవడానికి కత్తులను నమ్ముకోలేదు, తన మాయను నమ్ముకుంది! ఆమె రహస్యంగా అడవి కోయలను, బోయలను పిలిపించి, ఏడువారాల నగలు లంచంగా ఇచ్చి, కాటమరాజు మందలను నాశనం చేయమని పురమాయించింది. దానికి తోడుగా, తన దగ్గర ఉన్న ఒక పెంపుడు రామచిలుకకు భయంకరమైన, రక్తం తాగే మంత్రాలు చదివి చేతబడి చేసింది. బాబయ్యా... కుందమాదేవి మంత్రించిన ఆ చిలుక, ఇక మామూలు పక్షిగా లేదు. దాని పచ్చటి రెక్కలు రాగి రేకుల్లా కరకుదేరాయి. దాని కళ్ళు రెండు నెత్తుటి చుక్కల్లా వెలుగుతున్నాయి. అది ఆకాశంలో ఏడు యోజనాల పొడవున ఎగిరి, ఆవుల మీద వ్రాలి భయంకరంగా కాకి పలుకులు, గువ్వ పలుకులు కూయసాగింది.

ఆ మాంత్రికమైన అరుపు వినగానే, అమాయకంగా నెమరువేసుకుంటున్న ఆవుల మెదళ్లు మొద్దుబారిపోయాయి. వాటి కళ్లలో ఆకస్మికమైన, పిచ్చి భయం ఆవరించింది. లక్షలాది ఆవులు, వృషభాలు మతిస్థిమితం కోల్పోయి, తమ ముందు ఏముందో చూడకుండా గుడ్డిగా పరుగెత్తడం మొదలుపెట్టాయి. అది పశువుల మంద కాదయ్యా... భయంతో ఉక్కిరిబిక్కిరవుతున్న ఒక మృత్యు సముద్రం! ఆకాశాన్ని కమ్మేసిన దుమ్ము సూర్యుడి కాంతిని మింగేసింది. పగటిపూటే కారుచీకట్లు కమ్ముకున్నాయి. ఆవులు ప్రాణభయంతో ఒకదానినొకటి గుద్దుకుంటున్నాయి, కొమ్ములు తగిలి పొట్టలు చీలిపోతున్నాయి. ఆ

తొక్కిసలాటలో జరిగిన ఘోరం చూస్తే రాతి గుండెలు కూడా పగిలిపోవాల్సిందే. నిలబడటానికి కూడా బలం చాలని పసి ప్రాణాలు, పాలు తాగే లేగదూడలు ఆ బరువైన ఆవుల గిట్టల కింద పడిపోయాయి. ఆ బరువైన గిట్టలు వాటి లేత దేహాలను నలిపేస్తుంటే, ఆ పసిదూడల ఎముకలు 'టప్... టప్' మని విరిగే శబ్దాలు ఆ దుమ్ములో ఘోరంగా వినిపించాయి. లేగదూడల పొట్టలు పగిలి, పేగులు బయటకు వచ్చి నెత్తురు కక్కుతూ ఆ పచ్చిక బీళ్లలోనే ప్రాణాలు వదిలాయి. పచ్చటి గడ్డి అంతా ఆ పసిదూడల రక్తం, కండమాంసాలతో ఎర్రటి బురదగా మారిపోయింది!

తన కళ్లెదుటే, తాను కన్నబిడ్డలకన్నా మిన్నగా ప్రేమించే లేగదూడలు గిట్టల కింద నలిగిపోయి, నెత్తుటి ముద్దలుగా మారడం చూసిన కాటమరాజు గుండె బద్దలైంది. కళ్లల్లోంచి కన్నీటికి బదులు అగ్ని జ్వాలలు రాలాయి. 'నా పసికందులను చంపిన ఆ మాయ పక్షి నెత్తురు గాలిలో కలవాలి!' అని గర్జించాడు. ఇది గమనించిన పద్మనాయుడు కాలాగ్ని రుద్రుడిలా ఉరికాడు. తన గాండీవం లాంటి వింటిని ఎక్కుపెట్టి, ఆకాశంలో గిరగిరా తిరుగుతున్న ఆ పక్షిని గురిచూసి ఒకే ఒక్క బాణాన్ని సంధించాడు. ఆ బాణం గాలిని చీల్చుకుంటూ ఒక ఉరుములా దూసుకెళ్లి, ఆ మాయ చిలుక గుండెల్లో దిగింది! నెత్తురు కక్కుతూ ఆ పక్షి నేలకూలుతూ, 'మూడు నెలల పద్దెనిమిది రోజులకు మీరంతా ఎర్రగడ్డపాటి రణంలో నేలకొరుగుతారు!' అని ఘోరంగా శపించి ప్రాణాలు వదిలింది.

విధి ఎంత క్రూరమైనదంటే... సరిగ్గా ఆ సమయంలోనే ఆకాశంలో సూర్యుడిని రాహువు కమ్మేశాడు. పల్లికొండ పెరుమాళ్లు చెప్పినట్లే, పట్టపగలే చీకట్లు అలుముకుంటున్న సూర్యగ్రహణ సమయం

ఆసన్నమైంది! అవేమీ పట్టని గోపాలకులు పెన్నానదిలో గుడుగుడు గుంజం ఆడుతూ, ఈదులాడుతూ ఆదమరిచి ఉన్నారు. సరిగ్గా అదే అదనుగా భావించి, తొమ్మిది వేల మంది బోయ మూకలు చీకట్లో క్రూరమృగాల్లా ఆవుల మందపై పడ్డారు. వారి చేతుల్లోని ఈటెలు, బల్లాలు ఆవుల పచ్చని శరీరాలను చీల్చిచెండాడాయి. చూడి ఆవుల పొట్టలు పగిలాయి, పసి లేగదూడల గుండెల్లో బాణాలు దిగాయి, పుల్లయెద్దుల కాళ్లు విరిగి నేలకొరిగాయి. పశువుల ఆర్తనాదాలు పెన్నానది అలలను మించి ఆకాశాన్ని తాకాయి. కోతకు గురైన వందలాది గోవుల రక్తం ఏరులై పారి, కనిగిరి చెరువును ఎర్రటి రక్తసముద్రంగా మార్చేసింది.

ఆ కారుచీకట్లో, తీవ్ర గాయాలతో నెత్తురోడుతూ, పేగులు బయటపడుతున్నా తమ యజమానిని చేరుకోవాలన్న ఆరాటంతో ఆవులు, ఎద్దులు జన్నివాడ గుంటికి ఈడ్చుకుంటూ వచ్చాయి. ఆ దారుణాన్ని చూసిన కాటమరాజు, పద్మనాయుడు, ఎర్రయ్యల గుండెలు బద్దలయ్యాయి. కన్నీరు మున్నీరుగా విలపించారు. చనిపోయిన తమ కన్నబిడ్డల్లాంటి గోవులకు పంచవాద్యాలతో, పరమశివుని ధ్యానిస్తూ పూజలు చేసి, వాటి ఆత్మలను కైలాసానికి సాగనంపారు.

తమ పశువుల ప్రాణాలు తీసింది ఆ సిద్ధిరాజే అని యాదవులు రగిలిపోయారు. కానీ అదే సమయంలో సిద్ధిరాజు మంత్రి తిక్కనామాత్యుడు రంగంలోకి దిగాడు. ఒక అద్భుతమైన మాంత్రిక వాస్తవికతను ప్రదర్శిస్తూ, దైవ పరీక్షలు పెట్టి, మంత్రశక్తులను ఆవాహన చేసి, ఆ గోహత్య వెనుక సిద్ధిరాజు ప్రమేయం ఏమాత్రం లేదని నిరూపించాడు. నిజం తెలుసుకున్న యాదవ గోసంగి వీరులు ప్రళయకాల రుద్రుల్లా అడవుల వెంట పడ్డారు.

దాడి చేసిన ఆ బోయలను వెంబడించి, ఊచకోత కోసి, వాళ్ల పచ్చి తలకాయలు నరికి తెచ్చి గుట్టలుగా పోశారు.

ఆ గోహత్య చేయించింది తన చిన్న భార్య కుందమాదేవే అని తెలుసుకున్న నల్లసిద్ధిరాజు కుమిలిపోయాడు. ఒక ఆడదాని మాటలు విని ఇంతటి ఘోర పాపానికి కారణమయ్యానని తీవ్ర పశ్చాత్తాపంతో రగిలిపోయాడు. కన్నీళ్లతో తన తల్లి గుణమతి దేవి వద్దకు వెళ్లి మొరపెట్టుకోగా, ఆ తల్లి 'ఇంతటి వినాశనానికి కారణమైన ఆ కుందమాదేవిని శాశ్వతంగా వదిలిపెట్టు' అని కొడుకును కోరింది.

కానీ బాబయ్యా... అప్పటికే జరగాల్సిన ఘోరం జరిగిపోయింది. రక్తం కళ్లచూసిన యాదవులు శాంతించలేదు. ఆగ్రహంతో రగిలిపోతున్న కాటమరాజు సేనలు నెల్లూరు కోటను ముట్టడించాయి. పాకనాటి పండ్ల తోటలను, వనాలను సర్వనాశనం చేశాయి. ఇక ఈ పగ కత్తులతోనే తేలాలని నిర్ణయించుకున్న కాటమరాజు, ఆ ఎర్రగడ్డపాటి మైదానం వైపు తన సైన్యాన్ని నడిపించాడు. ఆ ఎర్రగడ్డపాడులో తమ పట్టు గుడారాలను ఏర్పాటు చేసుకుని, భీకరమైన మహాభారత యుద్ధానికి కదనభేరీలు మ్రోగించారయ్యా!"అంటూ కొమ్ములవాడు తన గుడారంలో ఒక్కసారిగా గాలి పీల్చుకున్నాడు. వీరణం మీద ఒక మహా సంగ్రామానికి సూచికగా, ఆకాశం దద్దరిల్లేలా దరువు వేశాడు. "అయ్యా! పసిదూడల నెత్తురు నేలమీద పడితే యాదవ వీరుల కత్తులు ఊరుకుంటాయా? ఆ పుల్లరి శాసనం, ఆ మాయ చిలుక చిందించిన రక్తం, ఆ సూర్యగ్రహణపు చీకట్లో జరిగిన గోహత్య... ఈ మహా దారుణాలు రెండు జాతులను ఎర్రగడ్డపాటి యుద్ధం వైపు అడుగులు వేయించాయయ్యా!" అంటూ ఇత్తడి కొమ్మును పైకెత్తి ఒక సుదీర్ఘమైన, గంభీరమైన రణనాదాన్ని ఊదాడు. ఆ శబ్దం ఆ

రాత్రి చీకట్లలో కరిగిపోతూ, కుందమాదేవి చేతబడికి, బోయల కత్తులకు నలిగిపోయిన పసిదూడల ఆర్తనాదాలను ఆ పల్లె జనం కళ్ల ముందు సజీవంగా నిలిపింది.

18

రాయభార పర్వము

భట్టు రాయభారం

గుడారంలో కాగడా మంటలు ఒక భయంకరమైన, అదుపు తప్పిన ప్రళయ పవనంలా ఎగసిపడుతున్నాయి. అప్పటివరకు నెత్తురోడుతున్న లేగదూడల మరణాలతో ఒక భయానకమైన శ్మశాన నిశ్శబ్దాన్ని మోసుకొచ్చిన గాలి, ఇప్పుడు అకస్మాత్తుగా ఉడుకుతున్న ఇనుము లాంటి సెగను, పగతో రగులుతున్న పచ్చి మాంసం వాసనను వెదజల్లుతోంది. కొమ్ములవాడి ముఖంలో ఒక ఆరని క్రోధం తాండవిస్తోంది. వాడి కళ్ళు ఎర్రటి నిప్పుల కొలిమిల్లా మారాయి. చేతిలోని వీరణం మీద దరువును ఒక ప్రళయకాల మృదంగంలా, పిడుగులు పడుతున్నట్లుగా

'ఢాం... ఢాం... ఢాం...' అని మోగించడం మొదలుపెట్టాడు. ఆ శబ్దానికి చుట్టూ ఉన్న జనం గుండెలు అదిరిపోయాయి. వాడు కళ్ళు మూసుకుని, ఒక చేత్తో ఇత్తడి కొమ్ముని గాలిలోకి ఎత్తి పట్టుకుని, అమావాస్య చీకట్లను చీల్చుకుంటూ ఆ మహా ఘట్టాన్ని ఆవాహన చేశాడు.

"అయ్యా! కత్తులతో చేసే యుద్ధంలో పౌరుషం ఉంటుంది, కానీ కంటికి కనిపించని కుట్రతో చేసే యుద్ధంలో కేవలం రాక్షసత్వం ఉంటుంది. కుందమాదేవి పంపిన మాయ చిలుక, అడవి బోయల దొంగ దెబ్బలతో ఎర్రగడ్డపాటి మట్టి పసిదూడల నెత్తుటితో తడిసిపోయింది. ఆ మారణహోమానికి యాదవ జాతి రక్తం ఉడికిపోతోంది. కాటమరాజు తన అపారమైన, గాయపడిన ఆలమందలతో ఎర్రగడ్డపాటి మైదానంలో ఒక కదిలే అగ్నిపర్వతంలా గుడారాలు వేసుకుని ఉన్నాడు. ఆ నెత్తుటి వాసన ఇంకా గాలిలోనే ఉంది. ఇలాంటి సమయంలో, అసలు జరిగిందేమీ తెలియనట్లు నల్లసిద్ధిరాజు నెల్లూరు నుండి తన రాయబారిని పంపాడు. ఆ రాయబారి పేరే 'రాయ శృంగావతి'. వాడు మామూలు మనిషి కాదు బాబయ్యా... అహంకారానికి, చోళ రాజుల గర్వానికి నిలువెత్తు రూపం. ఒక పెద్ద రథం మీద, చుట్టూ సైనికులు మోహరించి రాగా, రాయ శృంగావతి ఎర్రగడ్డపాటి యాదవ శిబిరంలోకి ప్రవేశించాడు. వాడు రథం దిగుతుంటే వాడి ఒంటి మీది ఇనుప కవచాలు 'గణగణ' మ్రోగాయి. వాడు అడుగుపెడుతున్న ఆ మట్టిలో ఇంకా మన పసిదూడల పచ్చి నెత్తురు అంటి ఉంది. కానీ వాడి ముఖంలో ఏమాత్రం పశ్చాత్తాపం లేదు, కేవలం ఒక కుటిలమైన గర్వం మాత్రమే ఉంది.

రాయ శృంగావతి నేరుగా కాటమరాజు కొలువు తీరిన మహా గుడారంలోకి అడుగుపెట్టాడు. అక్కడ కాటమరాజు ఒక మహా

శిలాశాసనంలా, కళ్లు మూసుకున్న కాలాగ్ని రుద్రుడిలా సింహాసనం మీద కూర్చుని ఉన్నాడు. ఆయన చుట్టూ పద్మరాఘువుడు, ఎర్రయ్య, బీరన్న లాంటి మహావీరులు కత్తుల పిడుల మీద చేతులు వేసి, ఈ రాయబారిని ఎప్పుడెప్పుడు నరుకుదామా అన్న కసితో ఎదురుచూస్తున్నారు. కొలువులో భయంకరమైన నిశ్శబ్దం ఆవరించి ఉంది. ఆ నిశ్శబ్దాన్ని చీల్చుకుంటూ రాయ శృంగావతి అహంకారంతో గొంతు పెంచాడు. 'ఓ యాదవ రాజా! మా నెల్లూరి పచ్చిక మేసి, మా పాలేటి నీళ్లు తాగి బలిసిన మీ పశువులకు మా మహారాజు నల్లసిద్ధిరాజుకు పుల్లరి చెల్లించాలి. మీరు మా భూముల్లోకి వచ్చి ఏళ్లు గడుస్తున్నా ఒక్క రాగి నాణెం కూడా కట్టలేదు. మీ ఆవులు మా కాపుల వరి చేలను, పండ్ల తోటలను నాశనం చేశాయి. ఆ నష్టానికి పరిహారం, ఈ పశువుల మేతకు పుల్లరి వెంటనే చెల్లించండి. లేదంటే, మీ మందలను నెల్లూరి కత్తులకు బలిచేయాల్సి వస్తుంది!' అని విర్రవీగుతూ గర్జించాడు.

ఆ మాటలు కొలువులో పడగానే, వాతావరణం ఒక్కసారిగా వేడెక్కింది బాబయ్యా! కాటమరాజు మాట్లాడలేదు, ఆయన కళ్లు తెరిచి ఒక్కసారి తన పక్కన ఉన్న బంటు వైపు చూశాడు. ఆయన పక్షాన రాయబారం నడపడానికి యాదవ సింహం 'కొమార బంగారం' అడుగు ముందుకు వేశాడు. వాడు మామూలు భట్టు కాదు తండ్రీ... కత్తి కన్నా పదునైన మాటలతో శత్రువుల గుండెల్ని చీల్చే వాక్పరాక్రమశాలి. కొమార బంగారం నడుస్తుంటే ఆ నేల అదిరింది. వాడి కళ్లు కోపంతో అగ్నిగుండాల్లా మారాయి. 'ఓరి చోళ పశువా రాయ శృంగావతీ!' అని కొమార బంగారం ఒక ఉరుములా గర్జించాడు. ఆ గర్జనకు రాయ శృంగావతి గుండె ఒక్క క్షణం ఆగిపోయింది. 'పుల్లరి కట్టలేదంటావా? ఎద్దుల సంచుల కొద్దీ అచ్చమైన

బంగారు మాడలను మీ నల్లసిద్ధి కొలువులో కుమ్మరించినప్పుడే, ఆ పుల్లరి ఒప్పందం ముగిసిపోయింది. ఆనాడే మీ రాజు మాకు రాగి శాసనం రాసి ఇచ్చాడు. కానీ ఆ బంగారు మాడలు మీ పాపాలకు ఏనాడో నెత్తురు ముద్దలుగా మారిపోయాయి! అయినా పుల్లరి అడగడానికి నీకు ఎంత గుండెరా?' అని మండిపడ్డాడు.

రాయ శృంగావతి తన భయాన్ని దాచుకుంటూ వెటకారంగా నవ్వాడు. 'ఓహో! అడవుల వెంట పశువులను కాసుకుంటూ తిరిగే ఒక సంచార జాతి గొల్లలు, మా చోళ సామ్రాజ్యపు రాజులకే ఎదురు చెబుతారా? ఒప్పందం ఏనాడో చెల్లిపోయింది. మీరు మా పంటలను నాశనం చేశారు. పుల్లరి చెల్లించి ఇక్కడి నుంచి పారిపోండి, లేదంటే మీ పశువుల చర్మాలు వలిచి మా కోట గుమ్మాలకు తోరణాలుగా కడతాం' అని దూషించాడు.

ఆ వెటకారం కొమార బంగారం నరాల్లో పారుతున్న యాదవ రక్తాన్ని అగ్నిలా మార్చింది. అతడు ఒక అడుగు ముందుకు వేసి, తన చేతిని గాలిలోకి ఎత్తి రాయ శృంగావతి ముఖం మీదకి వేలు చూపించాడు. 'ఓరి కుక్కా! కత్తి పట్టి యుద్ధం చేయడం చేతకాని పిరికిపందలు మీ చోళ రాజులు మగాళ్లలా మా మీదకు రాలేక, ఆడాళ్ల రవికెల చాటున దాక్కుని మీ కుందమాదేవి చేసిన చేతబడి పక్షులను మా మీదకు వదిలారు. చీకట్లో దొంగల్లా ఆ అడవి బోయలను ఉసిగొల్పి మా పాలు తాగే పసిదూడలను, నిండు చూడి ఆవులను పొడిచి చంపించారు. నెత్తురు కళ్లజూసిన మీరు ఇప్పుడు పుల్లరి అడుగుతున్నారా? మీ నెల్లూరి రాజులు గాజులు తొడుక్కున్నారా? మా పసికందుల రక్తం ఏరులై పారుతుంటే, ఆ రక్తాన్ని పుల్లరిగా తీసుకుపోవడానికి వచ్చావారా?' అని కొమార బంగారం

వదులుతున్న ప్రతి మాట ఒక బాణంలా రాయ శృంగావతి గుండెల్లోకి దూసుకుపోయింది.

అయ్యా... ఆ మాటల యుద్ధం సాగుతున్నప్పుడు ఆ కొలువులో ఒక భయంకరమైన మాంత్రిక వాస్తవికత చోటుచేసుకుంది! వాళ్ల అహంకారాలు, క్రోధాలు గాలిలో ఒకదానికొకటి ఢీకొంటుంటే, ఆ గుడారంలో వెలుగుతున్న కాగడాల మంటలు అకస్మాత్తుగా నీలం రంగులోకి మారిపోయాయి. యాదవ వీరుల కడుపుల్లో రగులుతున్న కోపాగ్నికి, ఆ గుడారంలోని ఉష్ణోగ్రత ఒక కొలిమిలా మారిపోయింది. కాటమరాజు వెనుక గోడకు వేలాడుతున్న డెబ్బై ఏడు బిరుదులు... సింహాలలాటం, పచ్చల పిడిబాకు, మోరుచివు గొడ్డలి... వాటంతట అవే కదలడం ప్రారంభించాయి. ఆ ఆయుధాలు నెత్తురు కోసం ఆకలితో అరుస్తున్నట్లుగా 'టంగ్... టంగ్' మని ఒకదానికొకటి గుద్దుకుంటూ భయంకరమైన శబ్దం చేస్తున్నాయి. గాలిలో పచ్చి నెత్తురు, కాలుతున్న ఇనుము వాసన, మరియు వర్షం పడకముందే వచ్చే పిడుగుల వాసన ఉక్కిరిబిక్కిరి చేయసాగింది. రాయ శృంగావతి దేహం నుండి భయంతో చెమటలు కారుతున్నాయి. ఆ శబ్దం వింటుంటే, అక్కడ నిలబడిన శత్రు రాయబారికి తన చావు కళ్లెదుటే కనిపిస్తున్నట్లుగా వణుకు పుట్టింది.

అయినా తన రాజు ఇచ్చిన పొగరుతో రాయ శృంగావతి తన గొంతును తిరిగి పెంచాడు. 'నీతులు చెప్పకండిరా గొల్లల్లారా! పశువుల కోసం ప్రాణాలు ఇచ్చేంత పిచ్చివాళ్లు మీరు. మీ తలలు తెగి నెల్లూరి కోట మీద వేలాడుతాయి. పుల్లరి చెల్లిస్తారా లేదా?' అని తన కత్తి పిడి మీద చెయ్యి వేశాడు.

అంతే! ఆ మాటతో కొమార బంగారం ఒక్క ఉదుటున గాలిలోకి ఎగిరి, ఆ గుడారపు మధ్యలో ఉన్న ఒక పెద్ద బండరాయిని తన కాలితో ఒక్క తన్ను తన్నాడు. ఆ రాయి పిండి పిండి అయి గాలిలో దుమ్ములా రేగింది. 'ఓరి నక్కా! వెళ్లు... వెళ్లి నీ నల్లసిద్ధి గాడికి చెప్పు! యాదవులు పుల్లరి కట్టడానికి సిద్ధంగా ఉన్నారని చెప్పు! కానీ ఆ పుల్లరి బంగారు నాణేలు కాదురా... ఎర్రగడ్డపాటి మట్టిలో పారే మీ చోళ సైనికుల పచ్చి నెత్తురు! మీ ఏనుగుల మెదళ్లు, మీ గుర్రాల మాంసం, మీ రాజుల తెగిపడిన తలకాయలు... ఇవే మా యాదవులు కట్టే పుల్లరి! కత్తి పట్టుకుని కదన రంగానికి రమ్మను నీ రాజుని. ఆకాశం సాక్షిగా, ఈ ఎర్రగడ్డపాటి నెత్తుటి మట్టి సాక్షిగా చెబుతున్నా... యుద్ధం ఖాయం! ఇక మాటలు లేవు, కత్తులే మాట్లాడుకుంటాయి! ప్రాణాలు దక్కించుకోవాలనుకుంటే ఈ క్షణమే ఇక్కడి నుంచి పారిపో!' అని కొమార బంగారం గర్జించిన గర్జనకు రాయ శృంగావతి తలపాగా ఎగిరి కిందపడింది.

ఆ దైవికమైన యాదవ పౌరుషాన్ని, గాలిలో నాట్యం చేస్తున్న ఆ ఆయుధాలను, కాటమరాజు ఎర్రటి కళ్లను చూసి రాయ శృంగావతి గుండె పగిలిపోయినంత పనైంది. ఇక ఒక్క క్షణం అక్కడ నిలబడితే తన తల మొండెం మీద ఉండదని వాడికి అర్థమైంది. భయంతో వెనక్కి అడుగులు వేస్తూ, తడబడుతూ గుడారం బయటకు పరుగు తీశాడు. తన రథం ఎక్కి, వెనక్కి తిరిగి చూడకుండా నెల్లూరు కోట వైపు ప్రాణాలు అరచేతిలో పెట్టుకుని పారిపోయాడు. వాడి పలాయనంతో యాదవ శిబిరంలో ఏకకాలంలో వందలాది రణభేరీలు, కొమ్ములు ఏకగ్రీవంగా మ్రోగాయి! యుద్ధం అనివార్యమైంది తండ్రీ! ఆ నెత్తుటి పిలుపు ఆకాశాన్ని చీల్చుకుంటూ కైలాసాన్ని తాకింది!"

అంటూ కొమ్ములవాడు తన గుడారంలో ఒక్కసారిగా గాలి పీల్చుకున్నాడు. వీరణం మీద ఒక మహా సంగ్రామానికి సూచికగా, ఆకాశం దద్దరిల్లేలా పిడుగుల వర్షంలాంటి దరువు వేశాడు. "అయ్యా! మాటల యుద్ధం ముగిసింది... ఇక రేపటి నుంచి ఈ పచ్చిక బీళ్లు ఒక నెత్తుటి కురుక్షేత్రంగా మారబోతున్నాయి! రాయ శృంగావతి పారిపోయిన ఆ రాత్రి, యాదవ వీరుల కత్తులు రక్తం కోసం నిద్రపోకుండా ఉండిపోయాయయ్యా!" అంటూ ఇత్తడి కొమ్మును పైకెత్తి ఒక సుదీర్ఘమైన, భీకరమైన రణనాదాన్ని ఊదాడు. ఆ శబ్దం ఆ రాత్రి చీకట్లలో కరిగిపోతూ, ఆ గుడారంలోని జనం గుండెల్లో ఒక మహాభారత యుద్ధపు ఉత్కంఠను రేకెత్తించింది.

19

నిమిత్త పర్వము

కోటపాటి తాటి వృక్షం తెచ్చే కథ

గుడారంలో కాగడా మంటలు ఒక భయంకరమైన నిశ్శబ్దంలో కాలిపోతున్నాయి. రాయ శృంగావతి ప్రాణాలు అరచేతిలో పెట్టుకుని పారిపోయిన తర్వాత, ఆ ఎర్రగడ్డపాటి మైదానంలో నెలకొన్న ఆ గడ్డకట్టిన వాతావరణం, ఒక మహా ప్రళయానికి ముందు ఆకాశం మూగబోయినట్లుగా ఉంది. కొమ్ములవాడి చేతిలోని వీరణం మీద దరువులు ఆగిపోయాయి. వాడి కళ్లలో ఇప్పుడు ఆవేశం లేదు... ఒక పక్క ఉప్పొంగే పౌరుషం, మరోపక్క రాబోయే వినాశనాన్ని తలచుకుని రగిలే

ఒక మూగ వేదన కనిపిస్తున్నాయి. వాడు ఒక దీర్ఘమైన నిట్టూర్పు విడిచి, తన ఇత్తడి కొమ్మును నేలకు ఆనించి, కథను ఆవాహన చేశాడు.

"అయ్యా! కత్తులతో చేసే యుద్ధం కండబలంతో గెలవొచ్చు, కానీ విధి రాతతో చేసే యుద్ధంలో ఎంతటి మహావీరుడైనా మట్టి కరవాల్సిందే! మాటల యుద్ధం ముగిసింది, ఇక రేపటి నుంచి నెల్లూరి సైన్యం కత్తులతో ఎర్రగడ్డపాటి మీద విరుచుకుపడటం ఖాయమని కాటమరాజుకు అర్థమైంది. నెల్లూరి నల్లసిద్ధి సైన్యం ఒక మహా సముద్రం లాంటిది. దాన్ని ఎదుర్కోవాలంటే, ఇక్కడ ఉన్న సైన్యం సరిపోదు. ధనంకొండ, యలమంచి కోటల్లో ఉన్న తన సోదరులు అయితమరాజు, భక్తిరన్న, ముమ్మయ్య, మరియు మిగిలిన యాదవ గోసంగి వీరులంతా రణరంగానికి తరలిరావాలి. అందుకోసం తక్షణమే ధనంకొండకు ఒక 'కమ్మ' (యుద్ధపు పిలుపుతో కూడిన లేఖ) పంపాలని కాటమరాజు నిర్ణయించాడు. తన కుడిభుజం, మహావీరుడైన పద్మనాయుడిని పిలిచి, 'రాఘవా! మన యాదవ వీరులందరికీ నెత్తుటి పిలుపు పంపుతూ వెంటనే కమ్మ రాయి' అని ఆజ్ఞాపించాడు.

పద్మనాయుడు కమ్మ రాయడానికి సిద్ధమయ్యాడు, కానీ ఆ శిబిరంలో అక్షరాలు చెక్కడానికి తగిన, పదునైన 'తాళపత్రాలు' లేవు. అప్పుడు కాటమరాజు తన కొలువులో ఉన్న మహా పరాక్రమశాలి 'భట్టువారి ఎర్రయ్య' వైపు చూశాడు. ఆ ఎర్రయ్య సామాన్యుడు కాదయ్యా! వాడి ఎత్తు చూస్తే ఆకాశం తక్కువైనట్లు అనిపిస్తుంది. వాడి కండరాలు ఉక్కు కడ్డీలను కరిగించి పోతపోసినట్లు ఉంటాయి. వాడు అడుగు వేస్తుంటే ఏనుగుల గుండెలు సైతం అదిరిపోతాయి. 'ఎర్రయ్యా! నువ్వు వెంటనే పంచలింగాల కొండ పక్కన ఉన్న కోటపాడు అడవికి వెళ్లి, కమ్మ

రాయడానికి వీలుగా పచ్చటి, లేత తాటి ఆకులను తీసుకురా!' అని కాటమరాజు ఆజ్ఞాపించాడు. రాజు ఆజ్ఞ గొంతులోంచి బయటకు రాకముందే, ఎర్రయ్య 'చిత్తం మహారాజా' అని ఒక ఉరుములా గర్జించి కోటపాడు అడవి వైపు ఉరికాడు.

అయ్యా... ఎర్రయ్య కోటపాడు అడవిలో అడుగుపెట్టేసరికి, అక్కడ ఆకాశాన్ని చీల్చుకుంటూ వందల అడుగుల ఎత్తున పెరిగిన మహా వృక్షాలు, తాటి చెట్లు నిలబడి ఉన్నాయి. ఆ చెట్ల మొదళ్లు ఏనుగుల దేహాలంత లావుగా ఉన్నాయి. ఎర్రయ్య ఆ తాటి చెట్ల వంక చూశాడు. వాడికి కత్తులతో శత్రువుల తలలు నరకడం తెలుసు కానీ, అక్షరాలు రాసే తాళపత్రాలు ఎలా ఉంటాయో, ఆ లేత ఆకులు ఏవో వాడికి తెలియదు. పైగా, రాజుగారి కమ్మ ఆలస్యమైతే యుద్ధానికి సైన్యం రావడం ఆలస్యమవుతుందన్న తొందర వాడి రక్తంలో ఉడుకుతోంది. చెట్టెక్కి ఆకులు కోసి ఏరేంత సహనం ఆ యాదవ వీరుడికి లేదు! అప్పుడు ఎర్రయ్య చేసిన పని చూసి, అక్కడ కాపలా ఉన్న వనదేవతలు సైతం నిశ్చేష్టులయ్యారు బాబయ్యా!

ఎర్రయ్య తన రెండు చేతులనూ చాచి, వందల ఏళ్ల నాటి ఒక మహా తాటి వృక్షపు మొదలును గట్టిగా కౌగిలించుకున్నాడు. కళ్ళు మూసుకుని తన కులదైవమైన ఆ నల్లనయ్యను తలచుకుని, తన కండరాల బలాన్నంతా కూడగట్టి, గాలిలోకి ఒక భయంకరమైన సింహనాదం చేసి ఆ తాటి వృక్షాన్ని పైకి లాగాడు! అంతే... భూమి ఒక్కసారిగా కంపించింది. పాతాళం దాకా పాతుకుపోయిన ఆ మహా వృక్షపు వేర్లు 'టప్... ఫెడేల్' మని ఉరుముల్లా శబ్దం చేస్తూ తెగిపోయాయి! ఆకాశం నుంచి పిడుగు పడినట్లుగా మట్టి పెళ్లలు గాలిలోకి ఎగిరాయి. ఎర్రయ్య ఏమాత్రం చెమట

పట్టుకుండా, ఆకాశాన్ని అంటే ఆ మహా వృక్షాన్ని వేళ్లతో సహా పెకలించి, ఒక చిన్న వెదురు కర్రను భుజాన పెట్టుకున్నంత సునాయాసంగా దాన్ని భుజాన వేసుకున్నాడు! ఆ చెట్టును మోసుకుంటూ ఎర్రయ్య ఎర్రగడ్డపాటి శిబిరం వైపు వస్తుంటే... వాడి అడుగుల బరువుకు భూమి కుంగిపోతోంది. ఆ దృశ్యాన్ని చూసిన నెల్లూరి గూఢచారుల గుండెల్లో రక్తం గడ్డకట్టిపోయింది. ఆకులు తెమ్మంటే ఏకంగా చెట్టునే పెకలించుకువచ్చిన ఆ పౌరుషం, ఆ దైవికమైన కండబలం కేవలం మన యాదవ వీరులకే సొంతమయ్యా!

శిబిరానికి రాగానే ఆ చెట్టును ఒక భయంకరమైన శబ్దంతో కిందపడేశాడు ఎర్రయ్య. ఆ చెట్టు బరువుకు రేగిన దుమ్ము ఆకాశాన్ని కప్పేసింది. పద్మనాయుడు ఆశ్చర్యపోయి, ఆ చెట్టుకున్న లేత ఆకులను కోసి, వాటిని సిద్ధం చేసి, గంటంతో ఆ ఎర్రగడ్డపాటి మారణహోమాన్ని, యుద్ధపు పిలుపును అక్షరబద్ధం చేశాడు. ఆ కమ్మను ఒక కాలారి (దూత) చేతికిచ్చి, 'గాలి కన్నా వేగంగా వెళ్లి దొనకొండలో ఉన్న మా సోదరులకు దీన్ని అందించు' అని పంపించారు.

కానీ తండ్రీ... ఇక్కడ ఎర్రగడ్డపాటిలో యాదవ పౌరుషం ఏకంగా వృక్షాలనే పెకలిస్తుంటే, అటు దొనకొండలో కంటికి కనిపించని విధి, మన యాదవ వంశపు పునాదులనే పెకలించడానికి సిద్ధమవుతోంది!

కాలారి ఉరుకులు పరుగులు పెడుతూ దొనకొండ అంతఃపురానికి చేరుకున్నాడు. అక్కడ అయితమరాజు, భక్తిరన్న, సిరిదేవి, అగుమంచి అందరూ కొలువుదీరి ఉన్నారు. కాలారి లోపలికి రాగానే, వాడు మోసుకొచ్చిన గాలిలో పచ్చి నెత్తురు వాసన దొనకొండ కోటను కమ్మేసింది. కాలారి చేతిలోని కమ్మను అయితమరాజుకు అందించాడు.

అయితమరాజు ఆ కమ్మను తెరవబోతుండగా, అకస్మాత్తుగా అంతఃపురంలోని దీపాలు గాలికి విలవిలలాడాయి. ఏదో అంతుచిక్కని అరిష్టం జరగబోతోందని దైవాంశ సంభూతురాలైన చినతల్లి సిరిదేవి గుండెలు జలదరించాయి. ఆమె వెంటనే అయితమరాజును ఆపి, 'ఆగు నాయనా! ఆ కమ్మను ఇప్పుడే తెరవద్దు. ఆ కమ్మలో ఉన్నది శుభమో, అశుభమో, రక్తమో, శాంతియో ముందే తెలుసుకోవాలి. నా మనసుకు ఎందుకో కీడు శంకిస్తోంది' అని పలికింది.

అయ్యా... ఆ దొనకొండ కోటలో అప్పుడు ఒక భయంకరమైన, గగుర్పాటు కలిగించే మాంత్రిక వాస్తవికత చోటుచేసుకుంది. సిరిదేవి ఒక వెండి పళ్లెరాన్ని తెప్పించింది. ఆ పళ్లెంలో ఒకవైపు పవిత్రమైన, శాంతికి మరియు జీవితానికి ప్రతీకలైన పండ్లను ఉంచింది. మరోవైపు ఎర్రగడ్డపాడు నుంచి వచ్చిన ఆ తాళపత్రపు కమ్మను యుద్ధానికి, మరణానికి ప్రతీకగా ఉంచింది. అందరినీ నిశ్శబ్దంగా ఉండమని శాసించింది. ఆ అంతఃపురంలో గాలి స్థంభించిపోయింది. సమయం శిలలా ఆగిపోయింది. ఎవరూ ఊపిరి కూడా గట్టిగా పీల్చడం లేదు. ఒక మహా సామ్రాజ్యపు భవిష్యత్తు ఆ పళ్లెంలో ఆడుతున్న విధి చేతుల్లో బందీ అయింది.

'నేను నా కళ్లు మూసుకుని ఈ పళ్లెంలోని వస్తువును తాకుతాను. నా చేతికి పండ్లు తగిలితే మన కాటమరాజు క్షేమంగా ఉన్నట్లు, మన యాదవ వంశానికి శుభం చేకూరినట్లు! అలా కాకుండా, నా చేతికి ఆ కమ్మ తగిలితే... ఇక ఈ భూమి మీద మనకు నూకలు చెల్లినట్లే! అది మృత్యుదేవత పంపిన నెత్తుటి పిలుపుగా భావించి, యుద్ధానికి సిద్ధపడాలి' అని సిరిదేవి కళ్లు మూసుకుంది.

ఆమె తన కుడి చేతిని నెమ్మదిగా ఆ పళ్లెం వైపు చాచింది. ఆ క్షణంలో ఆ అంతఃపురంలోని రాతి గోడల నుంచి ఒక సన్నటి ఏడుపు వినిపించినట్లుగా అనిపించింది. సిరిదేవి వేళ్లు గాలిలో వణుకుతున్నాయి. ఆమె మనసంతా పండ్ల వైపే వెళ్లాలని కోరుకుంటోంది, కానీ ఆమె చెయ్యి ఆమె అధీనంలో లేదు! కంటికి కనిపించని ఎవరో మృత్యుదేవత ఆమె మణికట్టు పట్టుకుని లాగుతున్నట్లుగా, ఆమె వేళ్లు నెమ్మదిగా వెళ్లి... ఆ చల్లటి, గరుకుగా ఉన్న తాళపత్రపు కమ్మను తాకాయి!

ఆమె ఆ కమ్మను తాకిన మరుక్షణం, ఆకాశంలో మెరుపులు లేకుండానే ఒక ఉరుము ఉరిమిన శబ్దం వినిపించింది. పళ్లెంలోని పండ్లు నల్లగా వాడిపోయాయి. కమ్మ నుంచి పచ్చి నెత్తురు వాసన వెలువడింది. సిరిదేవి ఉలిక్కిపడి కళ్లు తెరిచింది. తాను తాకింది పండ్లను కాదు, ఆ మరణ శాసనాన్ని అని గ్రహించిన ఆ తల్లి గుండెల్లో అంతులేని విషాదం కట్టలు తెంచుకుంది. యాదవ వంశపు పచ్చటి చెట్టు కూలిపోబోతోందని ఆమెకు అర్థమైపోయింది. కళ్లలో కన్నీళ్లు సుడులు తిరుగుతుండగా, ఒక మూగ రోదనతో ఆ కమ్మను అయితమరాజు చేతిలో పెట్టింది.

కమ్మను తెరిచిన అయితమరాజు, అందులో కాటమరాజు రాసిన నెత్తుటి పిలుపును, పసిదూడల మరణాలను, కుందమాదేవి చేతబడిని చదివి ప్రళయకాల రుద్రుడిలా ఊగిపోయాడు. 'అన్నా! మీ నెత్తురు చిందిన నేల మీద, మా కత్తులకు పదును పెట్టడానికి వస్తున్నాం!' అని గర్జించాడు. దొనకొండ రాజ్యభారాన్ని తన చెల్లెలు అగుమంచికి అప్పగించి, అక్కడున్న యాదవ వీరులందరినీ వెంటబెట్టుకుని ఎర్రగడ్డపాటి మారణహోమానికి బయలుదేరాడు.

అయ్యా!" అంటూ కొమ్ములవాడు తన వీరణం మీద ఒక బరువైన, విషాదకరమైన దరువు వేశాడు. "ఇక్కడ చూశారా విధి వైపరీత్యం! ఒక పక్క ఎర్రయ్య తన భుజబలంతో వందల ఏళ్ల నాటి మహా వృక్షాన్ని సునాయాసంగా పెకలించి యాదవ పౌరుషాన్ని చాటితే... మరోపక్క ఆ కంటికి కనిపించని విధి, సిరిదేవి వేళ్ల ద్వారా ఒక చిన్న కమ్మను తాకించి, ఏకంగా యాదవ వంశమనే మహా వృక్షాన్నే వేళ్లతో సహా పెకలించి పాతాళంలో పడేయడానికి సిద్ధమైందయ్యా! మనిషి బలం ముందు మట్టి ఓడిపోవచ్చు, కానీ ఆ శకునం పలికిన విధి రాత ముందు మహా సామ్రాజ్యాలు సైతం కాలి బూడిదవ్వాల్సిందే!" అంటూ ఇత్తడి కొమ్మును ఆకాశం వైపు ఎత్తి, గుండెలను పిండేసే ఒక ఆర్తనాదం లాంటి నాదాన్ని ఊదాడు. ఆ శబ్దం ఆ రాత్రి చీకట్లలో కరిగిపోతూ, అఖండమైన యాదవ పౌరుషానికి, ఆసన్నమైన వినాశనానికి మధ్య ఉన్న సన్నటి గీతను ఆ పల్లె జనం కళ్ల ముందు సజీవంగా నిలిపింది.

20

రణ క్రీడా పర్వము

వేడుక బొంగరాల కథ

గుడారంలో కాగడా మంటలు ఒక భయానకమైన నిశ్శబ్దంలో కాలిపోతున్నాయి. అప్పటివరకు రగులుకున్న పగలు, ప్రతీకారాలతో ఊగిపోయిన ఆ పల్లె జనం, ఇప్పుడు రాబోయే ఒక గుండెకోత కోసం ఊపిరి బిగబట్టి ఎదురుచూస్తున్నారు. కొమ్ములవాడి కళ్ళలో కన్నీళ్లు సుడులు తిరుగుతున్నాయి. చేతిలోని వీరణం మీద దరువులు ఒక పసివాడి గుండె చప్పుడులా చాలా నెమ్మదిగా, బరువుగా 'డుబ్... డుబ్...' అని మోగుతున్నాయి. ఆ శబ్దానికి గాలిలో ఒక అంతుచిక్కని విషాదం, ఒక లేత నెత్తుటి వాసన అలుముకున్నాయి. వాడు కళ్ళు మూసుకుని, ఒక

చేత్తో ఇత్తడి కొమ్మును గాలిలోకి ఎత్తి పట్టుకుని, దొనకొండలో జరిగిన ఆ గుండెలను పిండేసే మహా విషాదాన్ని ఆవాహన చేశాడు.

"అయ్యా! కత్తులు పట్టి రణరంగాన తలలు నరకడం వీరుల లక్షణం. నెత్తురు కళ్లజూసి మట్టిలో కలవడం మగాళ్ల పౌరుషం. కానీ... ఇంకా మీసాలు కూడా రాని పసివాళ్లు, పాలుగారే ముఖాలతో మృత్యువు ఒడిలోకి నడుస్తుంటే ఆ భూమాత గుండె ఎలా పగిలిపోతుందో ఎప్పుడైనా చూశారా తండ్రీ! అక్కడ ఎర్రగడ్డపాటిలో ఆకాశం నెత్తుటి వర్షం కురిపిస్తుంటే, ఇక్కడ దొనకొండ రాతి కోటలో విధి ఒక చిన్న పిల్లల ఆటతో మారణహోమానికి నాంది పలికింది. పోలురాజు కడుపున పుట్టిన సింహకిశోరం ముమ్మయ్య, అలాగే ఎర్రనూకరాజు కొడుకై పుట్టి ఆగుమంచి చేతుల్లో పెంపుడు కొడుకుగా పెరుగుతున్న మహావీరుడు పోచయ్య... వీళ్ళిద్దరూ దొనకొండ వీధుల్లో ఆడుకుంటున్న ఒక 'పేడుక బొంగరాల' ఆట, యాదవ వంశపు పునాదులను ఎలా పెకలించిందో చెప్పే నెత్తుటి కథ ఇది!

ఆ ఉదయం దొనకొండలో వాతావరణం చాలా ప్రశాంతంగా ఉంది. యుద్ధపు వార్తలు ఇంకా ఆ కోట గోడలను దాటి లోపలికి రాలేదు. ఆకాశం నిర్మలంగా ఉంది. అంతఃపురపు ఆవరణలో ముమ్మయ్య, పోచయ్యలు బొంగరాల ఆట ఆడుకుంటున్నారు. వాళ్లు మామూలు యువసింహాలు కారు బాబయ్యా... ఆ శివుని ఆశీస్సులతో పుట్టిన దైవాంశ సంభూతులు. వాళ్ల చేతుల్లోని బొంగరాలు కేవలం చెక్కతో చేసిన ఆటవస్తువులు కావు. అవి భవిష్యత్తులో వాళ్లు వాడబోయే ఆయుధాలకు, వాళ్ల చేతుల్లో తెగబోయే శత్రువుల తలకాయలకు ప్రతీకలు! ఆ బొంగరాలకు కొట్టిన ఇనుప మేకులు శత్రువుల గుండెలను చీల్చే బల్లేల మొనల్లా మెరుస్తున్నాయి. ముమ్మయ్య తన మెడలోని పచ్చల కంఠమాలను,

పోచయ్య తన ముత్యాల కంఠమాలను పందెంగా పెట్టి కయ్యానికి కాలుదువ్వే వీరుల్లా ఆటకు సిద్ధమయ్యారు.

అయ్యా... వాళ్లు ఆ బొంగరాలకు తాడు చుట్టి నేలకేసి విసురుతుంటే, అది పిల్లల ఆటలా లేదు. సాక్షాత్తూ ఆ కాలాగ్ని రుద్రుడు ప్రళయ కాలంలో బ్రహ్మాస్త్రాన్ని విసిరినట్లుగా ఉంది! ఆ బొంగరాలు గాలిని చీల్చుకుంటూ వెళుతుంటే 'ఝుయ్' మని ఒక భయంకరమైన రణభేరి మోగినట్లు శబ్దం వస్తోంది. అవి భూమిని తాకగానే, ఆ ఇనుప మేకులు నేలను చీల్చుతూ ఒక చిన్నపాటి సుడిగుండాన్ని సృష్టిస్తున్నాయి. ఆ బొంగరాలు గిరగిరా తిరుగుతుంటే నేల మీది రాళ్లు పిండి పిండి అయిపోయి ఎర్రటి దుమ్ము ఆకాశానికి లేస్తోంది. ఆ దుమ్ము అచ్చం రణభూమిలో చిమ్మే పచ్చి నెత్తురులా కనిపిస్తోంది. ఒక బొంగరం మరో బొంగరాన్ని ఢీకొన్నప్పుడు పుట్టే నిప్పురవ్వలు, రణరంగంలో రెండు కత్తులు రాసుకున్నప్పుడు పుట్టే రొదను తలపిస్తున్నాయి. యువసింహాల ఆటే అయినా, ఆ యాదవ రక్తం వారి అణువణువునా ఆవహించి, ఆ బొంగరాలను వినాశనకరమైన ఆయుధాలుగా మార్చేసింది!

ఆ బాలరాజుల ఆటను చూడటానికి దొనకొండ అంతఃపురంలోని స్త్రీలంతా అక్కడికి చేరారు. అగుమంచి, సిరిదేవి, వీరగంగ లాంటి రాణులు, అలాగే ఆ కోటలో పనిచేసే అచ్చమ్మ అనే దాసి కూడా ఆ వింతైన ఆటను చూస్తూ నిలబడ్డారు. ఆట పరాకాష్ఠకు చేరుకుంది. పందెం గెలవాలన్న కసితో ముమ్మయ్య తన పూర్తి శక్తినంతా కూడగట్టి బొంగరాన్ని గాలిలోకి విసిరాడు. బాబయ్యా... ఆ బొంగరం వాడి చేయి జారగానే ఒక మాయ జరిగింది! అది ఇక చెక్క ముక్క కాదు, ప్రాణం పోసుకున్న ఒక మృత్యు బాణం! అది నేలను తాకి, భయంకరమైన వేగంతో తిరుగుతూ,

అదుపుతప్పి నేరుగా వెళ్లి అక్కడ నిలబడి ఉన్న అచ్చమ్మ కాలిలో బలంగా దిగబడింది!

ఆ ఇనుప మేకు ఆమె మాంసాన్ని చీల్చుకుని ఎముకను తాకింది. 'ఖణేల్' మని ఒక శబ్దం, ఆ వెంటనే అచ్చమ్మ కాలి నుంచి ఎర్రటి రక్తం చిమ్మి ఆ దొనకొండ మట్టిని తడిపింది. ఆ నెత్తుటి ధార నేలమీద పడగానే, దొనకొండలో అప్పటివరకు ఉన్న ప్రశాంతత ముక్కలైపోయింది. అచ్చమ్మ బాధతో విలవిలలాడుతూ ఆ నెత్తుటి మడుగులోనే కుప్పకూలి మూర్ఛపోయింది. ఆట ఆగిపోయింది. బాలరాజుల ముఖాల్లో నెత్తురు చూసిన భయం లేదు, కానీ తాము చేసిన పొరపాటుకు ఒక జంకు కనిపించింది. చుట్టూ ఉన్న స్త్రీలంతా హాహాకారాలు చేస్తూ అచ్చమ్మ ముఖం మీద నీళ్లు చల్లి ఆమెను స్పృహలోకి తెచ్చారు.

మూర్ఛ నుంచి తేరుకున్న అచ్చమ్మ కళ్ళు ఎర్రబడ్డాయి. ఆమెకు కాలికి తగిలిన గాయం కన్నా, ఆ గర్విష్ఠి బాలరాజుల ఆట తనను గాయపరిచిందన్న అవమానం ఎక్కువగా అనిపించింది. ఆమె ఏడవలేదు తండ్రీ... ఒక విషనాగులా బుసలు కొట్టింది. ఆమె నోటి నుంచి వచ్చిన మాటలు కేవలం దూషణలు కావు, ఆ యువసింహాల బాల్యాన్ని శాశ్వతంగా అంతం చేసిన కత్తుల పరంపర! 'ఓరి బాలరాజుల్లారా! పాలుగారే పసి ముఖాలని మీకు ఇంకా సిగ్గు రాలేదురా! ఇక్కడ ఆడాళ్ల మధ్య చేరి బొంగరాల పందాలు కాస్తూ మీ పౌరుషం చూపిస్తున్నారా? మీ అహంకారం ఈ దాసి కాలి మీద కాదురా చూపాల్సింది! అక్కడ మీ అన్నలు, తండ్రులు ఎర్రగడ్డపాటి మట్టిలో శత్రువుల కత్తులకు బలవుతూ, నెత్తుటి మడుగుల్లో కొట్టుమిట్టాడుతున్నారు! వాళ్ల పేగులు రాబందులు పీక్కుతింటున్నాయి! మీ వంశం కాలి బూడిదవుతుంటే, మీరు మాత్రం సిగ్గు లేకుండా ఇక్కడ

ఆటలాడుతున్నారా? మీ నరాల్లో పారేది యాదవ నెత్తురైతే, మీ తల్లులు మీకు పౌరుషం నూరిపోసి ఉంటే... ఇక్కడ బొంగరాలు తిప్పడం కాదురా, వెళ్లి ఆ ఎర్రగడ్డపాటిలో శత్రువుల తలకాయలు తిప్పండి!' అని గర్జించింది.

అయ్యా... ఆ మాటలు ఆ యువసింహాల చెవిన పడగానే దొనకొండ అంతఃపురంలో భూకంపం వచ్చినట్లు అయింది! ముమ్మయ్య, పోచయ్యల ముఖాల్లో అప్పటివరకు ఉన్న ఆ పసిదనం, ఆ లేతదనం ఒక్కసారిగా మాడిపోయి రాలిపోయాయి. గాలి స్తంభించిపోయింది. ఆ వారి కళ్లు ప్రళయకాల రుద్రుడి మూడో కన్నులా ఎర్రబడ్డాయి. వాళ్ల చేతుల్లోని బొంగరాలు నేల రాలాయి. ఆ క్షణంలో వాళ్లు నూనూగు మీసాల నూతన యవ్వనులు కారు బాబయ్యా... తమ జాతి నెత్తురు కోసం ఆకలితో అరుస్తున్న కాలాగ్ని రుద్రులు! అచ్చమ్మ దూషణ వాళ్ల గుండెల్లో ఒక అగ్నిపర్వతాన్ని బద్దలు కొట్టింది. 'మా అన్నలు నెత్తురు కక్కుతుంటే మేమిక్కడ ఆటలాడుతున్నామా!' అన్న అవమానం వాళ్ల నరాలను ఉక్కు తీగల్లా మార్చేసింది. ఒక అద్భుతమైన, గగుర్పాటు కలిగించే పరిణామం వాళ్ల దేహాల్లో జరిగింది. బరువు మోయలేని ఆ యువసింహాలు ఇప్పుడు ఏకంగా కొండలను పిండి చేసే బలాన్ని ఆవాహన చేసుకున్నాయి.

అదే ఆవేశంతో, అదే ఎర్రటి కళ్ళతో పరుగెత్తుకుంటూ వెళ్లి ఆగుమంచి, సిరిదేవి లాంటి తమ కన్నతల్లుల, పెంపుడు తల్లుల పాదాలపై పడ్డారు ఆ యువసింహాలు. 'అమ్మా! ఎర్రగడ్డపాటిలో మన యాదవ వంశం మట్టి కరుస్తోందట! మా అన్నల నెత్తురు నేల పాలు అవుతోందట! ఇక మాకు ఈ పాలు వద్దు, ఈ ఆటలు వద్దు. మాకు వీరగంధం పూసి, మా చేతులకు కత్తులు ఇచ్చి రణరంగానికి సాగనంపు తల్లీ!' అని ఒకే గొంతుతో గర్జించారు.

ఆ మాటలు వినగానే ఆ తల్లుల గుండెలు పగిలిపోయాయి. ఇంకా నూనూగు మీసాల నూతన యవ్వనుల ముఖాలు, ఏ కత్తి బరువును వీళ్లు మోయగలరు? కన్నీరు మున్నీరుగా ఏడుస్తూ వాళ్లను గుండెలకు హత్తుకున్నారు. 'వద్దు నాయనా! అక్కడ మృత్యువు తాండవిస్తోంది. ఆ శత్రువుల కత్తుల ముందు మీరు నిలబడలేరు' అని ప్రాధేయపడ్డారు.

కానీ ఆ యువసింహాల మనసు కరగలేదు. 'తల్లీ! ఆవుల మందను కాపాడుకోలేని ప్రాణం ఎందుకు? పగవాడి కత్తికి భయపడి ఇంట్లో దాక్కుంటే మేము యాదవులం ఎలా అవుతాం? దీవించి పంపు, లేదా ఈ రాతి గోడకేసి తల పగులగొట్టుకుని ఇక్కడే ప్రాణాలు వదులుతాం!' అని భీష్మించుకు కూర్చున్నారు. ఇక లాభం లేదనుకున్న ఆ వీరమాతలు తమ దుఃఖాన్ని దిగమింగుకుని, కన్నీళ్లతోనే ఆ పసివాళ్ల నుదుట ఎర్రటి కుంకుమ, వీరగంధం దిద్దారు. వాళ్ల చిన్న చేతులకు పదునైన కత్తులు అందించారు. ఒక తల్లి తన పేగును తానే తెంపి మృత్యువు నోట్లోకి పంపుతున్నట్లుగా, గుండెలు రాయి చేసుకుని ఆ బాలరాజులను దీవించి పాలేటి వైపు సాగనంపారు.

ఆ యువసింహాలు కత్తులు పట్టుకుని దొనకొండ కోట దాటి ఎర్రగడ్డపాటి వైపు అడుగులు వేయగానే... ప్రకృతి సైతం భయంతో వణికిపోయింది బాబయ్యా! వాళ్లను ఆపడానికి విధి రకరకాల అపశకునాలను సృష్టించింది. పట్టపగలే ఆకాశం నుంచి నెత్తుటి జల్లు కురిసింది. వాళ్లు నడుస్తున్న దారిలో గుడ్లగూబలు భయంకరంగా అరుస్తూ వాళ్ల తలల మీద నుంచి ఎగిరాయి. కన్నీరు కారుస్తున్న నక్కలు వాళ్లకు అడ్డంగా పరుగెత్తాయి. ఎదురుగా గాలి ఒక సుడిగుండంలా మారి వాళ్లను వెనక్కి నెట్టడానికి ప్రయత్నించింది. ఈ భయంకరమైన దుశ్శకునాలను

చూసి ముమ్మయ్య ఒక క్షణం ఆగిపోయాడు. అప్పుడు పోచయ్య, తన లేత గొంతును గంభీరంగా మార్చి ఆ శకునాల ఫలితాన్ని వివరించాడు.

'అన్నా ముమ్మయ్యా! ఈ నెత్తుటి వాన మన మరణానికి సంకేతం. ఈ నక్కల ఏడుపు రేపు మన కళేబరాలను చూసి ఏడవబోయే రాబందుల ఆకలికి సంకేతం. మనం ఎర్రగడ్డపాడు చేరితే ఇక తిరిగిరాము అన్నది సత్యం. కానీ... ప్రాణ భయంతో వెనక్కి తిరిగి పిరికిపందల్లా బతికే కంటే, ఆ నెత్తుటి బురదలో మన యాదవ పౌరుషాన్ని నిలబెట్టి కైలాసానికి వెళదాం రా అన్నా!' అని గర్జించాడు. ఆ మాటలతో ముమ్మయ్యలో ఉన్న చిన్నపాటి భయం కూడా పటాపంచలైపోయింది. ఇద్దరు యువసింహాలు ఒకరి చేయి ఒకరు పట్టుకుని, మృత్యువు ముఖంలోకి చిరునవ్వుతో చూస్తూ, భయంకరమైన రణనినాదాలు చేస్తూ ఆ ఎర్రగడ్డపాటి మహా సంగ్రామం వైపు, తమ అంతిమ ఘడియల వైపు అడుగులు వేశారయ్యా!" అంటూ కొమ్ములవాడు తన వీరణం మీద ఒక బరువైన, ఆర్తనాదం లాంటి దరువును గట్టిగా వేశాడు. వాడి కళ్లల్లోంచి రాలుతున్న కన్నీళ్లు ఆ కాగడా మంటల వెలుతురులో మెరుస్తున్నాయి. "అయ్యా! అది పిల్లల ఆటతో మొదలైన కథ కాదు, ఒక జాతి ఆత్మగౌరవం కోసం లేత ప్రాణాలు అగ్నికి ఆహుతైన ఒక మహా బలిదానం! ఆ యువసింహాల అడుగుల చప్పుడు, వాళ్లు విసిరిన బొంగరాల హోరు... ఈనాటికీ ఆ ఎర్రగడ్డపాటి మట్టిలో ఒక విషాద గీతంలా వినిపిస్తూనే ఉంటుందయ్యా!" అంటూ ఇత్తడి కొమ్మును ఆకాశం వైపు ఎత్తి ఒక సుదీర్ఘమైన, గుండెలను పిండేసే నాదాన్ని ఊదాడు. ఆ శబ్దం ఆ రాత్రి చీకట్లలో కరిగిపోతూ, ఆ యువసింహాల బలిదానపు ఉత్కంఠను, బాలరాజుల యుద్ధపు భీకరతను ఆ పల్లె జనం కళ్ల ముందు సజీవంగా నిలిపింది.

21

సంగ్రామ పర్వము

ఎర్రగడ్డపాటి పోట్లాట

గుడారంలో కాగడా మంటలు అకస్మాత్తుగా గాలికి విలవిలలాడుతూ ఆరిపోయేంతలా తగ్గుముఖం పట్టాయి. అప్పటివరకు ఉప్పొంగిన ఆవేశంతో, పసివాళ్ళ పౌరుషంతో దద్దరిల్లిన ఆ వాతావరణం, ఇప్పుడు ఒక భయానకమైన, బరువైన నిశ్శబ్దంలోకి కూరుకుపోయింది. కొమ్ములవాడి చేతిలోని వీరణం మీద దరువులు ఆగిపోయాయి. వాడి కళ్ళు మూసుకుని ఉన్నాయి, కానీ ఆ కనురెప్పల వెనుక ఏడు రోజుల పాటు కురవబోయే నెత్తుటి వర్షం స్పష్టంగా కనిపిస్తోంది. గాలిలో అకారణంగా ఒక భయంకరమైన, ఊపిరి ఆడనీయని ఉక్కపోత, తుప్పు పట్టిన ఇనుము,

మరియు గుర్రాల చెమట వాసన గుప్పుమన్నాయి. ఆ నిశ్శబ్దాన్ని చీల్చుకుంటూ వాడు తన కంచు గొంతును ఒక పాతాళపు లోయలోంచి వస్తున్న ప్రతిధ్వనిలా మార్చి ఆ మహా ఘట్టాన్ని ఆవాహన చేశాడు.

"అయ్యా! కత్తి పట్టి శత్రువుల తలలు నరకడం ఒక వీరత్వం. కానీ... రేపు జరగబోయే యుద్ధంలో నేలకొరిగేది కేవలం శత్రువులు మాత్రమే కాదు, తన కన్నబిడ్డలు, తన తోబుట్టువులు, తన వంశపు భవిష్యత్తు అని తెలిసి కూడా... ధర్మం కోసం, ఆత్మగౌరవం కోసం, యాదవ జాతి పౌరుషం కోసం ఆ రణభూమిలో ఒక శిలలా నిలబడటం ఏ రాజుకైనా ఒక భయంకరమైన మానసిక ప్రళయం! పిల్లల ఆటగా మొదలైన పగ, కుందమాదేవి పంపిన మాయ చిలుక, ఆ గ్రహణపు చీకట్లో జరిగిన గోహత్య... అన్నీ కలిసి రెండు మహా సముద్రాలను ఎర్రగడ్డపాటి మైదానంలో ఎదురెదురుగా నిలబెట్టాయి. ఆ ఎర్రగడ్డపాడు... మామూలు మైదానం కాదు బాబయ్యా! రాబోయే ఏడు రోజుల మారణహోమానికి, ఆ మహాభారత సంగ్రామానికి ప్రకృతి సిద్ధం చేసిన ఒక అతిపెద్ద నెత్తుటి బలిపీఠం!

ఆ సాయంత్రం వేళ, ఎర్రగడ్డపాటి మైదానం ఒక కదిలే లోహంలా మారిపోయింది. ఒకవైపు చోళాది నల్లసిద్ధిరాజు పంపిన అపారమైన నెల్లూరి సైన్యం. కవి తిక్కన దాయాది, మహా పరాక్రమశాలి అయిన ఖడ్గ తిక్కన నాయకత్వంలో ఆ సైన్యం ఒక కారుమబ్బులా దిగివచ్చింది. వేలాది ఏనుగుల ఘీంకారాలు, గుర్రాల సకిలింపులు, కత్తులు, బల్లేలు, కవచాలు ధరించిన సైనికుల అడుగుల చప్పుళ్లతో ఆ నేల వణికిపోతోంది. వాళ్ల శిబిరాల నుంచి రేగుతున్న దుమ్ము ఆకాశాన్ని కప్పేసి, సూర్యుడిని ఒక ఎర్రటి నెత్తురు బిందువులా మార్చేసింది. మరోవైపు, ఆకాశాన్ని పందిరిగా

చేసుకుని బతికే మన యాదవ వీరులు! కత్తులు, బల్లేలు, వెదురు కర్రలు, కొంగవాలు కత్తులు చేతబట్టిన గోసంగి వీరులు, వల్లవులు, తిరమందులు తమ అపారమైన గోగణంతో ఒక అగ్నిపర్వతంలా విడిది చేశారు.

బాబయ్యా... ఆ రెండు సైన్యాలు శిబిరాలు వేసుకున్న తర్వాత ఆ ఎర్రగడ్డపాటిలో నెలకొన్న వాతావరణం వర్ణించడానికి నా నరాలు బిగుసుకుపోతున్నాయి. అది యుద్ధం ప్రారంభం కావడానికి ముందు ఉండే ఒక భయంకరమైన, ఊపిరి ఆడనీయని నిశ్శబ్దం. వీస్తున్న గాలికి భయమేసి ఆగిపోయింది. చెట్ల మీది పక్షులు ఎక్కడికో ప్రాణాలు అరచేతిలో పెట్టుకుని ఎగిరిపోయాయి. గాలిలో అటుపైపు నుంచి నెల్లూరి ఏనుగుల మదం వాసన, గుర్రాల చెమట వాసన, సైనికులు పదును పెడుతున్న ఇనుప కత్తుల తుప్పు వాసన... ఇటుపైపు నుంచి యాదవుల ఆవుల పేడ వాసన, వీరగంధం, పచ్చి రక్తం వాసన కలగలిసి ఒక భయానకమైన శ్మశానపు అనుభూతిని కలిగిస్తున్నాయి. ఇరుపైపుల నుంచి అప్పుడప్పుడూ మోగుతున్న రణభేరీలు, కొమ్ములు, బూరల శబ్దాలు ఆకాశానికి చిల్లులు పడేలా ప్రతిధ్వనిస్తున్నాయి. ఆ శబ్దాలకు నేల తల్లి గుండెలు పగిలిపోతున్నాయి.

అయ్యా... ఆ మాంత్రిక వాస్తవికత ఎలా ఉందంటే, భూమి తన పైనున్న బరువును మోయలేక అక్షరాలా మూలుగుతోంది! ఎర్రగడ్డపాటి మట్టిలోంచి పగుళ్ల గుండా ఒక సన్నటి రక్తపు ఆవిరి పైకి వస్తోంది. యాదవుల ఆయుధాగారంలో ఉన్న డెబ్బై ఏడు బిరుదులు ఎవరూ తాకకుండానే గాలిలో అదురుతూ, పచ్చి నెత్తురు కోసం ఆకలితో వణికిపోతున్నాయి. కందుభేరి దానంతటదే 'ఢాం... ఢాం...' అని మృత్యుదేవత పాదాల చప్పుడులా మోగుతోంది. దైవాంశ సంభూతమైన

బొల్లావు, బసవదేవుడు రేపు జరగబోయే వినాశనాన్ని ముందే పసిగట్టి, ఆకాశం వైపు చూసి కన్నీరు కారుస్తూ భయంకరంగా రంకెలు వేస్తున్నాయి. పగటి వెలుగు పూర్తిగా మాయమై, ఆకాశం ఒక ముదురు ఊదా, ఎర్రటి రంగులు పులుముకుని, రేపు కురవబోయే నెత్తుటి వానకు అద్దం పడుతోంది.

ఇంతటి భయానకమైన, ప్రళయకాలపు వాతావరణంలో... మన కాటమరాజు ఎర్రగడ్డపాటిలో ఒక ఎత్తైన గుట్ట మీద నిలబడి ఆ మైదానం వైపు చూస్తున్నాడు. ఆయన ముఖంలో భయం లేదు, కానీ ఒక అంతుచిక్కని, లోతైన మానసిక సంఘర్షణ తాండవిస్తోంది. ఆయనకు తెలుసు... తన కళ్లెదుట పచ్చగా కనిపిస్తున్న ఈ ఎర్రగడ్డపాటి మట్టి, రేపటికల్లా తన తోబుట్టువుల, తన పసిపిల్లల నెత్తురు తాగి ఎర్రగా మారబోతోందని. ఒకవైపు తన కుడిభుజం లాంటి పద్మరాఘువుడు కత్తి పదును పెడుతున్నాడు. మరోవైపు ఏకంగా తాటిచెట్టునే పెకలించిన భట్టువారి ఎర్రయ్య తన బల్లాన్ని తుడుస్తున్నాడు. ఇంకోవైపు గోసంగి దళనాయకుడు బీర్నీడు తన కొంగవాలు కత్తితో రణరంగానికి సిద్ధమవుతున్నాడు. వీళ్లంతా రేపు ఈ మట్టిలోనే కలిసిపోతారని ఆ ఈశ్వరాంశ సంభూతుడైన కాటమరాజుకు తెలుసు.

'ఓ భూమాతా! నా పశువుల దాహం తీర్చడానికి శ్రీశైల అడవుల నుంచి పాతాళగంగను రప్పించాను. కానీ, ఇప్పుడు నీ దాహం తీర్చడానికి నా వంశపు సింహాల నెత్తురును కురిపించబోతున్నాను. నా పసిదూడల రక్తాన్ని అన్యాయంగా చిందించిన ఆ నెల్లూరి రాజుల పాపం, ఈ యాదవ జాతి ఆత్మబలిదానంతో గానీ కడగబడదు కదా!' అని మనసులోనే

కుమిలిపోతూ ఆకాశం వైపు చూశాడు కాటమరాజు. రాజసం వెనుక ఉన్న ఒక తండ్రి, ఒక అన్న, ఒక పాలకుడి గుండెకోత అది!

సరిగ్గా ఆ భయంకరమైన నిశ్శబ్దాన్ని చీల్చుకుంటూ, దొనకొండ నుంచి కత్తులు చేతబట్టి ఉరుకులు పరుగులు పెడుతూ ఆ శిబిరంలోకి ప్రవేశించారు ఇద్దరు బాలరాజులు! వాళ్లే మన ముమ్మయ్య, పోచయ్య! కానీ నుదుటన ఎర్రటి వీరగంధం, కళ్లలో కాలాగ్ని రుద్రుని ఆవేశం ఉన్నాయి. 'అన్నా కాటమరాజా! మేము కూడా వచ్చాం! మా తల్లుల దీవెనలు తీసుకుని, ఈ పగవాడి రక్తం తాగడానికి కత్తులు పట్టుకుని వచ్చాం!' అని గర్జించారు.

ఆ యువసింహాలను చూడగానే గుట్ట మీద ఉన్న కాటమరాజు గుండెలు అక్షరాలా పగిలిపోయాయి బాబయ్యా! ఏ చేతులతో అయితే వాళ్లకు పాలు పట్టాడో, ఏ చేతులతో వాళ్లను భుజాల మీద ఎక్కించుకుని ఆడించాడో... అదే చేతులతో ఇప్పుడు వాళ్లను మృత్యువు ఒడిలోకి పంపాల్సిన దుస్థితి! వంశాన్ని నిలబెట్టాల్సిన పసి మొలకలు కూడా ఈ నెత్తుటి మట్టిలో పాతిపెట్టబడటం ఖాయమని ఆయనకు అర్థమైంది. కంట్లోంచి రాలుతున్న నీటి చుక్కను ఎవరికీ కనబడకుండా తుడుచుకున్నాడు. తన కత్తిని పైకి ఎత్తి, 'రావోయి నా యాదవ సింహాల్లారా! విధి రాతను మనం మార్చలేం. ఏడు తరాల పగను, ఏడు రోజుల ఈ మహాభారత సంగ్రామంలో తెంచుకుందాం. రేపు ఉదయం సూర్యుడు మన కత్తుల మెరుపులతోనే ఉదయించాలి!' అని ఒక భయంకరమైన సింహనాదం చేశాడు.

ఆ సింహనాదానికి యాదవ శిబిరంలోని వందలాది కందుభేరీలు, కొమ్ములు ఒకేసారి ప్రళయంలా మ్రోగాయి. అటువైపు నెల్లూరి శిబిరంలో

ఖడ్గ తిక్కన సైన్యం తమ కత్తులను డాలులకు కొడుతూ యుద్ధానికి సై అన్నారు. ఆకాశం దద్దరిల్లింది. గాలి భయంతో వణికిపోయింది అంటూ కొమ్ములవాడు తన గుడారంలో గాలిని గట్టిగా పీల్చుకుని, ఒక్కసారిగా తన చేతిలోని ఇత్తడి కొమ్మును అత్యంత దీర్ఘంగా, శంఖారావంలా ఊదాడు. "అయ్యా! ఆ ఎర్రగడ్డపాటి రాత్రి ఒక బరువైన నిశ్శబ్దంతో గడిచింది. రేపటి నుంచి జరగబోయేది యుద్ధం కాదు... ప్రకృతి, మనుషులు, దేవుళ్లు కలిసి ఆడే ఒక నెత్తుటి తాండవం! మరణానికి ముందు రోజు రాత్రి ఆ శిబిరాల్లో వీరుల గుండె చప్పుళ్లు, ఆ మట్టి వాసన ఇప్పటికీ మనల్ని వెంటాడుతూనే ఉంటాయయ్యా!" అని ముగించాడు. ఆ చీకట్లో ఆ పల్లె జనం కళ్లముందు రెండు మహా సైన్యాలు కత్తులు దూసుకుని సిద్ధంగా ఉన్న దృశ్యం సజీవంగా నిలిచిపోయింది.

22

వీర పర్వము

చల్ల వారి జగడం

గుడారంలో కాగడా మంటలు అకస్మాత్తుగా గాలికి విలవిలలాడుతూ ఆరిపోయేంతలా తగ్గుముఖం పట్టాయి. అప్పటివరకు ఉప్పొంగిన ఆవేశంతో, పసివాళ్ళ పౌరుషంతో దద్దరిల్లిన ఆ వాతావరణం, ఇప్పుడు ఒక భయానకమైన, బరువైన నిశ్శబ్దంలోకి కూరుకుపోయింది. కొమ్ములవాడి చేతిలోని వీరణం మీద దరువులు ఆగిపోయాయి. వాడి కళ్ళు మూసుకుని ఉన్నాయి, కానీ ఆ కనురెప్పల వెనుక ఏడు రోజుల పాటు కురవబోయే నెత్తుటి వర్షం స్పష్టంగా కనిపిస్తోంది. గాలిలో అకారణంగా ఒక భయంకరమైన, ఊపిరి ఆడనీయని ఉక్కపోత, తుప్పు పట్టిన ఇనుము,

మరియు గుర్రాల చెమట వాసన గుప్పుమన్నాయి. ఆ నిశ్శబ్దాన్ని చీల్చుకుంటూ వాడు తన కంచు గొంతును ఒక పాతాళపు లోయలోంచి వస్తున్న ప్రతిధ్వనిలా మార్చి ఆ మహా ఘట్టాన్ని ఆవాహన చేశాడు.

"అయ్యా! ఆ భయంకరమైన రాత్రి గడిచిపోయింది. ఎర్రగడ్డపాటి మైదానం మీద మృత్యుదేవత కళ్ళు తెరిచినట్లుగా తూర్పు కొండల వెనుక నుంచి సూర్యుడు ఉదయిస్తున్నాడు. కానీ ఆ వెలుగులో ఉదయం తాలూకు స్వచ్ఛత లేదు బాబయ్యా... రాబోయే మారణహోమానికి దర్పణం పడుతూ ఆకాశం అచ్చం పచ్చి నెత్తురు రంగును పులుముకుంది! నిన్నటి దాకా జరిగింది మాటల యుద్ధం, మాయల యుద్ధం... కానీ ఈ ఉదయం అక్షరాలా నెత్తుటి కురుక్షేత్రం మొదలైంది. ఆ విశాలమైన మైదానంలో రెండు మహా సముద్రాలు ఉరుములతో ఢీకొట్టడానికి సిద్ధంగా ఉన్న కదిలే అగ్నిపర్వతాల్లా మారాయి. ఒకవైపు నెల్లూరి సేనాపతి, మృత్యువుకే కత్తిసాము నేర్పిన పరాక్రమశాలి 'ఖడ్గ తిక్కన' తన గజ, అశ్వ బలగాలతో ఒక కారుమబ్బులా కమ్మి ఉన్నాడు. ఆ రాక్షస సైన్యాన్ని ఎదుర్కోవడానికి, యాదవుల తరఫున మొదటగా మృత్యువుతో చెలగాటమాడటానికి ముందుకురికారు మన కాటమరాజు పినతల్లి కుమారులైన 'చల్ల వారు'! ఆ చల్ల పిన్నమనీడు నాయకత్వంలోని ఏడుగురు అన్నదమ్ములు, నొసటన వీరగంధం దిద్దుకుని, రక్తం కోసం ఆకలితో అరుస్తున్న కత్తులు దూసి ప్రళయకాల రుద్రుల్లా రణరంగాన అడుగుపెట్టారు. వాళ్ల అడుగుల బరువుకు ఆ ఎర్రగడ్డపాటి మట్టి అక్షరాలా భయంతో వణికిపోయిందయ్యా!"

సూర్యుడు తూర్పు కొండల వెనుక నుంచి ఉదయిస్తున్నాడు. ఆ నెత్తుటి పగలు సాధించడానికి కాటమరాజు ఎర్రగడ్డపాడు చేరుకుని,

రణవీరగంగ సాక్షిగా యుద్ధానికి సిద్ధమయ్యాడు. ఆ మైదానంలో ముత్యాలు, నవరత్నాలు పొదిగిన రంగురంగుల పట్టు గుడారాలు వేయించాడు. నలభైనాలుగు స్తంభాల ప్రధాన శిబిరంలో కాటమరాజు కొలువుదీరి ఉన్నాడు. పంచమహా వాద్యాలు మ్రోగుతుండగా తన తమ్ముడు పద్మనాయుడితో కలిసి దర్బారు తీర్చాడు. నెల్లూరు సిద్ధిరాజు పంపిన 'అనభట్టు' అనే రాయబారి వచ్చి అహంకారంగా పుల్లరి అడగ్గా, 'ఒక్క కాసు కూడా ఇచ్చేది లేదు, పోయి మీ రాజును యుద్ధానికి రమ్మను!' అని సింహంలా గర్జించి పంపించేశాడు కాటమరాజు.

యుద్ధం అనివార్యమని గ్రహించి, ధనంకొండలో ఉన్న అయితమరాజుకు, పల్లికొండకు నెత్తుటి పిలుపులు పంపాడు. మరుసటి ఉదయానికే యాదవ రాజులంతా తమ తమ సైన్యాలతో ఎర్రగడ్డపాడు చేరుకున్నారు. నాచకూళ్ల నాయుడు, నేతివారి ముద్దయ్య, పుత్తమరాజు తదితర వీరులందరూ కత్తులకు పదును పెట్టుకుని వచ్చారు. ఆ మహా సైన్యం అంతా కలిసి పంచలింగాల కొండ వద్దకు వెళ్లి, సృష్టికి మూలమైన గంగా భవానిని ప్రార్థించారు. అక్కడే ఉన్న శివలింగాన్ని పూజించి, తమ తాత పోలురాజు ఆత్మను స్మరించుకుని, 'నాడు మీరు చెప్పినట్టే నెల్లూరు రాజులతో మాకు ఏడు తరాల పగ వచ్చింది, ఆ పగ తీర్చుకోవడానికి ఆశీస్సులు ఇవ్వండి' అని వేడుకున్నారు. గాలిలో ఒక చల్లటి పవనం వీచి, ఆ పితృదేవతల దీవెనలు యాదవులకు అందాయయ్యా!

అటు నెల్లూరులో... భట్టు ద్వారా కాటమరాజు కబురు విన్న సిద్ధిరాజు ఉగ్రరూపం దాల్చాడు. నలుదిక్కులా ఉన్న తన సామంతులకు, దళపతులకు కబురు పంపాడు. తిరుణామల తిప్పరాజు, పెదవరుద రాజు, పాప తిమ్మరాజు, నందివాడ పోతినేడు లాంటి ఎందరో సామంతులు

లక్షలాది సైన్యంతో, ఏనుగులు, గుర్రాలతో కదిలివచ్చారు. సర్వేపల్లి మెట్ట వద్ద విడిది చేసిన ఆ మహా సైన్యాన్ని చూసి సిద్ధిరాజు గర్వంతో ఉప్పొంగిపోయాడు. అప్పుడు ఆ నెల్లూరి కొలువులోంచి ఒక వీరుడు ముందుకు వచ్చాడు. వాడు సామాన్యుడు కాదయ్యా... నెల్లూరి సేనాపతి, కవి తిక్కన దాయాది 'ఖడ్గ తిక్కన'! సిద్ధిరాజు వైపు చూసి, 'మహారాజా! ఆ యాదవులను, అందులో ముఖ్యంగా మహా వీరులైన ఆ చల్లవారిని అంతం చేయడానికి ఈ మహా సైన్యం అక్కర్లేదు. నాకు ఆజ్ఞ ఇవ్వండి, నేను ఒక్కడినే వెళ్లి ఆ చల్లవారిని నాశనం చేసి వస్తాను' అని మీసం మెలేశాడు. సిద్ధిరాజు సంతోషంతో తిక్కనకు గంధ కస్తూరులు పూసి, తాంబూలం ఇచ్చి సగౌరవంగా రణరంగానికి సాగనంపాడు.

ఖడ్గ తిక్కన అత్యుత్తమమైన గుర్రాన్ని ఎక్కి మహా ప్రతాపంతో చాగలకొండ వద్ద ఉన్న మన యాదవ సేనలపై (చల్లవారిపై) దండెత్తాడు. ఇరు పక్షాల మధ్య భీకరమైన యుద్ధం మొదలైంది! ఆ చల్లవారు మామూలు మనుషులు కారు బాబయ్యా, కాటమరాజు పినతల్లి కొడుకులు. చల్ల పిన్నమనీడు నాయకత్వంలో ఆ ఏడుగురు అన్నదమ్ములు ఒక కాలాగ్ని రుద్రుల్లా నెల్లూరు సైన్యం మీద పడ్డారు. వాళ్ల కత్తుల ధాటికి తిక్కన సైన్యం చెట్ల ఆకులు రాలినట్లు రాలిపోయింది. క్షణాల్లో నెల్లూరు సైన్యం శవాల గుట్టలుగా మారిపోయింది. ఆ నెత్తుటి మడుగులో ఖడ్గ తిక్కన సైన్యం కోల్పోయి ఒంటరివాడయ్యాడు.

ఒంటరిగా నిలబడిన ఖడ్గ తిక్కనను చూసి చల్ల పిన్నమనీడు అడ్డుకున్నాడు. తన కత్తిని దించి, 'ఓ బ్రాహ్మణోత్తమా! యుద్ధం ఆపు. నిన్ను చంపి బ్రహ్మహత్యా పాతకాన్ని మేము మూటగట్టుకోలేము. కత్తులు పట్టి కయ్యం చేయడం నీ పని కాదు, పోయి మీ సిద్ధిరాజును

రమ్మను!' అని అవమానకరంగా, ఒక బ్రాహ్మణుడన్న జాలితో ప్రాణభిక్ష పెట్టి పంపించేశాడు. ఆ దెబ్బకు ఖడ్గ తిక్కన పౌరుషం ముక్కలైపోయింది. సిగ్గుతో తలదించుకుని తన ఇంటికి తిరుగుముఖం పట్టాడు.

అయ్యా... రణభూమిలో కత్తిపోటు కన్నా, ఇంట్లో ఆత్మీయులు వేసే మాటల పోటు ఎంత భయంకరంగా ఉంటుందో ఈ తిక్కన కథ చెబుతుంది. ఇది ఒక వీరుడి ఆత్మగౌరవానికి అగ్నిపరీక్ష! పారిపోయి వచ్చిన కొడుకును చూసి తండ్రి సిద్ధనమంత్రి అగ్గిమీద గుగ్గిలమయ్యాడు. 'పులి కడుపున గొర్రె పుట్టినట్టు పుట్టావురా! శత్రువులకు భయపడి రావడం కన్నా రణరంగంలో వీరమరణం పొందడం మేలు. నీ బతుకు ఎందుకురా?' అని ముఖం మీదే అసహ్యించుకున్నాడు. వీధిలో నడుస్తుంటే నెల్లూరు పురజనులు చప్పట్లు కొడుతూ, 'పెర్రి కరణానికి యుద్ధం ఎందుకు? తాటాకుల మీద పద్యాలు రాయడం, లెక్కలు కట్టడం వేరు... రణరంగంలో కత్తులు దూయడం వేరు! శత్రువుల బాణాలు గారెలు, అరిసెలు అనుకున్నావా?' అని గేలి చేశారు.

ఇంట్లోకి అడుగుపెట్టిన తిక్కనకు తన భార్య ఎదురొచ్చింది. ఆమె కళ్లలో ఏడుపు లేదు, అసహ్యం ఉంది. పారిపోయి వచ్చిన మొగుడిని ఒక ఆడదానితో సమానంగా చూస్తూ, స్నానానికి పసుపు ముద్దను, నీళ్లను ఇచ్చింది! 'నా భర్త యుద్ధం చేసి అలిసిపోయి వచ్చాడు, ఆడవాళ్ళలా పసుపు రాసుకుని స్నానం చేయండి' అని అతని మగతనాన్ని ప్రశ్నిస్తూ అత్యంత దారుణంగా అవమానించింది. ఆ మాటల పోట్లతో కుమిలిపోతూ భోజనానికి కూర్చున్న తిక్కనకు, కన్నతల్లి పాలు వడ్డించింది. కానీ ఆ పాలు అప్పటికప్పుడే విరిగిపోయి ఉన్నాయి! 'అమ్మా, ఈ పాలు విరిగిపోయాయి ఏమిటి?' అని అడిగితే, ఆ తల్లి అన్న మాట వింటే ఆకాశం

బద్దలవుతుంది బాబయ్యా! 'ఏముంది నాయనా, శత్రువులకు భయపడి పారిపోయి వచ్చిన నీ పిరికి ముఖం చూసి, ఆ పాలు కూడా భయంతో విరిగిపోయాయి!' అని గుండెలు పిండే మాట అంది. కంటికి కనిపించని ఒక మానసిక మాయ ఆ పాలలో ప్రతిఫలించింది!

తండ్రి, జనం, భార్య, చివరకు కన్నతల్లి కూడా అవమానించడంతో తిక్కనలోని వీరుడు మళ్లీ మేల్కొన్నాడు. రోషంతో రగిలిపోతూ రాత్రంతా నిద్రపోలేదు. ఉదయాన్నే లేచి, మళ్ళీ కవచాలు ధరించి, తండ్రి వద్దకు వెళ్లి 'ఈసారి నా శౌర్యం చూపిస్తాను, శత్రువుల తలలు నరుకుతాను లేదా నా కండలు రణరంగంలో పడేలా వీరమరణం పొందుతాను' అని ప్రతిన బూని మళ్ళీ యుద్ధ భూమికి ఒక గాయపడిన సింహంలా ఉరికాడు.

మళ్లీ రెట్టించిన కోపంతో రణభూమికి వచ్చిన తిక్కనను చూసి చల్ల పిన్నమనీడు ఆశ్చర్యపోయాడు. 'మళ్లీ ఈ బ్రాహ్మణుడు వచ్చాడు, ఇతడిని చంపితే పాపం వస్తుంది, ఏం చేయాలి?' అని సందేహించాడు. అప్పుడు చల్లపిన్నమనీడు తమ సైన్యంలో ఉన్న బ్రాహ్మణుడైన మంత్రి, శివారాధకుడైన బ్రహ్మరుద్రయ్యను ఖడ్గ తిక్కనతో ద్వంద్వ యుద్ధం చేయమని ఆజ్ఞాపిస్తాడు. బ్రహ్మరుద్రయ్య ముందుకు వచ్చి, 'మహారాజా! యుద్ధంలో ఎదురుగా వచ్చినవాడు బ్రాహ్మణుడా మరొకడా అని చూడకూడదు. శివ బ్రాహ్మణుడనైన నేను యుద్ధం చేస్తాను, నాకైతే పాపం అంటదు' అని రంగంలోకి దిగాడు.

బ్రహ్మరుద్రయ్య తన ఎద్దును ఎక్కి, తిక్కన తన గుర్రాన్ని ఎక్కి ఒకరికొకరు ఎదురుపడ్డారు. భూమి దద్దరిల్లేలా వాళ్ల మధ్య భీకర ద్వంద్వ యుద్ధం మొదలైంది! వారి ద్వంద్వ యుద్ధం దకుండు శంభుండు తారసిలినట్లు, రామరావణులు కదసినట్లు, మత్స్యంబు మొసలియు

మల్లాడినట్లి, వారిధి వారిధితో, మేరువు మేరువుతో తాకినట్లు జరిగింది! ఒకరి వాహనాన్ని మరొకరు నరుక్కున్నారు. ఆయుధాలు ముక్కలయ్యాయి. కత్తులు రాసుకుంటుంటే పగటి పూటే నిప్పురవ్వలు ఎగిసిపడ్డాయి. ఇర్వురు పోరిరి దుర్వారులగుచు... తడయక ఆ మంత్రి తనద్రుంచిపైచే! అన్నట్లుగా, చివరకు ఇద్దరూ ఒకేసారి తమ కత్తులతో ఒకరినొకరు నరుక్కుని ఆ ఎర్రగడ్డపాటి మట్టి మీద ఒకే క్షణంలో నేలకూలి వీరమరణం పొందారు.

ఆ క్షణం గాలి స్తంభించిపోయింది బాబయ్యా! పగటిపూటే ఆకాశం ఒక్కసారిగా చీకటి పడింది. బ్రహ్మరుద్రయ్య దేహం నుంచి చిమ్మిన పచ్చి నెత్తురు ఆ నేలను తాకగానే, ఒక భయంకరమైన, గగుర్పాటు కలిగించే మాంత్రిక వాస్తవికత ఆ రణభూమిలో చోటుచేసుకుంది. ఒక శివ బ్రాహ్మణుడి రక్తం కత్తి చేత నేల పాలు కావడంతో, ఆ ఎర్రగడ్డపాటి మైదానంలోకి ఒక అదృశ్యమైన మృత్యుఛాయ ప్రవేశించింది. అదే 'బ్రహ్మహత్యా దోషం'!

బ్రహ్మరుద్రయ్య నేలకొరగగానే, చల్ల పిన్నమనీడు, విన్నయ్య, గోవిందు లాంటి యాదవ వీరుల చేతుల్లోని కత్తులు అకస్మాత్తుగా వందల కొండలంత బరువెక్కాయి. వాళ్ల దేహాలు ఎవరూ కొట్టకుండానే మండిపోతున్నట్లుగా వేడెక్కాయి. గాలిలో పీల్చడానికి ప్రాణ వాయువు లేదు, కేవలం కాలుతున్న పెంట్రుకల వాసన, ఒక తీరని పాపపు వాసన ఉక్కిరిబిక్కిరి చేయసాగింది. వాళ్లు బ్రహ్మరుద్రయ్య రక్తం పడిన మట్టిలో నిలబడలేకపోయారు, ఆ భూమి వాళ్ల పాదాలను కాలుస్తోంది. 'అయ్యో! మన యాదవ పౌరుషం కోసం, మన పక్షాన నిలబడి ఒక పవిత్రమైన శివ బ్రాహ్మణుడు ప్రాణాలు వదిలాడే! ఈ బ్రహ్మహత్యా పాపం మన కులాన్ని,

మన ఆయుధాలను శపించింది!' అని యాదవులు రోదించారు. ఆ దోషం అంటుకున్న కత్తులతో యుద్ధం చేస్తే యాదవ వంశం సర్వనాశనం అవుతుందని వాళ్లకు అర్థమైంది.

వెంటనే చల్ల వారు యుద్ధాన్ని ఆపివేశారు. ఆ నెత్తుటితో తడిసిన, బ్రహ్మహత్యా దోషం అంటుకున్న తమ ఆయుధాలను తీసుకుని ఆ ఎర్రగడ్డపాటి మైదానం చివరన ఉన్న ఒక ప్రాచీనమైన జమ్మిచెట్టు (ఊరమాను) దగ్గరకు పరుగు తీశారు. ఆ ఊరమాను ఒక మామూలు చెట్టు కాదయ్యా! అది యుగాలుగా ఆ నెత్తుటి మట్టిలో తపస్సు చేసుకుంటున్న ఒక మహా ముని లాంటిది. దాని కొమ్మలు ఆకాశాన్ని తాకుతూ, దాని వేళ్లు పాతాళాన్ని బంధించి ఉంచుతాయి. ఆ చెట్టు చుట్టూ ఒక దైవికమైన, చల్లటి వెలుగు ఆవరించి ఉంటుంది.

యాదవ వీరులంతా ఆ ఊరమాను కింద మోకరిల్లారు. తమ చేతుల్లోని ఆ కనకనలాడుతున్న, పాపంతో బరువెక్కిన ఆయుధాలను ఆ చెట్టు వేళ్ల దగ్గర ఉంచారు. బాబయ్యా... ఆ దృశ్యం చూస్తే దేవుళ్లు కూడా కన్నీరు పెడతారు. పవిత్రమైన నదీ జలాలను తెచ్చి ఆ కత్తుల మీద పోసి కడుగుతుంటే, ఆ ఆయుధాలకు అంటిన రక్తం ఎర్రగా పారలేదు... ఒక భయంకరమైన నల్లటి విషంలా, నల్లటి బురదలా కిందకు కారింది! అది రక్తం కాదు తండ్రీ, అది బ్రహ్మహత్యా పాపం!

కత్తులను అలా కడుగుతున్న సమయంలోనే, చల్ల పిన్నమనీడు యాదవ వీరులందరినీ ఆ జమ్మిచెట్టు చుట్టూ కూర్చోబెట్టాడు. తమ ఆత్మగౌరవం కోసం పగవాడి కత్తికి ఎదురొడ్డి నేలకొరిగిన ఆ మహా శివబ్రాహ్మణుడి త్యాగానికి కృతజ్ఞతగా, ఆ మహా వృక్షం నీడలోనే అప్పటికప్పుడే ఒక పవిత్రమైన క్రతువు ప్రారంభించారు! మంత్రాలు

చదువుతూ ఆ అగ్నిగుండంలో నెయ్యి పోస్తుంటే, ఆ మంటలు సాక్షాత్తూ శివలింగాకృతిలో పైకి ఎగశాయి. ఆ అగ్ని సాక్షిగా, కైలాసానికి ఏగుతున్న బ్రహ్మరుద్రయ్య ఆత్మకు శాంతి కలగాలని, ఆయన వీరత్వానికి శాశ్వతమైన గుర్తుగా అత్యంత భక్తిశ్రద్ధలతో 'వీరబోనము' (వీరులకు అర్పించే పవిత్ర నైవేద్యం) సమర్పించారయ్యా! ఒక బ్రాహ్మణుడి కోసం రణభూమిలో యజ్ఞం చేసి, వీరబోనం అర్పించి, తమ వంశానికి అంటిన ఆ బ్రహ్మహత్యా దోషాన్ని పూర్తిగా బాపుకునే ప్రయత్నం చేశారు మన యాదవులు.

అప్పుడు జరిగిందయ్యా ఒక మహాద్భుతం! ఆ ఈరమాను వేళ్లు, మట్టిలోంచి పడగ విప్పిన పాముల్లా కదిలాయి. కత్తుల మీంచి కారుతున్న ఆ నల్లటి విషపు రక్తాన్ని, ఆ పాపాన్ని ఆ చెట్టు వేళ్లు ఒక దాహంతో ఉన్న మృగంలా పీల్చుకోవడం మొదలుపెట్టాయి. ఆ చెట్టు పాపాన్ని స్వీకరిస్తుంటే, దాని ఆకుపచ్చని ఆకులన్నీ ఒక్క క్షణం పాటు ఎర్రటి నిప్పుల్లా మారిపోయాయి! చెట్టు కాండం నుంచి ఒక మూగ వేదన లాంటి శబ్దం వినిపించింది. దేవుడు విషాన్ని మింగినట్లుగా, ఆ ఈరమాను యాదవుల బ్రహ్మహత్యా దోషాన్ని తన దేహంలోకి తీసేసుకుంది. క్షణాల్లో ఆ చెట్టు మళ్లీ ప్రశాంతమైన ఆకుపచ్చ రంగులోకి మారిపోయింది.

పాపం తొలగిపోగానే, ఆ కత్తుల బరువు దిగిపోయింది. నల్లగా ఉన్న ఆ ఆయుధాలు మళ్లీ సూర్యకాంతికి తళతళలాడుతూ దైవికమైన వెలుగును సంతరించుకున్నాయి. గాలిలో అప్పటివరకు ఉన్న శ్మశానపు వాసన పోయి, స్వచ్ఛమైన చందనం, విభూతి వాసన అలుముకుంది. బ్రహ్మరుద్రయ్య ఆత్మ ఆ చెట్టు కొమ్మల మీంచి యాదవులను ఆశీర్వదించి

కైలాసానికి వెళ్లినట్లుగా ఒక అదృశ్యమైన గంటల చప్పుడు గాలిలో వినిపించింది.

పాప ప్రక్షాళన జరిగిన ఆ ఆయుధాలను చేతబట్టి, చల్ల వారు ఒక భయంకరమైన సింహనాదం చేస్తూ మళ్లీ రణభూమి వైపు తిరిగారు! ఒక బ్రాహ్మణుడి నెత్తురు, ఒక మహావృక్షపు త్యాగం ఆ యాదవ కత్తులకు మృత్యువుని సైతం జయించే పదునును ఇచ్చాయయ్యా!"

కానీ బాబయ్యా... ఇటు వైపు ఖడ్గ తిక్కన పౌరుషం ఏమైందో వినండి. కొడుకు వీరమరణం పొందాడన్న వార్త విన్న తండ్రి సిద్ధనమంత్రి ఏడవలేదు... గర్వంతో రొమ్ము విరుచుకుని రణభూమికి వచ్చాడు. అక్కడ శత్రువుల శవాల మధ్య ముక్కలు ముక్కలుగా నరకబడి చెల్లాచెదురుగా పడి ఉన్న తన కొడుకు కండలను చూసి ఒకవైపు కన్నీరు పెట్టుకుంటూనే, తన వంశ గౌరవాన్ని నిలబెట్టాడని మురిసిపోయాడు. ఆ కండలను ఏరి తన ధోవతిలో మూటకట్టుకుని ఇంటికి తీసుకువచ్చాడు! ఆ శవపు ముక్కల నుంచి పచ్చి నెత్తురు వాసన రాలేదు తండ్రీ... ఒక మహావీరుడి కస్తూరి వాసన వచ్చింది. భర్త కండలతో ఇంటికి వచ్చిన మామను చూసి తిక్కన భార్య గర్వంతో చిరునవ్వు నవ్వింది. 'నా భర్త పౌరుషంతో పోరాడి వీరస్వర్గం అలంకరించాడు, ఇక నేను ఇక్కడ ఉండను' అని చెప్పి, సకల ఆభరణాలు అలంకరించుకుని, ఏమాత్రం భయం లేకుండా అగ్ని ప్రవేశం చేసిందయ్యా! మగాడి పౌరుషం వెనుక ఆడవాళ్ల రోషం ఎంతలా ఉందో చూశారా!

ఖడ్గతిక్కన మరణవార్త విన్న నల్లసిద్ధిరాజు కోపంతో ఊగిపోయాడు. వెంటనే తన వద్ద ఉన్న అపారమైన గజ, అశ్వ, కాల్బలంతో ఏనుగుపై అంబారీ ఎక్కి, భయంకరమైన రణభేరీలు మ్రోగుతుండగా స్వయంగా

పాకనాటి మైదానానికి చేరుకున్నాడు. ఆ మహా సైన్యాన్ని చూసిన చల్ల పిన్నమనీడు ఏమాత్రం బెదరలేదు. తన సహోదరులను, దళపతులను పిలిచి, 'యాదవ సింహాల్లారా! ఆ సైన్యం చూసి భయపడకండి. వాళ్లు కేవలం గొల్లలే కదా అని మనల్ని చులకన చేస్తున్నారు. మీరు భయపడకుండా బాకులు, కత్తులు పట్టుకుని శత్రువులపై సింహాల్లా విరుచుకుపడండి. వెన్ను చూపవద్దు!' అని వీరవాక్యాలతో సైన్యాన్ని ఉత్తేజపరిచాడు.

యుద్ధం భీకరంగా మొదలైంది! సిద్ధిరాజు కుమారుడైన 'కొమార సిద్ధిరాజు' గుర్రంపై దూసుకువచ్చి యాదవులను ఊచకోత కోయసాగాడు. అది గమనించిన చల్ల పిన్నమనీడు గాలిలోకి ఎగిరి నేరుగా కొమార సిద్ధిరాజును ఎదుర్కొన్నాడు. ఇద్దరి మధ్య జరిగిన భీకర పోరులో పిన్నమనీడు తన కత్తితో కొమార సిద్ధిరాజు తలను ఖండించాడు! ఆ తెగిపడిన తల చూసి నెల్లూరు సైన్యంలో భయం మొదలైంది. వెంటనే నల్లసిద్ధిరాజు తన సేనాని అయిన 'కస్తూరి సిద్ధిరాజు'ను యుద్ధంలోకి పంపాడు. కస్తూరి సిద్ధిరాజు తన సైన్యంతో కలిసి యాదవులపై ప్రళయంలా విరుచుకుపడ్డాడు.

రణరంగం రక్తసిక్తమైంది బాబయ్యా! చల్ల పిన్నమనీడు మరియు అతని ఆరుగురు సోదరులు... ఆ ఏడుగురు యాదవ అన్నదమ్ములు కురుక్షేత్రంలో పాండవుల్లాగా యుద్ధం చేశారు. అంతులేని శత్రు సైన్యాన్ని గడ్డిపోచల్లా నరికారు. వాళ్ల కత్తుల దెబ్బలకు నెల్లూరి ఏనుగుల కుంభస్థలాలు పగిలి రక్తం వర్షంలా కురిసింది. కానీ విధి ఆడిన నాటకంలో, శత్రువుల సంఖ్య సముద్రమంత ఉంది. నలుదిక్కుల నుండి వాళ్లపైకి బాణాలు, బల్లేలు, కత్తులు దూసుకువచ్చాయి. ఆ ఏడుగురు మహావీరుల

శరీరాలు తూట్లు పడ్డాయి. నెత్తురు ఏరులై పారుతోంది. అయినా వెన్ను చూపకుండా, ఆఖరి శ్వాస వరకు శివకేశవులను స్మరిస్తూ, శత్రువులకు సింహస్వప్నంగా నిలిచిన ఆ ఏడుగురు చల్లవారి అన్నదమ్ములు వీరోచితంగా పోరాడి ఎర్రగడ్డపాటి నెత్తుటి మట్టిలో నేలకొరిగారు! వీర స్వర్గాన్ని అలంకరించారయ్యా!"

కొమ్ములవాడు తన గుడారంలో ఒక్కసారిగా గాలి పీల్చుకున్నాడు. వీరణం మీద ఒక బరువైన, విషాదభరితమైన దరువు వేశాడు. వాడి కళ్లల్లోంచి రాలుతున్న కన్నీళ్లు ఆ కాగడా మంటల వెలుతురులో మెరుస్తున్నాయి. "అయ్యా! అది ఈ మహాభారత సంగ్రామంలో చల్లవారి జగడం! అటు నెల్లూరి పౌరుషం, ఇటు యాదవ ఆత్మగౌరవం ఆ ఎర్రగడ్డపాటి మట్టిని నెత్తుటితో తడిపాయి. ఈ మరణ మృదంగం ఇక్కడితో ఆగలేదు తండ్రీ... ఇంకా ఆ దైవికమైన మూగజీవాలు కూడా కత్తుల ముందు నిలబడబోతున్నాయి!" అంటూ ఇత్తడి కొమ్మును ఆకాశం వైపు ఎత్తి ఒక సుదీర్ఘమైన, గుండెలను పిండేసే నాదాన్ని ఊదాడు. ఆ శబ్దం ఆ రాత్రి చీకట్లలో కరిగిపోతూ, బ్రహ్మరుద్రయ్య త్యాగాన్ని, ఆ పాపాన్ని మింగేసిన ఈరమాను, చల్ల అన్నదమ్ముల బలిదానాన్ని ఆ పల్లె జనం కళ్ల ముందు సజీవంగా నిలిపింది.

23

గో సమర పర్వము

బొల్లవు జగడం

గుడారంలో కాగడా మంటలు ఒక భయానకమైన, ఆర్తనాదపు ఛాయలను గాలిలో ఆవిష్కరిస్తున్నాయి. అప్పటివరకు వీరుల కత్తుల సవ్వడితో, పౌరుషపు గర్జనలతో దద్దరిల్లిన ఆ వాతావరణం, ఇప్పుడు అకస్మాత్తుగా ఒక దైవికమైన ఉత్కంఠలోకి జారిపోయింది. కొమ్ములవాడి చేతిలో వీరణం మోత ఒక అంతుచిక్కని మాయాజాలంలా లయబద్ధంగా మ్రోగుతోంది. వాడి కళ్లలో నెత్తుటి కసి లేదు, దానికి బదులు ఒక మూగ జీవి చేసిన మహా ప్రళయాన్ని తలచుకుని రగులుతున్న భక్తి, ఆశ్చర్యం కలగలిసి ఉన్నాయి. తన చేతిలోని ఇత్తడి కొమ్మును నేలకు ఆనించి,

ఆకాశం వైపు రెండు చేతులెత్తి నమస్కరించాడు. వాడు ఊపిరి పీల్చుకుంటుంటే, ఆ పల్లె జనం గుండెల్లో భయం రేగింది. గాలిలో అకారణంగా పాలు, కస్తూరి, పచ్చి నెత్తురు, మరియు కాలుతున్న మట్టి వాసనలు ఒకేసారి గుప్పుమన్నాయి.

"అయ్యా! కత్తి పట్టి శత్రువుల తలలు నరకడం వీరుల లక్షణం. మట్టి కోసం మగాళ్లు చావడం కురుక్షేత్రం. కానీ... ఏ పాపమూ ఎరుగని ఒక మూగ జీవి, పచ్చిక మేసి పాలిచ్చే ఒక శ్వేత గోమాత... తన వంశపు ఆత్మగౌరవం కోసం ఒక రాక్షసిలా మారి కదనరంగాన అడుగుపెడితే, ఆ ప్రళయాన్ని చూసి ప్రకృతి సైతం వణికిపోతుందయ్యా! మనుషులు, జంతువులు అనే తేడా ఆ ఎర్రగడ్డపాటి మహా సంగ్రామంలో ఏనాడో చెరిగిపోయింది. చల్లవారి చేతిలో తన మహా సైన్యం నాశనమై, తన తమ్ములు కొమార సిద్ధిరాజు, కస్తూరి సిద్ధిరాజులు నెత్తుటి మట్టిలో నేలకొరిగారన్న వార్త విన్న నల్లసిద్ధిరాజు గుండెల్లో అగ్నిపర్వతం బద్దలైంది. ఆ చోళ రాజు ఉగ్రకోపంతో ఒక మదగజాన్ని అధిరోహించాడు. కంచు రణభేరీలు, నఫిరీలు, కొమ్ములు ఆకాశాన్ని చీల్చుతుండగా, ఒక కదిలే మహాసముద్రంలా తన అపార సైన్యాన్ని వెంటేసుకుని దండయాత్రకు బయలుదేరాడు. భీమవరం, మంగోలిపాడు, గుజ్జర్ల వాగు దాటుకుంటూ వచ్చి, ఎర్రగడ్డపాటి సమీపంలో ఉన్న పంచలింగాల కొండ వద్ద ఆ శత్రు సైన్యం తమ గుడారాలు వేసింది.

కానీ తండ్రీ... ఆ రాత్రి నల్లసిద్ధి సైన్యం విడిది చేసిన చోట ప్రకృతి ఒక భయంకరమైన మాంత్రిక వాస్తవికతను ప్రదర్శించింది. ఆకాశంలో నక్షత్రాలు మాయమయ్యాయి. ఎటుచూసినా దుశ్శకునాలు! చెట్ల మీది నుంచి గుడ్లగూబలు మృత్యుగీతం పాడుతున్నాయి. పక్షులు రాత్రివేళ

వింతగా, భయానకమైన కూతలు కూస్తున్నాయి. నేల మీద కదులుతున్న సైనికులకు దారికి అడ్డంగా భయంకరమైన నాగుపాములు బుసలు కొడుతూ వెళుతున్నాయి. గుడారాల పైనుంచి బల్లులు సైనికుల మీద రాలిపడుతున్నాయి. ఈ ఘోరమైన అపశకునాలను చూసి సిద్ధిరాజు గుండెల్లో నిప్పు రగిలిన రథాలు పరిగెత్తాయి. వెంటనే శకునాలు చెప్పడంలో అద్భుతమైన దిట్ట అయిన 'సంధ్య గోపాలుడి'ని పిలిపించి, ఈ మాయేమిటో విప్పి చెప్పమన్నాడు.

సంధ్య గోపాలుడు ఆకాశం వైపు చూసి, సూర్యభగవానుడిని, దిక్కులను ప్రార్థించి కళ్లు మూసుకున్నాడు. వాడి కనురెప్పల వెనుక ఒక మహా ప్రళయం కనిపించింది. వణుకుతున్న గొంతుతో, 'మహారాజా! ఇది మామూలు శకునం కాదు, ఒక మహా వినాశనానికి నాంది. పక్షులు అరుస్తున్న తీరు చూస్తుంటే... రేపు ఉదయం మనుషులు కారు, కత్తులు పట్టిన వీరులు కారు... పంతం పట్టిన ఒక శ్వేత వర్ణపు 'బొల్లావు' మృత్యుదేవత వాహనంలా మన సైన్యంపై విరుచుకుపడబోతోంది! దాని గిట్టల కింద మన గుడారాలు, ఏనుగులు, గుర్రాలు, రౌతులు నలిగిపోవడం ఖాయం. మన సైన్యం చెల్లాచెదురై పారిపోక తప్పదు' అని రాబోయే పెనుముప్పును ఎలుగెత్తి హెచ్చరించాడు.

ఆ మాటలు వినగానే సిద్ధిరాజు కొలువులోని పత్తికూళ్ల మన్నెవారు, ఇతర సేనాపతులు అహంకారంతో పకపకా నవ్వారు. 'ఓరీ సంధ్య గోపాలా! మతిభ్రమించి మాట్లాడుతున్నావా? కేవలం ఒక పశువు, గడ్డి తినే ఆవు వస్తే చూసి భయపడటానికి మేమేమైనా పిరికివాళ్లమా? ఆ ఆవు ఎదురువస్తే మా కత్తులతో, బల్లేలతో పొడిచి మా ఏనుగులకు బలిపేస్తాం. పిరికి మాటలు కట్టిపెట్టు' అని గేలి చేస్తూ గద్దించారు. కానీ సిద్ధిరాజుకు

లోపల భయం తొలగలేదు. తన నాయకులను సముదాయిస్తూ, 'అతను చెప్పేది వినండి, ప్రకృతి అబద్ధం చెప్పదు. అందరూ అప్రమత్తంగా ఉండండి. రాత్రి వేళ కంటిమీద కునుకు లేకుండా కాపలా కాయండి, ఆయుధాలను సిద్ధం చేసుకోండి' అని ఆజ్ఞాపించాడు.

ఇటు నెల్లూరి సైన్యంలో భయం తాండవిస్తుంటే... అటు యాదవ శిబిరంలో ఒక దైవికమైన ఉత్సవం జరుగుతోందయ్యా! దైవాంశ సంభూతమైన తమ కులగోమాత 'బొల్లావు'ను యాదవులు ఒక యుద్ధ దేవతలా ముస్తాబు చేస్తున్నారు. ఆ శ్వేత గోమాత దేహానికి అగరు, పునుగు, చందనం, కస్తూరి పూసి సుగంధాలు వెదజల్లేలా చేశారు. మెడలో ముత్యాల మువ్వల పేరు, వజ్రాల సరులు వేశారు. ముఖానికి రాగి రేఖలు దిద్ది, ఆ వాడియైన కొమ్ముకు బంగారు కుప్పెలు తొడిగారు. అన్నిటికంటే ముఖ్యంగా... ఆ ఆవు బొడ్డుకు ఒక మహా భయంకరమైన, దైవికమైన పెద్ద గంటను కట్టారు! పల్లికొండ పెరుమాళ్ళు స్వయంగా నివ్వాళి పళ్ళెములు పట్టి ఆ గోమాతకు హారతులు ఇవ్వగా, అగరు సాంబ్రాణి పొగలు ఆకాశాన్ని తాకాయి.

మామ, అల్లుళ్ళు, యాదవ వీరులంతా ఆ అలంకరించిన బొల్లావు ముందు చేతులు జోడించి సాష్టాంగ నమస్కారం చేశారు. 'ఓ కామధేనువా! ఓ పరబ్రహ్మ స్వరూపమా! మా పాలిట సాక్షాత్తూ ఆ విష్ణుమూర్తివి నువ్వే తల్లీ! నాడు పోలురాజు కాలం నాటి పగను తీర్చుకోవడానికి ఆ నల్లసిద్ధి దండెత్తి వచ్చాడు. మా పక్షాన నిలబడి ఆ శత్రువులను నాశనం చేసి, మమ్మల్ని రక్షించు. మా యాదవ ఆత్మగౌరవానికి నీవే దిక్కు!' అని కన్నీటితో వేడుకున్నారు.

అయ్యా... ఆ యాదవుల ప్రార్థనలు వినగానే ఆ బొల్లావు దేహంలోకి సాక్షాత్తూ ఆ ఉగ్ర నరసింహ స్వామి ఆవేశం పూనింది! ఆ అమాయకపు కళ్లు రెండు నిప్పుల కొలిమిల్లా ఎర్రబడ్డాయి. పాదాలతో నెత్తుటి నేలను తాటిస్తూ, గాలిని చీల్చుకుంటూ ఒక పిడుగులా నెల్లూరు సైన్యంపై పడింది ఆ గోమాత! అది ఆవు కాదు బాబయ్యా... మృత్యు యంత్రం! ఏనుగుల గుండెలు బద్దలయ్యేలా తన బంగారు కుప్పెల కొమ్ముతో పొడిచింది. ఆవు గిట్టల దెబ్బకు ఇనుప కవచాలు ధరించిన రౌతులు, గుర్రాలు, ఏనుగులు నెత్తురు కక్కుతూ నేలకొరిగాయి. మన్నీలను, సైనికులను తన కాళ్లతో తొక్కుతూ, తోకతో విసిరికొడుతూ శత్రువుల తలలు వేరు చేసింది. గుడారాలను పడగొడుతూ ఆ ఎర్రగడ్డపాటి మైదానంలో ఒక కనీవినీ ఎరుగని మారణహోమం సృష్టించింది!

ఆ బొల్లావు బొడ్డున కట్టిన ఆ మహా గంట... అది మామూలు గంట కాదయ్యా! అది మోగుతుంటే నెల్లూరి సైనికుల వెన్నులో మంచుగడ్డలు పారుతున్నాయి. ఆ గంట మోతకే సైనికుల గుండెలు ఆగిపోతున్నాయి. చేతుల్లోని ఆయుధాలు కింద పారేసి, కవచాలు విసిరేసి ప్రాణభయంతో అడవుల్లోకి, పొదల్లోకి పిచ్చివాళ్లలా పరుగులు తీశారు. పారిపోయే తొందరలో ఒకరిపై ఒకరు పడిపోయి, ముళ్ల కంపల్లో దూరి రక్తం ఓడుతూ హాహాకారాలు చేశారు. ఆవు కంటికి కనిపించకపోయినా, ఎక్కడో దూరం నుంచి ఆ గంట మోత వినబడితే చాలు... వణికిపోతూ దిక్కుతోచని స్థితిలో పారిపోయారు.

ప్రాణాలు అరచేతిలో పెట్టుకుని పారిపోయి వచ్చిన ఆ భయభ్రాంతులైన సైనికులు, నేరుగా సిద్ధిరాజు వద్దకు చేరి తమ గోడు వెళ్లబోసుకున్నారు. 'మహారాజా! అది కేవలం ఆవు కాదు, ఏదో రాక్షసి!

దాని దెబ్బకు తట్టుకోలేక మన మహా సైన్యం చెల్లాచెదురైంది. ఏనుగులను, గుర్రాలను మట్టికరిపించింది. ఆ సంధ్యగోపాలుడు చెప్పిందే అక్షరాలా నిజమైంది' అని ప్రాధేయపడ్డారు. ఆవు మెడలోని ఆ భయంకరమైన గంట మోత గురించి సిద్ధిరాజు అడగగా, సంధ్యగోపాలుడు ముందుకు వచ్చి ఒక అద్భుతమైన, దైవికమైన చరిత్రను విప్పాడు. 'మహారాజా! కలియుగంలో దుర్మార్గులను శిక్షించడానికి సాక్షాత్తూ విశ్వకర్మచే ఆ గంటను శ్రీకృష్ణుడు తయారుచేయించాడు. ఆ తర్వాత అది పాతాళ విఘ్నేశ్వరుడికి ఇవ్వబడింది. మన కాటమరాజు పగడసాల (జూదం) ఆటలో ఆ పాతాళ విఘ్నేశ్వరుడిని ఓడించి, ఆ గంటను వరంగా పొంది తన బొల్లావుకు కట్టాడు! కాబట్టి ఆ గంట మోత సామాన్యమైనది కాదు, అది మృత్యువు వేస్తున్న మద్దెల దరువు!' అని చెప్పాడు.

ఈ మాటలు విన్న సిద్ధిరాజుకు భయం కన్నా అహంకారం, తీవ్రమైన కోపం ముంచుకొచ్చాయి. ఒక గడ్డి తినే ఆవు దెబ్బకు తన మహా సామ్రాజ్యపు సైన్యం భయపడటమా అని రోషంతో రగిలిపోయాడు. వెంటనే నందికనమ నాగరాజు, పాపరాజు, కస్తూరి తిమ్మరాజు వంటి ఎందరో మహా సేనాపతులను పిలిపించి, 'కత్తులు, బల్లేలు తీసుకుని వెంటనే వెళ్లి ఆ పశువును చంపి దాని తల నా ముందు పెట్టండి' అని ఆజ్ఞాపించి పంపాడు.

బాబయ్యా... కత్తులతో వస్తున్న ఆ మహావీరులను చూసి, ఆ శ్వేత గోమాత ఒక అద్భుతమైన మాయ చేసింది! తన దైవిక శక్తితో ఒక పళ్లు ఊడిపోయిన, ముసలి, బక్కచిక్కిన ఆవుగా మాయారూపం దాల్చింది. ఆ వణుకుతున్న ముసలి ఆవును చూసి శత్రువులు, 'ఇదా మనల్ని భయపెట్టిన ఆవు? దీనికా ఇంత సైన్యం పారిపోయింది?' అని ఎగతాళి చేస్తూ నిర్లక్ష్యంగా దగ్గరకు వచ్చారు. అంతే! వాళ్లు దగ్గరకు రాగానే... ఆ

ముసలి ఆవు అమాంతం తన విశ్వరూపం దాల్చింది! ఒక ఉగ్ర సింహంలా మారి వాళ్లపై విరుచుకుపడింది. తన హనుమంతుని తోక లాంటి పొడవైన తోకతో వాళ్ల మెడలు బంధించి గాలిలోకి ఎత్తి నేలకేసి కొట్టింది. తన వజ్రాయుధం లాంటి కొమ్ముతో పొడిచి శత్రువుల పేగులు బయటకు తీసి దారుణంగా సంహరించింది! ఆ దారుణ మారణకాండ నుండి ప్రాణాలతో బయటపడిన కొద్దిమంది వీరులు నెత్తురోడుతూ సిద్ధిరాజు వద్దకు పరుగెత్తారు. 'ఓ మహారాజా! దానికి ఉన్నది ఆవు తోక కాదు హనుమంతుని వాలం, దాని కొమ్ము వజ్రాయుధం. అది ఆవు కాదు, సాక్షాత్తూ గరుడవాహనమెక్కిన ఆ విష్ణుమూర్తి స్వరూపం! దయచేసి దానితో యుద్ధం ఆపి, దాని పాపాన పోకండి' అని భయంతో వణుకుతూ వేడుకున్నారు.

కానీ వినాశకాలే విపరీత బుద్ధి అన్నట్లు... ఆ మాటలకు సిద్ధిరాజు మరింత రెచ్చిపోయాడు. ఏది ఏమైనా ఆ ఆవును చంపాల్సిందేనని పట్టుబట్టి, విలువిద్యలో ఆరితేరిన తొమ్మిది వేల మంది కిరాతకులైన అడవి బోయలను పిలిపించాడు. 'మీరంతా మీ ఆయుధాలతో వెళ్లి, బాణాల వర్షం కురిపించి ఆ ఆవును మట్టుబెట్టండి' అని వారిని యుద్ధానికి ఉసిగొల్పాడు.

అయ్యో... ఆ తర్వాత జరిగిన ఆ ఘోరం తలుచుకుంటేనే రాతి గుండె అయినా పగిలిపోతుంది. ఆ తొమ్మిది వేల మంది బోయలు బొల్లావును నాలుగు వైపులా ముట్టడించారు. నిప్పుల వర్షం కురిపించినట్లు లెక్కలేనన్ని బాణాలను ఆ గోమాతపై గుప్పించారు. ఆకాశం బాణాలతో చీకటి పడిపోయింది. 'సుయ్... సుయ్' మని గాలిని చీల్చుకుంటూ వచ్చిన ఆ బాణాలు ఆ పవిత్రమైన, స్వచ్ఛమైన తెల్లటి దేహంలో కర్కశంగా దిగబడ్డాయి. ఆ మంచుకొండ లాంటి శ్వేత వర్ణం, క్షణాల్లో బాణాలు

గుచ్చుకుని చిమ్ముతున్న పచ్చి నెత్తురుతో ఎర్రగా మారిపోయింది! దేహమంతా తూట్లు పడి, అడుగడుగునా రక్తం ఏరులై పారుతున్నా... ఆ తల్లి ఏమాత్రం వెరవలేదు తండ్రీ! తన వంశపు పగ కోసం, తన యాదవుల కోసం రక్తం కక్కుతూనే బోయల పైకి దూకి కొమ్ములతో పొడిచి వందలాది మందిని చంపి రక్తం ఏరులై పారేలా చేసింది.

చివరకు... ఆ దైవికమైన దేహం ఆ వేలాది బాణాల బరువును భరించలేక, ఎర్రగడ్డపాటి నెత్తుటి బురదలో మోకాళ్లు వంచి కూలబడింది. ప్రాణాలు వదిలే ముందు ఆ బొల్లావు ఆకాశం వైపు చూసి హరిహరులను స్మరించింది. ఆ గోమాత చేసిన భీకర యుద్ధానికి, బలిదానానికి ఆకాశంలో దేవతలు సైతం అచ్చెరువొందారు. వెంటనే ఆకాశం చీలికలు అయి, దేవతలు పూలవాన కురిపించారు. కరివరదుడు స్వయంగా ఒక అద్భుతమైన స్వర్ణ రథాన్ని ఆ ఎర్రగడ్డపాటి నెత్తుటి మట్టి పైకి పంపాడు. సకల దేవతలు ఆకాశం నుంచి చూస్తుండగా, దైవాంశ సంభూతమైన ఆ బొల్లావు ఆ స్వర్ణ రథమెక్కి సగౌరవంగా, అత్యంత తేజోవంతంగా వైకుంఠానికి ఏగిందయ్యా!

ఈ అద్భుతమైన, గగుర్పాటు కలిగించే మాంత్రిక దృశ్యాన్ని కళ్లారా చూసిన బోయలు, ఆయుధాలు కింద పారేసి పరుగుపరుగున సిద్ధిరాజు వద్దకు వచ్చారు. 'ఓ మహారాజా! అది ఆవు కాదు, సాక్షాత్తూ విష్ణు స్వరూపం! మేము వేసిన వేలాది బాణాలకు నెత్తురోడుతూ కూడా ఎంతో మందిని చంపి, చివరకు దేవతలు పంపిన బంగారు రథమెక్కి పూలవానల మధ్య వైకుంఠానికి వెళ్లిపోయింది!' అని ఆ వింతను రాజుకు పూసగుచ్చినట్లు వివరించారు."

కొమ్ములవాడు తన గుడారంలో కన్నీళ్లు తుడుచుకున్నాడు. చేతిలోని ఇత్తడి కొమ్మును ఆకాశం వైపు ఎత్తి, ఒక సుదీర్ఘమైన, ఎంతో విషాదభరితమైన ఆర్తనాదం లాంటి నాదాన్ని ఊదాడు. ఆ శబ్దం ఎర్రగడ్డపాటిలో బొల్లావు వేసిన రంకెలా ఆ రాత్రి చీకట్లలో కరిగిపోయింది. "అయ్యా! ఆ పశువు చిందించిన రక్తం, యాదవుల పౌరుషాన్ని ఒక మండుతున్న అగ్నిపర్వతంలా మార్చేసింది. ఆ దైవికమైన గోమాత ఆత్మబలిదానం, సిద్ధిరాజు గుండెల్లో మృత్యు భయాన్ని నాటితే, యాదవుల కత్తులకు మరింత పదును పెట్టిందయ్యా!" అని గద్గద స్వరంతో ముగించాడు. ఆ పల్లె జనం కళ్లముందు రక్తం ఓడుతున్న ఆ తెల్లటి గోమాత త్యాగం, ఆకాశం నుంచి దిగివచ్చిన ఆ స్వర్ణ రథం చిరస్థాయిగా నిలిచిపోయాయి.

24

ధర్మ వీర పర్వము

బిర్నీడు జగడం

గుడారంలో కాగడా మంటలు ఎర్రటి నెత్తురు రంగులో జ్వలిస్తున్నాయి. అప్పటివరకు దైవికమైన ఆవు బలిదానంతో బరువెక్కిన గాలి, ఇప్పుడు ఒక అంతుచిక్కని, ఉగ్రమైన పౌరుషపు వాసనను మోసుకొచ్చింది. కొమ్ములవాడి కళ్ళలో కన్నీరు ఇంకిపోయి, ఆ స్థానంలో ఒక భయంకరమైన రణోత్సాహం కట్టలు తెంచుకుంది. చేతిలోని వీరణం మీద వాడు వేస్తున్న దరువులు ఒక కదం తొక్కుతున్న మహా సైన్యం అడుగుల చప్పుడులా 'ఢాం... ఢాం... ఢాం...' అని దద్దరిల్లుతున్నాయి. ఆ దరువుల మధ్య కులాలకు, వర్ణాలకు అతీతమైన ఒక మహా బలిదానపు

చరిత్ర ఊపిరి పోసుకుంటోంది. వాడు కళ్ళు మూసుకుని, ఒక చేత్తో ఇత్తడి కొమ్మును గాలిలోకి ఎత్తి పట్టుకుని, ఆ ఎర్రగడ్డపాటి మట్టిలో పుట్టిన అసలైన సెత్తుటి బంధాన్ని ఆవాహన చేశాడు.

"అయ్యా! రాజ్యాధికారం ఉన్నవాడు కత్తి పడితే అది రాజసం. కానీ, ఆకాశమే పందిరిగా, మట్టే పాన్పుగా బతికే అడవి బిడ్డలు, తమను నమ్ముకున్న నేల కోసం, తమకు అన్నం పెట్టిన వంశం కోసం ఆత్మగౌరవంతో కత్తి పడితే... ఆ పౌరుషం ముందు మృత్యువు కూడా మోకరిల్లుతుందయ్యా! రణభూమిలో చిమ్మే రక్తం ఏనాడూ కులం అడగదు, ఆ రక్తాన్ని తాగే మట్టికి అసలే పట్టింపు లేదు. కులాలు, గోత్రాలు పక్కనపెట్టి, ఒకే విస్తరిలో అన్నం తిని, ఒకే రణభూమిలో భుజం భుజం కలిపి పోరాడిన యాదవ, గోసంగి వీరుల అపురూపమైన సెత్తుటి బంధం కథ ఇది!

దైవాంశ సంభూతురాలైన ఆ బొల్లావు బలిదానంతో, నల్లసిద్ధిరాజు గుండెల్లో భయం ఒక విషసర్పంలా పాకింది. దేవుళ్లు సైతం మెచ్చుకున్న ఆ యాదవ సైన్యాన్ని పగటి పూట నేరుగా ఎదుర్కోవడం అసాధ్యమని వాడికి అర్థమైంది. ఆ రాత్రి తన గుడారంలో నల్లసిద్ధిరాజు తన తమ్ములతో కలిసి ఒక కుటిలమైన, నీచమైన వ్యూహం పన్నాడు. 'ఆ యాదవులకు కుడి భుజం లాంటి వాళ్లు వాళ్ల గోసంగి వీరులు! అడవి మృగాల్లాంటి ఆ గోసంగులను పగటి పూట మనం గెలవలేం. తెల్లవారుజామునే, ఇంకా సూర్యుడు ఉదయించక ముందే ఆకస్మికంగా ఆ గోసంగి గుడారాల మీద పడి వాళ్లను మట్టుబెడదాం. ఆ తర్వాత యాదవుల మందను చుట్టుముట్టి వారి తలలు నరికి పశువులను తోలుకుందాం' అని కుట్ర పన్ని, రాత్రికి రాత్రే తన మహా సైన్యాన్ని మంగోలిపాడు వద్దకు తరలించాడు సిద్ధిరాజు.

కానీ తండ్రీ... శత్రువుల కదలికలను పసిగట్టడంలో అడవి గాలికి ఉన్నంత వేగం ఇంకెవరికీ ఉండదు! యాదవుల పక్షాన ఉన్న గోసంగి మహావీరుడు, ఏడుగడల దళనాయకుడు ' బీర్నీడు'. చీకటి పడిన వేళ, తన నల్ల పట్టు గుడారంలో ముక్కంటి ఈశ్వరునికి భక్తితో పూజలు చేస్తున్నాడు బీరన్న. ఇంతలో గూఢచారులు పరుగుపరుగున వచ్చి, సిద్ధిరాజు మహా సైన్యంతో ఆకస్మిక దాడికి వస్తున్నాడని చెప్పారు. ఆ వార్త వినగానే బీరన్న ముఖంలో భయం లేదు... నెత్తురు కళ్లజూడబోతున్నామన్న ఒక పైశాచికమైన ఆనందం, ఒక భయంకరమైన చిరునవ్వు వికసించాయి. వెంటనే తన బంధువులను, ఆరు వేల మంది గోసంగి వీరులను యుద్ధానికి పిలిపించాడు.

బాబయ్యా... ఆ గోసంగి వీరులు రణరంగానికి వస్తుంటే భూమి వణికిపోయింది. వాళ్ల చేతుల్లో వంకిణీలు, పట్టా కత్తులు, బాకులు, అడ్డకత్తులు... అన్నిటికీ మించి శత్రువుల మెడలను కొడవలిలా కోసే భయంకరమైన 'కొంగవాలు కత్తులు' మెరుస్తున్నాయి! ముఖాలకు వీరగంధం పూసుకుని, కళ్లు ఎర్రజేసి రణోత్సాహంతో వచ్చిన ఆ ఆరువేల మంది గోసంగి వీరులు, తమ దళనాయకుడు బీరన్నను చూసి భూమి దద్దరిల్లేలా డప్పులు వాయిస్తూ చిందులు తొక్కారు. 'ఓ జాంబవ వంశీయుడా! శివుని వరపుత్రుడా! మసిలినేడు, సిరిదేవిల ముద్దుల బిడ్డా! వీరభద్రుని అవతారమైన ఓ బాహుబల సంపన్నుడా!' అని ఆకాశం అంటేలా నినాదాలు చేశారు.

యుద్ధానికి వెళ్లే ముందు ఆ గోసంగి వీరుడు బీరన్న, ఏమాత్రం భేషజం లేకుండా, యాదవ పెద్దలైన పల్లికొండ మరియు అయితమరాజుల గుడారానికి వెళ్లాడు. వాళ్ల పాదాలకు సాష్టాంగ నమస్కారం చేశాడు.

'మహారాజా! సిద్ధిరాజు లక్షలాది సైన్యంతో చీకట్లో దొంగలా వస్తున్నాడు. కానీ మీరు బెదరకండి. మీ రక్తం, నా రక్తం వేరు కాదు. నా మీద దయవుంచి, మన కొలువులో ఉన్న ఆ పవిత్రమైన పట్టుకత్తిని (వీరభద్రుని కత్తిని) నాకు ఇచ్చి యుద్ధానికి అనుమతి ఇవ్వండి. నేను వెళ్లి ఒక్కడినే ఆ నెల్లూరు సైన్యాన్ని నాశనం చేస్తాను. మీరు ఇక్కడే ఉండి మీ బిడ్డ పరాక్రమాన్ని చూడండి' అని ధైర్యంగా అడిగాడు. ఒక గోసంగి వీరుడికి తమ పవిత్రమైన ఆయుధాన్ని ఇవ్వడానికి ఆ యాదవ రాజులు ఏమాత్రం సంకోచించలేదు. కులాలు వేరైనా, కత్తి పట్టిన చేతులకు, ప్రాణాలిచ్చే గుండెలకు అంటరానితనం ఉండదని నిరూపిస్తూ... బీరన్న శౌర్యాన్ని చూసి సంతోషించిన పల్లికొండ, అతన్ని గుండెలకు హత్తుకుని, ఆ భైరవ కత్తిని అతడి చేతికిచ్చి వీరతిలకం దిద్ది దీవించి పంపాడు.

పట్టుకత్తిని అందుకున్న బీరన్న కళ్లు మూసుకుని ఆ వీరభద్రుడిని భక్తితో ప్రార్థించాడు. 'ఓ దక్ష సంహారా! నేను నీ బంటును, నాకీ కత్తితో శత్రువులను చీల్చిచెండాడే శక్తిని ఇవ్వు' అని వేడుకున్నాడు. అయ్యా... అప్పుడు జరిగిందయ్యా ఒక గగుర్పాటు కలిగించే మాంత్రిక వాస్తవికత! బీరన్న ప్రార్థించగానే, ఆ బరువైన పట్టుకత్తి అతడి చేతుల్లోంచి ప్రాణం వచ్చినట్లుగా గాలిలోకి లేచింది. ఒక నిప్పుల కొలిమిలా వెలుగుతూ గాలిలో రెండు సార్లు గిరగిరా తిరిగి, నేరుగా వచ్చి బీరన్న కుడి భుజంపై వాలింది! ఆ వీరభద్రుని ఆవేశం బీరన్న నరనరాన పాకింది. తన బలాన్ని పరీక్షించుకోవడానికి బీరన్న ఆ కత్తిని గాలిలో ఒక్కసారి ఝుళిపించి, అక్కడే ఉన్న ఒక వందల ఏళ్ల నాటి మహా మానుని ఒక్క వేటుతో నరికేశాడు. 'ఫెడేల్' మని ఆ మహా వృక్షం అమాంతం రెండుగా చీలిపోయి నేలకూలింది!

ఒక్క వేటుతో ఆ మహా వృక్షాన్ని నరికిన బీరన్న భుజబలాన్ని, ఆ కత్తి విసురును దూరం నుండి చూసిన నల్లసిద్ధిరాజు, వాడి మంత్రుల గుండెల్లో రక్తం గడ్డకట్టుకుపోయింది. 'ఎవరీ మహా పరాక్రమశాలి? ఏ దేవుడి అవతారం వీడు?' అని సిద్ధిరాజు భయంతో వణుకుతూ అడగగా, భీమన్న అనే మంత్రి ఇలా చెప్పాడు: 'మహారాజా! అతడు యాదవుల దళంలో అత్యంత శూరుడైన బీరన్న. మాతంగి కన్య గర్భాన జన్మించినవాడు, కానీ యాదవ మహారాణి సిరిదేవి చేతుల్లో పెంపుడు కొడుకుగా పెరిగినవాడు. ఎడమరొమ్ము పాలిస్తే ఎడమై పోతాడని ఆ మహాతల్లి కుడిరొమ్ము పాలిచ్చి పెంచింది. ఆ యాదవ వీరుల పెంపకంలో ఉక్కులా ఎదిగాడు. భూమి మీద అతనికి సాటి రాగల భుజబల సంపన్నులు ఎవరూ లేరు!' అని వివరించాడు. ఆ మాట వినగానే సిద్ధిరాజుకు వణుకు పుట్టింది. అతన్ని నేరుగా ఎదుర్కోవడం కష్టమని గ్రహించి, తన వ్యూహాన్ని మార్చాడు. పన్నెండు వేల మంది విలుకాండ్రను, వెయ్యి గుర్రాలను, వందలాది ఏనుగులను సిద్ధం చేసి బీరన్న మీదకు వదిలాడు.

బాబయ్యా... ఆ తర్వాత జరిగిన యుద్ధం చూస్తే భూకంపం వచ్చినట్లుంటుంది! భయంకరమైన కోపంతో బీరన్న తన ఆరువేల మంది గోసంగి వీరులతో కలిసి సిద్ధిరాజు సైన్యంపై ఆకలితో ఉన్న సింహంలా విరుచుకుపడ్డాడు. వాడి చేతిలోని కొంగవాలు కత్తి గాలిని చీల్చుతుంటే 'సుయ్... సుయ్' మని భయంకరమైన శబ్దం వస్తోంది. ఏనుగుల గుంపులోకి దూరిన బీరన్న, తన కత్తితో ఏనుగుల తొండాలను, కుంభస్థలాలను ముక్కలు ముక్కలుగా నరికేశాడు. వాడు కత్తి విసురుతుంటే, శత్రువుల ఇనుప కవచాలు 'టంగ్... ఛెల్' మని

పగిలిపోయి మాంసం తెగిపడుతోంది. గుర్రాలను, రౌతులను ఒకే దెబ్బతో రెండు ముక్కలుగా కూల్చుతున్నాడు. సిద్ధిరాజు పంపిన పన్నెండు వేల మంది విలుకాండ్రు ఆకాశం చీకటి పడేలా వర్షంలా బాణాలు కురిపించినా, ఏమాత్రం వెరవకుండా, తన దేహానికి బాణాలు గుచ్చుకుంటున్నా లెక్కచేయకుండా వాళ్లను కూడా తన కత్తికి బలి తీసుకున్నాడు బీరన్న. దానికి తోడుగా, తాను అడవుల్లో పెంచుకున్న భయంకరమైన వేట కుక్కలను శత్రువుల మీదికి ఉసిగొల్పాడు. ఆ జాగిలాలు రాక్షస మృగాల్లా శత్రువుల సైన్యాన్ని, ఏనుగుల కాళ్లను చీల్చి చెండాడాయి!

గోసంగి వీరుల దెబ్బకు తన మహా సైన్యం పిట్టల్లా రాలిపోవడం, ఏనుగులు నెత్తురు కక్కుతూ కూలిపోవడం చూసిన సిద్ధిరాజుకు ప్రాణభయం పట్టుకుంది. కత్తులతో ఈ గోసంగులను, యాదవులను జయించడం అసాధ్యమని వాడికి అర్థమైంది. యుద్ధ ధర్మాన్ని మంటగలిపి, ఒక పైశాచికమైన నిర్ణయం తీసుకున్నాడు. కత్తులకు బదులు, అగ్ని మరియు విషాన్ని ప్రయోగించాలని నిశ్చయించాడు. వెంటనే తన దళపతులను పిలిచి, 'యుద్ధ ధర్మం ఏమైపోయినా పర్వాలేదు, గాల్లోంచి మృత్యువును కురిపించండి!' అని ఆజ్ఞాపించాడు.

అయ్యో... ఆ మరుసటి క్షణం ఎర్రగడ్డపాటిలో పౌరుషం ఓడిపోయి, ఒక రాక్షస వ్యూహం మొదలైంది. రాజు ఆజ్ఞతో శత్రు దళాలు యంత్రాల ద్వారా మండుతున్న అగ్నిబాణాలను, విషం పూసిన ఈటెలను, మరియు కాలుతున్న ఉప్పొడితో నింపిన గుండ్లను వడగళ్ళ వానలాగా కురిపించారు! ఆ అగ్ని బాణాల మంటలకు, కాలుతున్న వస్తువుల పొగకు ఆకాశం కారుచీకటిమయమైంది. ముఖాముఖి కత్తులతో పోరాడటం తెలిసిన ఆ అడవి బిడ్డలకు, దూరం నుంచి అదృశ్యంగా, వర్షంలా

దూసుకువస్తున్న ఆ అగ్నిశరాలను ఎలా ఎదుర్కోవాలో తెలియలేదు. వానలా కురుస్తున్న ఆ మండుతున్న బాణాలకు, విషపుటలుగులకు ఆరువేల మంది గోసంగి వీరుల దేహాలు తూట్లు పడ్డాయి. పచ్చి నెత్తురు ఏరులై పారుతోంది.

బీరన్న విశాలమైన గుండెలకు కూడా లెక్కలేనన్ని విషపు ఈటెలు, అగ్నిబాణాలు తగిలాయి. అతడి దేహం జల్లెడలా మారిపోయింది, ప్రతి గాయం నుంచి రక్తం ధారగా కారుతోంది. అయినా ఆ మహావీరుడు కిందపడలేదు తండ్రీ! అప్పటికే తన వంతుగా వేలాది మంది శత్రువులను దారుణంగా సంహరించిన బీరన్న, తన నెత్తురు పారుతున్న కొద్దీ మరింత ఆవేశంతో ముందుకు ఉరికి కొందరిని నరికాడు. ఆ అగ్ని బాణాల విషం నరాలకు ఎక్కడంతో, తన దేహం ఇక సహకరించడం లేదని గ్రహించాడు. తన పట్టుకత్తిని నేలకు ఆనించి, రక్తం కక్కుతూనే శివుడిని స్మరిస్తూ, అయితమరాజు వైపు ఒక గర్వకారణమైన చిరునవ్వుతో చూస్తూ నెమ్మదిగా ఆ ఎర్రగడ్డపాటి మట్టి మీద ఒరిగిపోయాడు. ద్వాదశి నాడు ఆరు వేల మంది గోసంగి వీరులతో పాటు, మహాశూరుడైన బీరన్న పృథ్వి కంపించేలా యాదవుల పక్షాన వీరమరణం పొంది కైలాసానికి చేరుకున్నాడు!

ఈ భీకర పోరులో బీరన్న చనిపోయినప్పటికీ, అతడి దెబ్బకు తన సైన్యం దాదాపు లక్షకు పైగా నాశనం కావడంతో సిద్ధిరాజు నివ్వెరపోయాడు. వేలాది సైనికులు ఆ గోసంగి వీరుల చేతిలో మాంసపు ముద్దలయ్యారు. 'ఒక్క బీరన్నకే నా సైన్యానికి ఇంత నష్టం జరిగితే, రేపు మిగిలిన యాదవ సింహాలు రంగంలోకి దిగితే నా పరిస్థితి ఏమిటి?' అని కలవరపడ్డాడు. ఆ భయంతో, రాత్రికి రాత్రే తన దళాలతో అక్కడినుండి

పారిపోయి 'కొప్పుకొండ' అనే ప్రాంతంలో అడవిలో దాక్కోవడానికి వెళ్ళాడు సిద్ధిరాజు.

కానీ బాబయ్యా... యాదవుల కళ్లు రాత్రి పూట మరింత తీక్షణంగా చూస్తాయి! కొప్పుకొండలో దాక్కోవాలని వచ్చిన సిద్ధిరాజు సైన్యానికి, అప్పటికే అక్కడ చీకట్లో పొంచి ఉన్న యాదవ మహావీరులైన 'కొమ్ము కశినేడు', 'దార సింబినేడు' తమ దళాలతో ఎదురుపడ్డారు. చీకట్లో పారిపోయి వస్తున్న శత్రువులను చూడగానే కశినేడు తన చేతిలో ఉన్న ఇత్తడి 'కొమ్ము బూరను' ఆకాశం దద్దరిల్లేలా, మృత్యువు కేకలా భయంకరంగా ఊదాడు! ఆ శబ్దానికి నెల్లూరి సైనికుల గుండెలు ఆగిపోయాయి. తప్పనిసరి పరిస్థితుల్లో ప్రాణభయంతో సిద్ధిరాజు సేనలు, ఇటు యాదవుల దళాలు రాత్రంతా ఆ కారుచీకట్లోనే ఘోరంగా పోరాడుకున్నాయి. బల్లేలు, విచ్చుకత్తులతో ఒకరినొకరు చీకట్లోనే నరుక్కున్నారు. సూర్యోదయం అయ్యేసరికి ఆ కొప్పుకొండ మట్టి కూడా ఎర్రగా మారిపోయింది. ఆ రాత్రి జరిగిన కత్తి యుద్ధంలో యాదవులు కూడా లక్షల సంఖ్యలో శత్రువులను సంహరించారు! సిద్ధిరాజు దిక్కుతోచని స్థితిలో, ప్రాణాలు అరచేతిలో పెట్టుకుని తన తమ్ములతో కలిసి తదుపరి ఏమి చేయాలా అని తలపట్టుకున్నాడు" అంటూ కొమ్ములవాడు తన గుడారంలో ఒక్కసారిగా గాలి పీల్చుకుని, వీరణం మీద ఒక బరువైన దరువు వేశాడు. "అయ్యా! అది మన గోసంగి వీరుల బలిదానం! కులం ఏదైనా, రణభూమిలో చిందించిన నెత్తురుకి ఒకటే రంగు, ఒకటే పౌరుషం అని చాటిన వాడు బీర్నీడు! ఆకాశం నుంచి కురిసిన ఆ అగ్నిబాణాల ముందు తలవంచని ఆ కొంగవాలు కత్తి రొద... ఈనాటికీ ఆ ఎర్రగడ్డపాటి గాలిలో ఒక అంతుచిక్కని ధ్వనిలా వినిపిస్తూనే ఉంటాయయ్యా!" అని

ముగించాడు. ఆ పల్లె జనం కళ్లముందు అగ్ని శరాలకు ఎదురొడ్డి నిలబడిన బీరన్న ఉక్కు దేహం, అంటరానితనం లేని ఆ నెత్తుటి యుద్ధం సజీవంగా నిలిచిపోయాయి.

25

ఖడ్గ పర్వము

కరయావులరాజు యుద్ధం

గుడారంలో కాగడా మంటలు కాలుతున్న శవాల వాసనను, పచ్చి నెత్తుటి ఆవిరులను గాలిలోకి వెదజల్లుతున్నాయి. అప్పటివరకు వీరమరణం పొందిన చల్లవారు, గోసంగి బీరన్న, దైవికమైన బొల్లావుల బలిదానాలతో రగిలిపోయిన ఆ పల్లె జనం కళ్ళలో ఇప్పుడు ఒక భయానకమైన శూన్యం, ఒక ఉగ్రమైన రణోత్సాహం కట్టలు తెంచుకుంటున్నాయి. కొమ్ములవాడి చేతిలోని వీరణం మీద దరువులు ఒక ప్రళయకాల మృదంగంలా 'ఢాం... ఢాం... ఢాం...' అని దద్దరిల్లుతున్నాయి. వాడు కళ్ళు మూసుకుని, ఒక చేత్తో ఇత్తడి కొమ్మును

గాలిలోకి ఎత్తి పట్టుకుని, ఆ ఎర్రగడ్డపాటి మరణ శాసనాన్ని తన గొంతులోకి ఆవాహన చేసుకున్నాడు.

"అయ్యా! యుద్ధం మొదటి అంకం ముగిసింది. మరుసటి ఉదయం సూర్యుడు తూర్పు కొండల వెనుక నుంచి ఉదయించడానికి భయపడ్డాడు. ఆ ఎర్రగడ్డపాటి మైదానం అంతా తెగిపడిన తలలు, గుర్రాల కళేబరాలు, ఏనుగుల మొండెములతో ఒక సజీవ నరకంలా, పచ్చి మాంసపు పర్వతంలా కనిపిస్తోంది. పగటి వెలుగు ఆ శవాల గుట్టల మీద పడుతుంటే, గాలిలో ఉక్కిరిబిక్కిరి చేసే మృత్యువు వాసన ఆవరించి ఉంది. ఇలాంటి భయంకరమైన, గడ్డకట్టిన వాతావరణంలో... మన యాదవ శిబిరంలో చావును జయించాలన్న ఆరాటం కన్నా, పగ తీర్చుకుని కైలాసానికి వెళ్లాలన్న ఆధ్యాత్మికమైన తొందర మొదలైందయ్యా!

యుద్ధానికి వెళ్లే ముందు, మరణం తథ్యం అని తెలిసిన అయితమరాజు, తన గుడారంలో పరమశివుడిని అత్యంత భక్తిశ్రద్ధలతో పూజించడానికి సిద్ధమయ్యాడు. ఆ కంకర రాళ్ల మట్టి మీద కూర్చుని, పవిత్ర జలాల్లో స్నానం చేసి, తెల్లని పట్టు వస్త్రాలు కట్టుకున్నాడు. విశాలమైన తన నుదుటన స్వచ్ఛమైన విభూతి రేఖలు దిద్దుకున్నాడు. మెడలో రుద్రాక్షలు, స్ఫటిక మాలలు ధరించాడు. ఒకవైపు గుడారం బయట శవాల కుళ్లు వాసన వస్తుంటే... లోపల అయితమరాజు మల్లెలు, మొల్లలు, సన్నజాజులు, సంపెంగలు, తామరలు, చామంతులు, మాచపత్రి, మారేడు, జమ్మి వంటి పవిత్రమైన పూలు, పత్రాలతో ఆ మహాదేవుడిని అర్చిస్తున్నాడు. ఆ పూల సుగంధం, మృత్యువు వాసనను ఢీకొడుతూ ఒక వింతైన మాంత్రిక వాతావరణాన్ని సృష్టిస్తోంది. శివలింగానికి పంచామృతాలతో అభిషేకం చేసి, అగరు, సాంబ్రాణి ధూపాలు,

హారతులు సమర్పిస్తూ... 'శరణు గిరిజానాథ! శరణు పరమేశా! మా కత్తులకు నీ అగ్నిని అంటించు తండ్రీ!' అంటూ ఆ పరమశివుని ఆవేశంతో వేడుకున్నాడు.

పూజ ముగియగానే అయితమరాజు దేహంలోకి ఆ కాలాగ్ని రుద్రుడు ఆవహించినట్లుగా ఆయన కండరాలు ఉక్కులా బిగుసుకున్నాయి. దేహమంతా శ్రీగంధం పూసుకుని, శత్రువుల విషపు ఈటెలు, అగ్నిబాణాలు దూసుకోకుండా తన వక్షస్థలానికి కఠినమైన వజ్రకవచం ధరించాడు. తలపై వీరజడ అల్లి, మాణిక్యాల పతకం, పచ్చల కడియాలు, ఉంగరాలు అలంకరించుకున్నాడు. సరిగ్గా అదే సమయానికి, సింహాద్రిరాజు కడుపున పుట్టిన అగ్నిపర్వతం, ఒకప్పుడు ఓరుగంటి బిరుదులను గాలిలోకి ఎగిరి తన్నిన మహా పరాక్రమశాలి 'కరియావుల రాజు' నిద్రలేచిన నెత్తురు తాగే సింహంలా శిబిరంలోకి అడుగుపెట్టాడు! కరియావుల రాజు నుదుటిన ఎర్రటి తిరుమణి దిద్దుకున్నాడు, దేహమంతా వీరగంధం పూసుకున్నాడు. చేతులకు కడియాలు, మెడలో రత్నాల హారాలు, వడ్డాణాలు ధరించి నడుస్తుంటే అతడి అడుగుల బరువుకు భూమి కంపించింది. యాదవ వీరులంతా సూర్యకటారులు చేతబూని, ఏనుగులు, గుర్రాలు ఎక్కి రణరంగానికి సిద్ధమయ్యారు. కరియావుల రాజు ఒక అతిపెద్ద గజరాజాన్ని అధిరోహించాడు. ఆ ఏనుగు కళ్లు కూడా తన యజమానిలాగే పచ్చి నెత్తురు కోసం వెతుకుతున్నాయి.

ఈ క్రమంలోనే నాచకూళ్ల నాయుడు, నేతివారి ముద్దయ్య, పోచయ్య, ముమ్మయ్య, పుత్తమరాజు తదితర యాదవ వీరులంతా కలిసి కవచాలు ధరించి, మన రారాజు కాటమరాజు కొలువుదీరిన ప్రధాన గుడారానికి చేరుకున్నారు. బయట శంఖాలు, భేరీలు మృత్యునాదాలు చేస్తుండగా,

ముత్యాల గొడుగుల నీడన వచ్చి నలనన్నకు నమస్కరించారు. కాటమరాజు వారి ముఖాల్లోని వీరత్వాన్ని చూసి ఉప్పొంగిపోయాడు. అందరినీ కూర్చోబెట్టి స్వయంగా తన చేతులతో కస్తూరి, గంధం, తాంబూలాలు ఇచ్చి సత్కరించాడు. 'ఓ నా యాదవ సింహాల్లారా! ఏడు తరాల మన పగ తీర్చుకునే సెత్తుటి సమయం ఆసన్నమైంది. నాడు శ్రీరాముడు ఇంద్రజిత్తును సంహరించినట్లు, ఈరోజు ఆ చోళ రాజుల తలలను ఈ ఎర్రగడ్డపాటి మట్టికి బలివ్వాలి! మన కత్తులకు రక్తం రుచి చూపించండి!' అని వీరుల నరాల్లో అగ్నిని రగిలించాడు.

అయ్యా... యుద్ధం అంటే కేవలం చావడం, చంపడం మాత్రమే కాదు, తన జాతి భవిష్యత్తును బతికించుకునే బరువు బాధ్యత! ఆ యుద్ధ భూమిలో నిలబడి, అపారమైన శవాల గుట్టలను చూసిన కాటమరాజు మనసులో ఒక భయంకరమైన మానసిక సంఘర్షణ రేగింది. రేపటి కల్లా ఇక్కడున్న యాదవ వీరులంతా మట్టిలో కలిసిపోతారు, మరి మన వంశం ఏమవ్వాలి? వెంటనే ఆయన ఒక నిర్ణయం తీసుకున్నాడు. తమ కులదైవమైన పూరీ జగన్నాథ స్వామికి కానుకలు చెల్లించాలని నిశ్చయించాడు. పదివేల వరహాలు, మూడు వందల ఆవులు, మూడు అచ్చమైన పోతుటెద్దులను స్వామికి అప్పనంగా పంపాలని దేవుడికి మొక్కుకున్నాడు. 'ఈ కానుకలను కటకానికి (పూరీకి) తీసుకువెళ్లే బాధ్యత ఎవరికి అప్పగించాలి?' అని తన సోదరులను, తన కుడిభుజమైన మంత్రి పల్లికొండను అడిగాడు.

అప్పుడు పల్లికొండ ముందుచూపుతో, 'మహారాజా! ఇక్కడున్న మనమంతా ఈ సెత్తుటి మట్టిలో కలవాల్సిన వాళ్లమే. కనీసం మన వంశం నిలబడాలంటే, అందరికంటే వయసులో చిన్నవాడైన మీ అల్లు దాడెన్నను

ఈ పనికి పంపుదాం. వాడు బతికి ఉంటే మన నెత్తురు బతికి ఉన్నట్లే' అని సూచించాడు. ఆ మాటలోని గుండెకోతను అర్థం చేసుకున్న కాటమరాజు చిరునవ్వుతో అంగీకరించాడు. అల్లు దాడెన్నను పిలిపించి, అతనికి ప్రయాణానికి ఒక పల్లకి, పదహారు మంది రక్షకులను, పదివేల వరహాలు, మూడు వందల ఆవులు, మూడు ఎద్దులను అప్పగించాడు. రంగదాసు, చెన్ను అనే నమ్మకమైన గోపాలకులను, పరివారాన్ని తోడుగా ఇచ్చి, ఖర్చులకు భత్యాలు ఇచ్చి, 'నాయనా దాడెన్న! నువ్వు వెనక్కి తిరిగి చూడొద్దు. వెంటనే వెళ్లి ఆ పుణ్యపురుషోత్తముడైన జగన్నాథుని దర్శించుకుని రా' అని కన్నీళ్లను దిగమింగుకుని ఆశీర్వదించి కటకానికి సాగనంపాడు. ఆ పల్లకి ధూళిలో కలిసిపోయే వరకు చూసిన యాదవుల గుండెల్లో ఒక భారం దిగిపోయింది.

ఇక తమ వంశానికి చావు భయం లేదన్న తెగువతో యాదవులు కత్తులు దూశారు. నెల్లూరు సిద్ధిరాజు తన మహా సైన్యంతో దండెత్తి వస్తుండగా, యాదవ మంత్రి పల్లికొండ ఒక భయంకరమైన యుద్ధ వ్యూహాన్ని రచించాడు. గుంపులుగా పోరాడటం కన్నా, ఏ యాదవ వీరుడు ఏ శత్రు రాజుతో ద్వంద్వ యుద్ధం చేయాలో నిర్ణయించాడు. కరియావుల రాజును యర సిద్ధిరాజుతోను, భట్టావుల వల్లభన్నను పాప సిద్ధిరాజుతోను, గండ గోపాల రాజును కస్తూరి సిద్ధిరాజుతోను, నాచకూళ్ళ నాయుడిని యాగంటి భీమునితోను, పోచయ్యను తిరుణామాల తిప్పయ్యతోను, కొండుగారి కొండయ్యను గోవుల గంగయ్యతోను తలపడాలని యుద్ధ జతలను (పగలను) అక్షరబద్ధంగా ఏర్పరిచాడు.

జతలు నిర్ణయించిన తర్వాత అయితమరాజు, 'అపరూప సరస్వతి' అనే తమ భట్టును నెల్లూరి సిద్ధిరాజు వద్దకు పంపాడు. 'ఓ సిద్ధిరాజా!

మేము పగలను, జతలను నిర్ణయించాము. పిరికిపందల్లా గుంపుల్లో దాగకుండా, మగాళ్లైతే పారిపోకుండా మీకు నిర్ణయించిన జతలతో నేరుగా ద్వంద్వ యుద్ధానికి రండి!' అని భయంకరమైన సవాలు విసిరాడు. ఆ సవాలును స్వీకరించిన సిద్ధిరాజు రోషంతో సంతోషించి, వార్త తెచ్చిన ఆ భట్టుకు రత్నాల కడియాలు, ఉంగరాలు బహుమానంగా ఇచ్చి యుద్ధానికి సిద్ధమయ్యాడు.

సిద్ధిరాజు భేరీలు, మృదంగాలు ప్రళయంలా మ్రోగించగా రెండు మహా సైన్యాలు ఆ ఎర్రగడ్డపాటి నెత్తుటి బురదలో భీకరంగా తలపడ్డాయి! మృత్యు శిఖలు పెటపెటమంటూ పేలుతున్నాయి, గాలిని చీల్చుకుంటూ బాణాలు మృత్యు వర్షంలా దూసుకువస్తున్నాయి. కత్తులు, అడ్డకత్తులతో సైనికులు ఒకరినొకరు దారుణంగా నరుక్కుంటున్నారు. ఏనుగులు ఢీకొంటుంటే కొండలు బద్దలవుతున్నాయి, గుర్రాలు, కాలిబంట్లు భీకరంగా పోరాడగా ఆ భూమి తల్లడిల్లి రక్తపుటేరులు పారుతున్నాయి. గాలిలో పచ్చి మాంసం, విరిగిన ఎముకల శబ్దాలు, గుర్రాల చెమట, ఆయుధాల తుప్పు వాసన ఉక్కిరిబిక్కిరి చేస్తున్నాయి.

బాబయ్యా... అప్పుడు అక్కడ ఒక భయంకరమైన, రోమాలు నిక్కబొడుచుకునే మాంత్రిక వాస్తవికత చోటుచేసుకుంది! రణరంగం మధ్యలో రక్తం ఏరులై పారుతుంటే... కాటమరాజు, అతడి బావమరిది పద్మరాఘువుడు ఎర్రగడ్డపాటిలో ఒక ఎత్తైన తమకం పై కూర్చుని ఎంతో ప్రశాంతంగా 'సొగటాలు' (పాచికల ఆట) ఆడటం ప్రారంభించారు! వాళ్లు ఆడుతున్నది మామూలు ఆట కాదు తండ్రీ, విధి రాతను శాసించే మృత్యు జూదం! ఎర్రటి పాచికలు యాదవుల దళానికి, నల్లటి పాచికలు శత్రువుల దళానికి ప్రతీకగా పెట్టుకున్నారు. వేదిక మీద కాటమరాజు ఎర్ర పాచికలను

గాలిలోకి విసిరి పలక మీద వేసిన మరుక్షణం... అటు రణరంగంలో పది మంది శత్రువుల తలలు గాలిలోకి ఎగిరి నేల రాలుతున్నాయి! ఆటలో ఎర్ర పాచికలు పడినప్పుడల్లా, కింద యాదవ కత్తులు శత్రువుల గుండెలను చీల్చుతున్నాయి. వారు పాచికలు వేస్తూ, ఆ ఆటలో పడే పందెములను బట్టి రణరంగంలో తమ తమ్ముళ్లు శత్రువులను ఎలా నరుకుతున్నారో అంచనా వేస్తూ, ఆకాశం నుంచి మృత్యుదేవతలు ఆడుతున్నట్లుగా వికృతంగా నవ్వుతున్నారు. ఆటలో ఎర్ర పాచికలు గెలుస్తుంటే రణంలో యాదవులు శత్రువులను చీల్చి చెండాడుతున్నారని వాళ్ళు మురిసిపోయారు.

ఇక రణభూమిలో... పల్లికొండ వ్యూహం ప్రకారం కరియావుల రాజు ఉగ్రరూపం దాల్చాడు. ఏనుగు మీద కూర్చున్న కరియావుల రాజు, శవాల గుట్టల మధ్య నిద్రలేచిన సింహంలా రక్తం కోసం అర్రులు చాచాడు. అతడి కండరాలు ఉబ్బి, నరాల్లో రక్తం ఉడుకుతోంది. నిరంతర యుద్ధం వల్ల శరీరం తీవ్రంగా అలసిపోయి రక్తం ఓడుతున్నా, అతడి నరాల్లో పొంగుతున్న అఖండమైన యాదవ పౌరుషం, ఆ శివావేశం అతడిని ఒక మృత్యు యంత్రంలా ముందుకు నడిపిస్తోంది. అతడి కళ్లు కేవలం ఒకే ఒక్కడిని వెతుకుతున్నాయి... వాడే యర సిద్ధిరాజు!

తమ మధ్య ఉన్న వందలాది సైనికులను, గుర్రాలను తన ఏనుగు పాదాల కింద తొక్కుకుంటూ, కరియావుల రాజు తన గజరాజాన్ని ఒక పిడుగులా వేగంగా నడిపించుకుంటూ ముందుకు ఉరికాడు. ఎదురుగా మరో అతిపెద్ద ఏనుగుపై యర సిద్ధిరాజు వస్తున్నాడు. రెండు ఏనుగులు ఒకదానికొకటి వేగంగా ఢీకొన్నాయి! 'భూమ్!' అని రెండు కొండలు ఢీకొన్నట్లుగా ఆ శబ్దం ఆకాశాన్ని చీల్చింది. ఏనుగుల దంతాలు విరిగి నెత్తురు

చిమ్మింది. కరియావుల రాజు దేహం మీదున్న గాయాల నుంచి రక్తం కారుతున్నా లెక్కచేయకుండా, గాలిలోకి ఒక సింహనాదం చేస్తూ పైకి లేచాడు.

తన చేతిలోని అత్యంత బరువైన, పదునైన ఇనప రాగోలతో (ఏనుగును పొడిచే ఆయుధం) తన సర్వశక్తినీ కూడగట్టి యర సిద్ధిరాజు తల మీద 'ఏకాండంగా' భయంకరంగా కొట్టాడు! ఆ దెబ్బకు యర సిద్ధిరాజు తలకాయ అమాంతం రెండు ముక్కలైంది. మెదడు, రక్తం గాలిలోకి ఎగజిమ్మాయి. ఆ దెబ్బకున్న బలానికి, యర సిద్ధిరాజుతో పాటు వాడు ఎక్కిన ఏనుగు కుంభస్థలం కూడా పగిలిపోయి, ఒక పెద్ద పర్వతం కూలినట్లుగా భీకర శబ్దంతో ఆ నెత్తుటి బురదలో కుప్పకూలాయి!

కరియావుల రాజు విసిరిన ఆ ఒక్క దెబ్బతో యర సిద్ధిరాజు దారుణంగా ప్రాణాలు వదిలాడు. ఆ భయానకమైన దృశ్యాన్ని చూసి నెల్లూరి సైనికుల గుండెలు ఆగిపోయాయి. ఏనుగుల కళేబరాలు, తెగిపడిన తలలు ఎర్రగడ్డపాటిలో గుట్టలు గుట్టలుగా పేరుకుపోతుంటే, కరియావుల రాజు కత్తి నుంచి రక్తం కారుతూ, మృత్యువుకు సజీవ రూపంలా ఆ రణభూమిలో నిలబడ్డాడయ్యా!" అంటూ కొమ్ములవాడు తన గుడారంలో ఒక్కసారిగా గాలి పీల్చుకుని, వీరణం మీద పిడుగుల వర్షంలాంటి దరువు వేశాడు. "అయ్యా! ఇది కరియావుల రాజు పౌరుషం! పాచికల ఆటకు తలలు రాలిన ఆ మాంత్రిక మారణహోమం, ఒకటే దెబ్బకు ఏనుగును మనిషిని కూల్చిన ఆ కండబలం... ఈనాటికీ ఆ ఎర్రగడ్డపాటి మట్టిలో శిలాశాసనంలా నిలిచిపోయాయయ్యా!" అంటూ తన చేతిలోని ఇత్తడి కొమ్మును ఆకాశం వైపు ఎత్తి, ఒక భీకరమైన రణనాదాన్ని ఊదాడు. ఆ శబ్దం ఆ రాత్రి చీకట్లలో ప్రతిధ్వనిస్తూ, కరియావుల రాజు ఉగ్రరూపాన్ని, ఆ ఏనుగుల పోరాటాన్ని ఆ పల్లె జనం కళ్ల ముందు సజీవంగా నిలిపింది.

26

బాలవీర పర్వము

బాలరాజుల యుద్ధం

చలిగాలికి రెపరెపలాడుతున్న మంటల వెలుతురులో కొమ్ములవాడి కళ్ళు జ్వలిస్తున్నాయి. రాత్రి మూడో జాము దాటుతోంది. చేతిలోని వీరణం మీద ఒక్కసారిగా గట్టి దరువు వేశాడు. ఆ పక్కనే ఉన్నవాడు ఇత్తడి కొమ్మును ఆకాశం వైపు ఎత్తిపెట్టి ఊదగానే, ఆ గంభీరమైన నాదానికి ఎర్రగడ్డపాటి మైదానమంతా ఒక్కసారిగా ఉలిక్కిపడింది. చుట్టూ చేరిన పల్లె జనం, యాదవ వృద్ధులు ఊపిరి బిగబట్టి చూస్తున్నారు.

"అయ్యా! తండ్రీ! వినండయ్యా... ఇదిగో ఈ మంటల్లో ఎగసిపడుతున్న నిప్పుకణికలు కాదు బాబయ్యా ఇవి, ఆనాడు

ఎర్రగడ్డపాటి రణక్షేత్రంలో యాదవ బాలరాజుల కత్తుల నుండి రాలిన నిప్పులు! ఆవుల కోసం, ఆత్మగౌరవం కోసం నెత్తురు చిందించిన తీరు చెబుతా వినండి..." అంటూ కొమ్ములవాడు గొంతు సవరించుకున్నాడు.

కారుచీకటి కమ్ముకున్న ఆ రణక్షేత్రంలో పచ్చందుల పోచయ్య అనే కుర్రసింహం వీరవిహారం చేస్తున్నాడు. శత్రు మూకలను చెండుతూ, తన విరగోపుతో గంగురాజు, వెంగళయ్య, తిరుణామాల తిప్పయ్య అనే ముగ్గురు పగతుర వీరుల తలలను ఒక్క వేటుతో ఖండించాడు. ఆ నెత్తురు కారుతున్న శిరస్సులను చేతబట్టుకుని, నేరుగా పల్లికొండ, కాటమరాజు కొలువుదీరిన రణవీర తమకం వద్దకు నడిచాడు. ఆ శిరస్సులను రాజు పాదాల ముందు కానుకగా పెట్టి, తన పంతం నెరవేరిందని గర్వంగా నిలబడ్డాడు.

కానీ నలనన్న పెదవులపై ఒక సన్నని నవ్వు మెరిసింది. 'అల్లుడా పోచయ్యా! ఇవి ఆ సరదారుల తలలే అని నేనెలా నమ్మాలి? నీలో అంతటి సాహసమే ఉంటే, చచ్చిన ఈ తలలతో నిజం పలికించు, అప్పుడు నిన్ను మెచ్చుకుంటాను' అని నలనన్న చమత్కరించాడు. ఆ మాటలకు పోచయ్య నరాల్లో రోషం ఉప్పెనలా ఎగసింది. కళ్లు మూసుకుని తన ఇష్టదైవమైన శ్రీహరిని ప్రార్థించాడు. 'ఓ పరమాత్మా! నా పంతం నెరవేరేలా ఈ శిరస్సులకు ప్రాణం పోసి పలికించు' అని వేడుకున్నాడు. అప్పుడక్కడో వింత జరిగింది అయ్యా! ఆ మొండెము లేని తలల కళ్లు తెరుచుకున్నాయి, మీసాలు ఎగవేస్తూ ఆ శిరస్సులు భయంకరమైన శబ్దంతో పలికాయి. ఆ అద్భుతానికి నేల దద్దరిల్లింది, రణవీర తమకంపై ఉన్న రాజు పల్లికొండ ఆశ్చర్యంతో వణికిపోయాడు. పోచయ్య పరాక్రమాన్ని చూసి, 'నాడు జరాసంధుడిని చీల్చిన కృష్ణుడితోను, కార్తవీర్యుని వేయి

చేతులు నరికిన పరశురామునితోను నీకు సాటి' అంటూ కాటమరాజు పోచయ్యను ప్రశంసించాడు. అతడిని మెచ్చుకుంటూ మూడు విడియాలు (తాంబూలాలు) ఇచ్చి సత్కరించాడు.

కానీ, ఆ సంతోషం పోచయ్యకు ఎంతోసేపు నిలవలేదు. పంతం నెరవేర్చుకున్నాక, తన అన్న ముమ్మయ్య కోసం జంబు నేరేడు చెట్టు వద్ద వెతికాడు. రణవీధిలో నెత్తుటి వరదల్లో, శవాల గుట్టల మధ్య వెతుకుతుండగా... ఒకచోట ముమ్మయ్య నేలకొరిగి కనిపించాడు. ఆ దృశ్యం చూస్తే గుండెలు పగిలిపోతాయయ్యా! ముమ్మయ్య కంచు లాంటి దేహం నిండా శత్రువుల బాణాలు నాటుకుపోయి ఉన్నాయి. సూర్య కటారులు, వజ్రాయుధాలు గుండెల్లో దిగిపోయి ఉన్నాయి. నెత్తురోడుతున్న అన్న ముఖాన్ని చూసి పోచయ్య భోరున విలపించాడు. తన పట్టు కండువాతో అన్న ముఖంపై ఉన్న రక్తధారలను తుడుస్తూ, 'చంద్రబింబం లాంటి నీ ముఖం ఇలా నెత్తురు కరుడుగట్టి ఉందేమిటన్నా?' అంటూ గుండెలు బాదుకున్నాడు. ముమ్మయ్య దేహంపై తన పట్టు శాలువాను కప్పి, పోచయ్య అగ్నిపర్వతంలా బద్దలయ్యాడు.

కోపాగ్నితో రగిలిపోతున్న పోచయ్య తన అశ్వాన్ని అధిరోహించగానే, ఆ గుర్రం కరాళ నృత్యం చేస్తూ దూకింది. బల్లెం జళిపిస్తూ శత్రువుల మీదికి ఉరికి, కస్తూరి సిద్ధిరాజు, నాచకూళ్ళ నాయుడు, నేతివారి ముద్దయ్య లాంటి శత్రు వీరులను కసితీరా నరికాడు. పోచయ్య ఒంటిచేత్తో పదివేల మందితో పోరాడి కాలిబంట్లను, అశ్వాలను, ఏనుగులను నేలకూల్చాడు. ఆ రోజు ఎర్రగడ్డపాటి నేల రక్తం తాగి మత్తిల్లింది. పగవారి నెత్తురు ఏరులై పారుతూ దక్షిణం వైపున ఉన్న పాలేటిని తాకింది.

అస్తాద్రికి సూర్యుడు చేరుకుంటున్నాడు, మందకు ఆవులు తిరిగొచ్చే వేళయింది. ధర్మయుద్ధం చేసే యాదవులు ఆనాటి పోరు చాలించారు. ఆ యుద్ధం ముగిసేసరికి అయితన్న, వల్లభన్న, మరికొందరు యాదవ వీరులు తిరిగి కాటమరాజు వద్దకు నడిచొస్తున్నారు. వారిని చూస్తే... అబ్బా, ఆ దృశ్యం వర్ణించడానికి రెండు కళ్లు చాలవు తండ్రీ! వాళ్ల ఛాతీ నిండా శత్రువుల కత్తులు, గజ నారసాలు, బల్లాలు గుచ్చుకుని ఉన్నాయి. కానీ ఆ సంధ్యాసమయంలో... వాళ్ళ ఒంటికి అంటుకున్న నెత్తురు పూసిన పగడపు పూలలా, పారిజాత వృక్షాలు పూలు పూసినట్లుగా, ఎర్రటి దాసాని పువ్వుల బంతుల్లా మెరిసిపోతున్నాయి. గుండెల్లో కత్తులు దిగి ఉన్నా, పెదవులపై చిరునవ్వు చెరగకుండా ఆ యాదవ వీరులు కలకల నవ్వుతూ ఆవులన్న వద్దకు నడిచొచ్చారు.

తమకంపై ఉన్న నలనన్న ఆ దృశ్యం చూసి చలించిపోయాడు. వెంటనే కిందకు దూకి, ఎదురెల్లి వాళ్లను ఇరుకౌగిట బంధించాడు. 'నా కన్న బిడ్డలారా! నా అన్నలారా!' అంటూ వారిని దీవించాడు. వారి శరీరాలపై ఉన్న నెత్తుటి కరుడులను తన రాజరికపు పట్టు శాలువాతో ఆప్యాయంగా తుడిచాడు. ప్రాణాపాయం కలగకుండా ఆ గాయాలపై పవిత్రమైన తులసి ఆకులను ఉంచి, పట్టు వస్త్రాలతో కట్లు కట్టించాడు.

అలా చెబుతూ చెబుతూ కొమ్ములవాడు ఒక్కసారిగా ఆగిపోయాడు. వాడి గొంతు వణికింది. చేతిలోని వీరణం దరువు మెల్లగా సన్నగిల్లి నిశ్శబ్దంలో కలిసిపోయింది.

"అదీ బాబయ్యా... ఆనాటి యాదవ సింహాల నెత్తుటి బంధం! కత్తులు గుండెల్లో దిగినా నవ్వుతూ అన్నల కౌగిలికి చేరిన ఆ పౌరుషాన్ని చూసి ఆకాశంలోని దేవతలు సైతం ఆనందబాష్పాలు రాల్చారయ్యా!" అన్నాడు.

మంటలు ఆరిపోతున్నాయి. వెచ్చటి బూడిదలోంచి సన్నని పొగ పైకి లేస్తోంది. చుట్టూ కూర్చున్న జనం కళ్లలో నీళ్లు సుడులు తిరుగుతున్నాయి. ఆ నిశ్శబ్దాన్ని చీల్చుకుంటూ ఇత్తడి కొమ్ము మరోసారి ఆర్తనాదంగా మోగింది. "చూశారయ్యా... రక్తం చిందించినా రోషం చావని ఆ యాదవ వీరుల ప్రాణత్యాగాలే, నేటికీ ఈ మట్టిలో వీర గంధమై వీస్తున్నాయి" అంటూ కొమ్ములవాడు భక్తిగా నేలతల్లికి దండం పెట్టుకున్నాడు.

27

వృషభ రణ పర్వము

ఎర్రయ్య యుద్ధం

గుడారంలో కాగడా మంటలు ఒక భయానకమైన, ఆర్తనాదపు ఛాయలను గాలిలో ఆవిష్కరిస్తున్నాయి. అప్పటివరకు బాలరాజుల బలిదానంతో బరువెక్కిన గాలి, ఇప్పుడు అకస్మాత్తుగా ఒక దైవికమైన ఉత్కంఠలోకి, ఒక భయంకరమైన ప్రళయ పవనంలోకి జారిపోయింది. కొమ్ములవాడి చేతిలో వీరణం మోత ఒక అంతుచిక్కని మాయాజాలంలా లయబద్ధంగా, ఉరుములా మ్రోగుతోంది. వాడి కళ్లలో నెత్తుటి కసి, ఒక మూగ జంతువు సృష్టించిన మహా ప్రళయాన్ని తలచుకుని రగులుతున్న ఆవేశం కలగలిసి ఉన్నాయి. తన చేతిలోని ఇత్తడి కొమ్మును నేలకు

ఆనించి, ఆకాశం వైపు చూశాడు. వాడు ఊపిరి పీల్చుకుంటుంటే, ఆ పల్లె జనం గుండెల్లో ఒక ఆదిమమైన భయం రేగింది. గాలిలో అకారణంగా పచ్చి నెత్తురు, ఎండిన పేడ, మరియు జంతువుల చెమట వాసనలు ఒకేసారి గుప్పుమన్నాయి.

"అయ్యా! కత్తి పట్టి మనుషులు పోరాడితే అది యుద్ధం... కానీ, ఆకలి, కోపం, పగ కలగలిసి ప్రకృతి తిరగబడితే అది భయంకరమైన ప్రళయం! ఎర్రగడ్డపాటి నెత్తుటి నేల మీద యాదవ వీరులు దినదినమూ రాలిపోతున్నారు. మాఘ బహుళ అమావాస్య మంగళవారం నాడు మొదలైన ఆ మహా సంగ్రామంలో... దశమి గురువారము నాడు చల్లవారు, ఏకాదశినాడు శ్వేత గోమాత బొల్లావు, ద్వాదశినాడు గోసంగి దళనాయకుడు బీరన్న, త్రయోదశినాడు పాలుగారే పసివాళ్లు బాలరాజులు వీరోచితంగా పోరాడి వీరస్వర్గం అలంకరించారు. రణరంగమంతా పీనుగుల గుట్టలతో, రక్తపు మడుగులతో ఒక సజీవ నరకంలా మారిపోయింది.

ఆ రాత్రి, తమ గుడారంలో కాటమరాజు, అతడి కుడిభుజం పద్మనాయుడు కలిసి తమ మంత్రి, వ్యూహకర్త అయిన పల్లికొండ వద్దకు వెళ్లారు. 'బావా పల్లికొండ! మన వంశపు సింహాలన్నీ ఆ మట్టిలో కలిసిపోయాయి. మరి రేపటి యుద్ధంలో ఈ శత్రు సముద్రాన్ని ఎదుర్కొనే వంతు ఎవరిది? దయచేసి ఆజ్ఞాపించు' అని కోరారు. అప్పుడు పల్లికొండ కళ్ళు మూసుకుని, ఒక భయంకరమైన వ్యూహాన్ని బయటపెట్టాడు. 'మహారాజా! రేపటి యుద్ధరంగంలో మన చట్టువారి ఎర్రయ్య అతి పరాక్రమంతో విజృంభించి ఆ నెల్లూరి శ్రీకంఠమ రాజుపై పోరాడుతాడు. కానీ రేపు కత్తులు పట్టాల్సింది కేవలం మనుషులు కాదు... శత్రువుల

మదగజాలను, అశ్వాలను మన ఆవులు, ఎద్దులు ఢీకొని సంహరిస్తాయి! ముఖ్యంగా మన పుల్లయెద్దు బసవన్న పగవారిని మట్టికరిపిస్తుంది' అని చెప్పాడు. ఆ రాత్రికి ఆ అపూర్వమైన వ్యూహాన్ని గుండెల్లో పెట్టుకుని యాదవులు విశ్రమించారు.

మరుసటి రోజు ఉదయం సూర్యుడు నెత్తుటి ఎరుపులో ఉదయించాడు. అటువైపు నల్ల సిద్ధిరాజు కోపంతో రగిలిపోతూ, తన సోదరుడైన 'పాప సిద్ధిరాజు'ను పిలిచి అపారమైన గజ, అశ్వ బలగాలతో యాదవుల మీదకు యుద్ధానికి పంపాడు. పాప సిద్ధిరాజు మంత్రులు, దళపతులతో కలిసి భేరీలు, రణ వాయిద్యాలు మ్రోగుతుండగా ఏనుగుపై ఎక్కి దండెత్తాడు. ఆ మహా సైన్యం దుమ్ము రేపుకుంటూ యాదవుల మందను సమీపించింది. యాదవులు ఆవులను అశ్వాలపైకి, ఎడ్లను గజబలం మీదికి ఉరికించారు. పాపసిద్ధిరాజు సైన్యం ఆవుల మందపైకి విషపు ఈటెలు, అగ్నిబాణాలతో వర్షంలా విరుచుకుపడ్డారు. మృత్యు శిఖలు దూసుకువస్తున్నా యాదవులు గానీ, ఆ మూగ జీవాలు గానీ ఏమాత్రం చలించలేదు. శత్రువుల గుండెల్లో భయం రేగింది.

ఆ నిశ్చబ్దాన్ని చూసి ఆశ్చర్యపోయిన పాప సిద్ధిరాజు, శకునాలు తెలిసిన 'సంధ్య గోపాలుడి'ని కారణం అడిగాడు. అప్పుడు గోపాలుడు వణికిపోతూ, 'మహారాజా! యాదవుల సైన్యంలో అంతా పల్లికొండ ఆజ్ఞ ప్రకారమే జరుగుతుంది. అతని ఆజ్ఞ లేనిదే ఒక ఆవు కూడా అడుగు వేయదు. కానీ గుర్తుపెట్టుకోండి... ఇప్పుడు మన ఏనుగులను, గుర్రాలను అంతం చేయడానికి ఆ పశువులకు పల్లికొండ ఆజ్ఞ లభించింది సుమా! ఇది మనుషుల యుద్ధం కాదు, జంతువులు చేసే మారణహోమం!' అని హెచ్చరించాడు. కానీ అహంకారంతో కళ్ళు మూసుకుపోయిన

పాపసిద్ధిరాజు సైన్యాధిపతులు, గోపాలుడి మాటలను ఎగతాళి చేశారు. 'ఏమిత్రా నీ పిచ్చి ప్రేలాపన! ఈ మామూలు ఆవులు, ఎద్దులు మన ఏనుగులను చంపుతాయా? ఇవి కేవలం అడవి పశువులు. వీటిని మేము సులువుగా పట్టుకుని కొట్టాల్లో కట్టేస్తాం' అని విర్రవీగారు. వాళ్లు తమ చేతుల్లోని పదునైన ఈటెలను విరిచి, పశువులను అదిలించే తలకోలలుగా మార్చుకుని, 'ఈ ఆవు నాది, ఆ ఆవు నాది' అని పంచుకుంటూ అహంకారంతో వాటిని తోలుకుపోవడానికి ముందుకు వచ్చారు.

సరిగ్గా అప్పుడే తండ్రీ... ఎర్రగడ్డపాటిలో ఒక కనీవినీ ఎరుగని, గగుర్పాటు కలిగించే మాంత్రికత చోటుచేసుకుంది! పల్లికొండ ఆజ్ఞతో, కాటమరాజు తమ్ముడైన 'ఎర్రయ్య', మరియు చట్టవారి 'ఎర్రన్న' రణరంగానికి వచ్చారు. ఆ ఇద్దరు వీరులు పశువుల చెవి దగ్గరకు వెళ్లి దైవిక మంత్రాలు జపించారు. 'ఓ బసవన్నా! గంగా, భవానీ, పార్వతీ, సీతా వంటి దేవతా స్వరూపాలైన ఓ గోమాతలారా! శత్రువుల బలగాలను సింహాల్లా చీల్చి చెండాడండి. శ్రీరాముడు, కృష్ణుడు, పరశురాముడు శత్రువులను నాశనం చేసినట్లు మీరు కూడా ఈ నెల్లూరు సేనలను నాశనం చేయండి!' అని ఉత్సాహపరుస్తూ యుద్ధానికి ఆహ్వానించారు.

ఆ మంత్రాలు చెవిన పడగానే... లక్షలాది ఆవులు, ఎద్దులు దైవికమైన, ఉగ్రమైన ఆవేశంతో ఊగిపోయాయి! ఆవుల కళ్ళు రక్తంలా ఎర్రబడ్డాయి. ముఖ్యంగా పాలుతాగే చిన్న లేగలు సైతం మృత్యుదేవతలుగా మారిపోయాయి. దూడలు కదా అని సులువుగా పట్టుకుందామని వచ్చిన శత్రు సైనికులను, ఆ లేగదూడలు అమాంతం గాలిలోకి ఎగిరి తమ కాళ్లతో తొక్కి, లేత కొమ్ములతో గుండెలను పొడిచి దారుణంగా ప్రాణాలు తీశాయి! శత్రు సైన్యంలో హాహాకారాలు

మొదలయ్యాయి. ఎద్దులు ప్రళయకాలపు ఉరుముల్లా రంకెలు వేస్తూ, నేరుగా వెళ్లి ఏనుగులను ఢీకొన్నాయి. ఆ భయంకరమైన తాకిడికి ఏనుగుల కుంభస్థలాలు బద్దలై మెదడు, రక్తం గాలిలోకి ఎగజిమ్మాయి. ఆవులు అమాంతం గాలిలోకి ఎగిరి గుర్రాలపైకి దూకి, ఆ కవచాలు ధరించిన రౌతులను కిందపడేసి తమ గిట్టలతో నుజ్జునుజ్జుగా తొక్కేశాయి! ఒక మూగ జీవం, పదునైన ఆయుధాలు ధరించిన మనిషిని చీల్చి చెండాడుతున్న ఆ భయానక దృశ్యం నెల్లూరి సైనికుల నరాల్లో రక్తాన్ని గడ్డకట్టించింది. మనుషుల మాంసం, పేగులు పశువుల కొమ్ములకు చుట్టుకుని, ఆ ఎర్రగడ్డపాటి మైదానం ఒక క్రూరమైన, ఆదిమమైన నరకంగా మారిపోయింది.

పశువుల భీకర దాడికి తట్టుకోలేక పాపసిద్ధిరాజు సేనలు విషపు ఈటెలు, అగ్నిబాణాలతో ఎదురుదాడికి దిగాయి. వర్షంలా కురుస్తున్న బాణాలకు వందలాది ఆవులు, ఎద్దులు నెత్తురు కక్కుతూ నేలకొరిగాయి. మూగజీవాలైన ఆవులు, ఎద్దులు చూపుతున్న అఖండ పరాక్రమాన్ని, ఆత్మబలిదానాన్ని చూసి ఆకాశంలో ఉన్న దేవతలు, మునులు, హరిహరాదులు ఎంతగానో సంతోషించారు. వారు ఆ మూగజీవాలపై పూలవాన, అక్షింతలు కురిపించారు. ఆ దైవిక ఆశీస్సులు పొందిన పశువులు, తమకు వీరస్వర్గం ప్రాప్తిస్తుందన్న సంతోషంతో మరింత రెచ్చిపోయి, దేహాలు జల్లెడలా మారుతున్నా లెక్కచేయకుండా శత్రువులను ఊచకోత కోశాయి. ఆ నెత్తుటి వర్షంలో పుల్లయెద్దు బసవన్న ఎందరో శత్రువులను తన కొమ్ముగ గుచ్చి గాలిలోకి విసిరేశాడు.

తమ కళ్లెదుటే తమ ప్రాణప్రదమైన పశువులు రక్తమోడుతూ వీరమరణం పొందడం చూసిన ఆ తమ్ముడు ఎర్రయ్య, చట్టవారి ఎర్రన్నలకు

దుఃఖం కట్టలుతెంచుకుని ఉగ్రరూపం దాల్చారు. చేతుల్లో పర్వతాలంత బరువైన పెద్ద గదలు పట్టుకుని, లంకపైకి ఆంజనేయుడు దండెత్తినట్లు శత్రువుల గజదళాలపైకి గాలిలోంచి దూకారు. తమ గదలతో ఏనుగుల తలలు పగులగొడుతూ, పచ్చి మాంసపు ముద్దలను పక్కకు నెట్టుకుంటూ పాప సిద్ధిరాజును సమీపించారు. చట్టవారి ఎర్రన్న విల్లు ఎక్కుపెట్టి, ఐదు భయంకరమైన బాణాలు ప్రయోగించి పాపసిద్ధిరాజు ఎక్కిన ఏనుగును నేలకూల్చాడు! ఏనుగు కూలిపోగానే, తమ్ముడు ఎర్రయ్య గాలిలోకి ఎగిరి తన చేతిలోని ఆయుధంతో పాపసిద్ధిరాజు తలకాయను ఒక్క వేటుతో మొండెం నుంచి వేరుచేశాడు! ఆ తెగిపడిన రాజు తల, ఆ పశువుల గిట్టల కింద ఉన్న నెత్తుటి బురదలో దొర్లింది. మరోవైపు చట్టువారి ఎర్రయ్య శ్రీకంతమ రాజును దారుణంగా సంహరించి యాదవ పౌరుషాన్ని నిలబెట్టాడు.

శత్రువులను జయించిన అనంతరం, ఒంటి నిండా శత్రువుల నెత్తురు, తమ సొంత గాయాల రక్తంతో తడిసిపోయిన ఆ ఇద్దరు వీరులు నడుచుకుంటూ వచ్చి కాటమరాజు ముందు నిలబడ్డారు. తమ కోసం నెత్తురు చిందించిన ఆ వీరులను చూసి కాటమరాజు కన్నీళ్లు పెట్టుకున్నాడు. వారి గాయాలను స్వయంగా కడిగి, పవిత్రమైన తులసి ఆకులు పెట్టి కట్లు కట్టించాడు. ఆ రాత్రంతా పశువుల కళేబరాల మధ్య, చనిపోయిన తమ తోబుట్టువులైన ఆ గోమాతలకు కన్నీటి వీడ్కోలు పలుకుతూ... ఆ యాదవులంతా మహా శివరాత్రి జాగరణ చేసినట్లుగా, భయంకరమైన మరణ శోకంలో, నిశ్శబ్దంగా ఆ రణభూమిలో గడిపారయ్యా!" అంటూ కొమ్ములవాడు తన గుడారంలో గాలిని గట్టిగా పీల్చుకున్నాడు. వీరణం మీద ఒక బరువైన, మృత్యుఘోష లాంటి

దరువును మోగించాడు. "అయ్యా! ఇది మనుషుల యుద్ధం కాదు... ప్రకృతి, మూగజీవాలు తమ ప్రాణాలను పణంగా పెట్టి చేసిన ఒక నెత్తుటి యజ్ఞం! ఆ ఎద్దుల రంకెలు, ఆ లేగదూడల ఉగ్రరూపం... ఈనాటికీ ఆ ఎర్రగడ్డపాటి మట్టిలో శిలాశాసనంలా నిలిచిపోయాయయ్యా!" అంటూ తన చేతిలోని ఇత్తడి కొమ్మును ఆకాశం వైపు ఎత్తి, ఒక భీకరమైన రణనాదాన్ని ఊదాడు. ఆ శబ్దం ఆ రాత్రి చీకట్లలో ప్రతిధ్వనిస్తూ, ప్రకృతి చేసిన ఆ భయంకరమైన తిరుగుబాటును, ఆ ఎర్రయ్యల వీరత్వాన్ని ఆ పల్లె జనం కళ్ల ముందు సజీవంగా నిలిపింది.

28

మహాసమర పర్వము

కాటమరాజు యుద్ధం

గుడారంలో కాగడా మంటలు ఒక భయానకమైన నిశ్శబ్దంలో కాలిపోతున్నాయి. ఆ కారుచీకటి రాత్రికి ఊపిరి ఆడుతున్నట్లు లేదు. ఎర్రగడ్డపాటి మైదానంలో పేర్చిన మంటలు ఆకాశాన్ని తాకేలా ఎగసిపడుతున్నాయి, కానీ వాటి వెలుతురులో వెచ్చదనం లేదు... ఎర్రటి నెత్తురును ముందుగానే పసిగట్టిన భయం ఉంది. ఆ మంటల మధ్య నిలబడ్డ కొమ్ములవాడి కళ్లలోంచి నీళ్లు రాలుతున్నాయి. చేతిలోని వీరణం మీటుతుంటే, వాడి వేళ్లు వణుకుతున్నాయి. ఆరు జాముల పొడవునా సాగిన ఈ యాదవ భారతం, ఇప్పుడు తన చివరి, అత్యంత నెత్తురోడిన

పుటను తెరవబోతోంది. వాడు తన ఇత్తడి కొమ్మును గాల్లోకి ఎత్తి, ప్రాణమంతా కూడదీసుకుని ఒక్కసారిగా ఊదాడు. ఆ నాదానికి నలుదిక్కులా ఉన్న అడవి మృగాలు సైతం మూగబోయాయి.

"అయ్యా! తండ్రీ! నా యాదవ వృద్ధులారా! గుండెలు రాయి చేసుకోండి. కనురెప్పలు వాల్చకండి. ఇవాళ నేను చెప్పేది కథ కాదు... ఒక మహాయుగం అంతరించిన నెత్తుటి గాథ. రోషం కోసం, శరణాగత ధర్మం కోసం, నమ్ముకున్న ఆవుల కోసం ఒక మహావీరుడు తన నెత్తురుతో ఈ ఎర్రగడ్డపాటి మట్టికి అభిషేకం చేసిన అమావాస్య రాత్రి ఇది. వినండయ్యా... మన కన్నీళ్లు కూడా రక్తంగా మారే మహా సంగ్రామం ఇది!" వాడి గొంతులోంచి మాటలు జలపాతంలా దూకాయి.

ఆ రోజు మాఘ బహుళ అమావాస్య. ఆకాశంలో ఒక్క నక్షత్రం కూడా లేదు, అంతా ప్రళయకాలపు చీకటి. మరుసటి రోజు జరగబోయే తుది పోరాటానికి యాదవ శిబిరంలో సన్నాహాలు మొదలయ్యాయి. ఆ శివనందుల గుడారంలో మన కాటమరాజు, ఆయన కుడిభుజం పద్మరాఘువుడు మృత్యువుతో తలపడేందుకు వధువుల్లా ముస్తాబవుతున్నారు. వారి శరీరాలకు స్వచ్ఛమైన సంపంగి నూనెను పట్టించారు. ఆ పరిమళం గుడారమంతా వ్యాపించి, రాబోయే పచ్చి నెత్తుటి వాసనను కప్పిపుచ్చే ప్రయత్నం చేస్తోంది. ఎత్తైన వారి దేహాలకు బిగుతుగా హనుమంత కాశలు (వీరకచ్చలు) కట్టారు. నడుముకు కనక వడ్డాణాలు, మెడలో పచ్చలు పొదిగిన పులిగోరు పతకాలు, సన్నని రుద్రాక్ష మాలలు ధరించారు. వీపుపై పాముల్లా ఆడుతున్న వారి వీరజడలను ముడిచి, అందులో గేదంగి పూలు తురిమారు.

అక్కడ వీరులు మాత్రమే కాదు బాబయ్యా... వారు నమ్ముకున్న మూగ జీవాలు కూడా ఆనాడు మృత్యుదేవతకు ఎదురెళ్లేందుకు అలంకరించబడ్డాయి. చల్లవారి పుల్లయెద్దు, సలుగుటెద్దుల కొమ్ములకు కుందనపు కుప్పెలు తొడిగారు. నాలుగు కాళ్లకు గజ్జెలు, నొసటిపై పౌరుషపు తిలకాలు, చెవులపై శంఖు చక్రాల ముద్రలు వేసి, మెడలో ముత్యాలు పొదిగిన మువ్వల బొడ్డుఘుంటలు కట్టారు. ఆ ఎద్దులు నేలను పగిలేలా రంకె వేస్తుంటే, సాక్షాత్తూ కైలాసం నుంచి నందీశ్వరుడే దిగివచ్చాడా అన్నట్లుంది.

యుద్ధానికి కదిలే ముందు, కాటమరాజు అడుగులు ఒక్క క్షణం తడబడ్డాయి. భయం వల్ల కాదు, గుండె మూల ఎక్కడో ఒక భారీ శూన్యం అతన్ని పట్టి లాగింది. నేరుగా తన మంత్రి, మార్గదర్శి అయిన పల్లికొండ దగ్గరకు వెళ్లాడు. 'బావా పల్లికొండ! నా కత్తి శత్రువుల నెత్తురు తాగేందుకు ఉవ్విళ్లూరుతోంది. కానీ ఈ మహా ఘట్టంలో నా తమ్ముడు, ఆ పరమ శివభక్తుడు భక్తిరన్న ఇక్కడ లేడే! పగవాడైన నల్లసిద్ధిరాజు తల నరికి గంగమ్మకు పాదకానుకగా సమర్పించే ఈ అద్భుత ఘడియల్లో వాడు లేకపోవడం నా గుండెను తొలిచేస్తోంది. వాడు వస్తాడో రాడో కదా!' అని ఆవేదన చెందాడు.

అప్పుడు పల్లికొండ నవ్వి, తన దివ్యదృష్టిని సారించాడు. 'రాజా! కాటమరాజా! హరిహర బ్రహ్మాదులు, దేవతలు ఈ యుద్ధాన్ని చూస్తున్నారు. ఇక్కడ నువ్వు వీరవిహారం చేస్తుంటే, అక్కడ ఉత్తర కాశీలో భక్తిరన్న ఏకాగ్రతతో ఈశ్వరుడి పూజలో నిమగ్నమై ఉన్నాడు. నువ్వు నిశ్చింతగా యుద్ధం చెయ్యి, శత్రువులను హతమార్చు. ఇక్కడ రాలిన మన ఏడు తరాల పెద్దలకు, యుద్ధంలో ప్రాణాలిచ్చిన వీరులందరికీ

సద్గతులు (మోక్షం) ప్రసాదించడానికి... ఆ భక్తిరన్న్ని కాశీ తీర్థం, గయ విభూతి తీసుకుని బంగారు రథం (కనక రథం) మీద వస్తాడు. అతడి గురించి చింతించకుండా నువ్వు పగ సాధించు కృష్ణా!' అని ధైర్యం చెప్పి ఆశీర్వదించాడు. 'బావా! ముల్లోకాలలో నిన్ను మించిన గురువు, రక్షకుడు మాకు లేరు. నల్లసిద్ధి ఏనుగుల బలగంతో వచ్చాడు, ఎలా పోరాడాలో మమ్ములను ఆజ్ఞాపించు!' అని ప్రార్థించాడు కాటమరాజు.

ఆ మాటలతో కాటమరాజు గుండెల్లో రగులుతున్న అగ్నిపర్వతం బద్దలైంది. ముగ్గురు మూర్తులు ప్రసాదించిన 'ముక్కమ్మి కుంతాన్ని' (మూడు మొనలు గల బల్లెం), త్రిశూలాలు, సూర్యకటారులను చేతబట్టి, ముల్లోకాలకు వినిపించేలా సింహనాదం చేశాడు కాటమరాజు. లక్షలాది యాదవ సైన్యం కదులుతుంటే ఎర్రగడ్డపాటి నేల కంపించింది.

అయ్యా... కాటమరాజు రణరంగానికి వెళ్తున్న తీరు యుద్ధానికి వెళ్తున్నట్లు లేదు తండ్రీ... సాక్షాత్తూ సీతమ్మను పెళ్లాడటానికి వెళ్తున్న శ్రీరామచంద్రుడిలా శోభాయమానంగా ఉన్నాడు! కంటికి కనిపించని దేవకన్యలు ఆకాశం నుంచి 'కల్యాణమే గౌరి' అని హారతులు పాడుతున్నారు. త్రిమూర్తులు పెళ్లి పెద్దలై నిలబడగా, మంగళ వాయిద్యాలు మృత్యురాగాలను ఆలాపిస్తున్నాయి. మునులు దీవిస్తున్నారు. ఇరువైపులా భూచక్ర గొడుగులు, వింజామరలు, ఆలవట్టాలు పట్టుకోగా, నందిలాంటి పుల్లయెద్దు ముందు నడుస్తుండగా కాటమరాజు మహా వైభవంగా రణరంగానికి వెళ్లాడు.

ఎదురుగా ఏనుగు అంబారీ మీద కూర్చున్న నల్లసిద్ధిరాజు... కాటమరాజు వస్తున్న ఆ ఆకారాన్ని, రాజసాన్ని చూసి ఆశ్చర్యపోయాడు. గుండెల్లో వణుకు పుట్టింది. 'ఇన్ని దశాబ్దాలు నేను ఈ భూమిని ఏలాను

గానీ, ఇంతటి అందమైన పరాక్రమశాలిని ఎప్పుడూ చూడలేదు. ఇతని చేతిలో ఆయుధం చూస్తుంటే సాక్షాత్తూ శ్రీరాముడిలా, పాండవులలోని అర్జునుడిలా కనిపిస్తున్నాడు. ఇతడు కేవలం ఆవులు కాసుకునే గొల్లరాజు అని తక్కువ అంచనా వేయడానికి లేదు. ఇతనితో గెలుపు అంత సులభం కాదు!' అని తన పరివారంతో అంటూ సిద్ధిరాజు భయపడ్డాడు.

ఇరు సైన్యాలు ఢీకొన్నాయి. అది యుద్ధం కాదు తండ్రీ, మృత్యువు చేసుకున్న ఒక భయంకరమైన మహా కల్యాణం! ఒక అద్భుతమైన మాంత్రిక వాస్తవికత ఆ యుద్ధభూమిని ఆవరించింది. ఆ రణక్షేత్రమే ఒక పెళ్లి పందిరి. కాటమరాజు, నల్లసిద్ధిరాజులే వధూవరులు. ఆకాశం నుంచి చూస్తున్న దేవతలే పేరంటాళ్లు. శత్రువులు ప్రయోగిస్తున్న నిప్పులు చిమ్మే అగ్నిబాణాలే, ఇనప నారసాలే ఆ పెళ్లిలో చల్లే అక్షింతలు! ఏరులై పారుతున్న వీరుల వెచ్చటి రక్తమే వసంతాల ఆట. విరిగిపడుతున్న రథాలు, తెగిపడుతున్న తలల మధ్య పుడుతున్న సైనికుల ఆర్తనాదాలే ఆ పెళ్లి పాటలు! యాదవుల పుల్లయెద్దులు, సలుగుటెద్దులు కరాళ నృత్యం చేస్తున్నాయి. పర్వతాల్లాంటి శత్రువుల ఏనుగుల మీదకు ఒక్క ఉదుటున దూకి, తమ వాడియైన బంగారు కుప్పెల కొమ్ములతో వాటి కుంభస్థలాలను బద్దలు కొడుతున్నాయి. రక్తం కాలువలు కట్టింది.

యుద్ధం శిఖరాగ్రానికి చేరుకుంది. మేరు పర్వతాలు ఢీకొన్నట్లు, రెండు మహాసముద్రాలు ప్రళయ సుడిగుండంలో కలుసుకున్నట్లు కాటమరాజు, నల్లసిద్ధిరాజు ఒకరికొకరు రామరావణ యుద్ధంలా ఎదురుపడ్డారు. ఇద్దరి దేహాలు రక్తంతో, మట్టితో, బురదతో కప్పబడి ఉన్నాయి. శ్వాసలు కొలిమితిత్తిలా వేగంగా, భారంగా ఊదుతున్నాయి. కండరాలు తెగిపోతున్నా, విపరీతమైన శారీరక అలసట ప్రాణాలను లాగుతున్నా...

వారి పౌరుషం వారిని ముందుకు నడిపిస్తోంది. సిద్ధిరాజు తన భారీ ఖడ్గంతో కాటమరాజుపై విరుచుకుపడగా, కాటమరాజు తన కత్తితో దానిని అడ్డుకున్నాడు. ఆ కత్తులు రాసుకున్నప్పుడు పుట్టిన నిప్పురవ్వలు ఎర్రగడ్డపాటి చీకటిని కొద్దిక్షణాలు పారద్రోలాయి.

అలసట కాటమరాజు దేహాన్ని ఆవరిస్తోంది, కానీ పగ అతని నరాల్లో విద్యుత్తులా ప్రవహిస్తోంది. కళ్లు ప్రళయరుద్రుడిలా ఎర్రబడ్డాయి. తన చేతిలోని 'ముక్కమ్మి కుంతాన్ని' తన సర్వశక్తులూ కూడదీసుకుని గాలిలోకి ఎగిరి విసిరాడు కాటమరాజు. అది సూర్యకాంతితో మెరుస్తూ, ఉరుములా గాలిని చీల్చుకుంటూ వెళ్లి నల్లసిద్ధిరాజు వక్షస్థలాన్ని పగులగొట్టింది! గుండెలు చీల్చుకుని రక్తం ఉప్పెనలా ఎగజిమ్మింది. సిద్ధిరాజు నెత్తురు గక్కుతూ, హాహాకారాలు చేస్తూ నేలకూలి హతమయ్యాడు. ఆవెంటనే కాటమరాజు తన చేతిలోని వాడియైన 'సూర్యకటారి'తో ఒకే ఒక్క వేటు వేశాడు. నల్లసిద్ధిరాజు అహంకారపు శిరస్సు మొండెం నుంచి విడిపోయి, ఆ నెత్తుటి బురదలో దొర్లింది!

సిద్ధిరాజు మరణించగానే అతని ప్రధాని చింకర్ల భీమన ఆవేశంతో కాటమరాజు బావమరిది అయిన పద్మరాఘువుడితో తలపడ్డాడు. పద్మరాఘువుడు కాలాగ్ని రుద్రుడిలా తన విల్లు ఎక్కుపెట్టి, బాణాలతో విరుచుకుపడి భీమినేడును రణభూమిలో నేలకూల్చాడు. బొమ్మినేడు అనే మరో శత్రు వీరుడు దాడి చేయగా, పద్మనాయుడు వీరభద్రునిలా చెలరేగి వాడిని కూడా హతమార్చాడు. పగవారి అహంకారం శాశ్వతంగా నేలమట్టమైంది. యాదవుల అఖండ విజయాన్ని చూసి ఆకాశం నుండి దేవతలు, హరిహరులు సంతోషించి వారిపై పూలవాన కురిపించారు.

విజయం దక్కింది. పగ తీరింది. కానీ ఆ విజయం శ్మశాన వైరాగ్యాన్ని మోసుకొచ్చింది. ఆ యుద్ధభూమి అత్యంత భయానకంగా, బీభత్సంగా మారింది. ఎటు చూసినా ఏనుగులు, గుర్రాలు, కాలిబంట్లు, లొటిపిటల కళేబరాలు కొండల్లా గుట్టలు పడ్డాయి. రక్తం నదుల్లా పారుతుంటే... అందులో గొడుగులు, వింజామరలు, రత్నాల హారాలు, కత్తులు, ముత్యాల ఆభరణాలు పడవల్లా అనాథగా తేలియాడుతున్నాయి. తెగిపడిన తలలు, చేతులు, కాళ్లు, పుర్రెలు, కనుగుడ్లు, ప్రేగులతో రణరంగమంతా నిండిపోయింది. ఆ తలల గుట్టలు కుమ్మరి చేసిన కుండల దొంతరల మాదిరిగా కుప్పలుతెప్పలుగా పడి ఉన్నాయి.

ఆ పుష్పవర్షం ఎర్రగడ్డపాటి నెత్తుటి బురదలో పడి ఎర్రటి జ్వాలల్లా మెరుస్తోంది. కదనరంగం మధ్యలో, కుప్పలుతెప్పలుగా పడి ఉన్న శవాల పర్వతం మీద ఒకే ఒక్కడు నిలబడి ఉన్నాడు... వాడే మా యాదవ సింహం, అఖండ యాదవ మండలానికి రారాజు కాటమరాజు! ఆయన దేహం ఇక మనిషి దేహంలా లేదు. వందలాది కత్తుల పోట్లు, బల్లేల గాయాలతో శరీరం జల్లెడలా మారిపోయింది. ప్రతి గాయం నుంచి రక్తం ధారలుగా కారుతూ ఎర్రగడ్డపాటి మట్టిని తడుపుతోంది. విపరీతమైన శారీరక అలసట ప్రాణాలను గాలిలో కలిపేయడానికి లాగుతున్నా, ఆ మహావీరుడి భౌతిక కాయం కిందపడటానికి అంగీకరించడం లేదు! తన చేతిలోని రక్తసిక్తమైన 'ముక్కమ్మి కుంతాన్ని' నేలకు గట్టిగా ఆనించి, ఒక శిలాశాసనంలా, ఏ గాలికీ వణకని మహా వృక్షంలా అలాగే నిలబడి ఉన్నాడు.

ఆయన తన ఎర్రటి కళ్లతో ఆ విశాలమైన రణరంగాన్ని ఒకసారి కలయజూశాడు. అక్కడక్కడ కొండల్లా పడి ఉన్న ఏనుగుల కళేబరాలు,

విరిగిపోయిన రథ చక్రాలు. ఆ శవాల గుట్టల మధ్య... తన తోబుట్టువులైన చల్లవారు, లేత వయసులోనే నెత్తురు చిందించిన బాలరాజులు, కులాలకు అతీతంగా ప్రాణాలిచ్చిన గోసంగి బీరన్న, తన ప్రాణప్రదమైన శ్వేత గోమాత బొల్లావు... అందరూ నెత్తుటి నిద్ర పోతున్నారు. వాళ్లందరినీ చూస్తుంటే కాటమరాజు గుండెల్లో అగ్నిపర్వతం బద్దలైంది. "నా ముద్దుల తమ్ముల్లారా! నా కన్నబిడ్డల్లాంటి గోమాతలారా! మీ అందరినీ ఈ మట్టికి బలిచ్చి నేను సాధించిన ఈ విజయం కాలుతున్న అగ్నితో సమానం. నా ప్రాణం కూడా మీతో పాటే ఈ మట్టిలో కలిసిపోవాలి!" అని ఆయన అంతరంగం మూగగా రోదించింది.

ఆయన పాదాల చెంత... ఏడు తరాల యాదవుల పగకు కారణమైన చోళ రాజు నల్లసిద్ధిరాజు మొండెం రక్తం కక్కుతూ పడి ఉంది. వాడి తెగిపడిన తల కాటమరాజు కాలి గిట్టల దగ్గర మట్టి కరుస్తోంది. ఆ తలకాయను చూసిన కాటమరాజు కళ్లలో గెలుపు గర్వం లేదు, ఒక మహాయజ్ఞం పూర్తయిందన్న ఒక దైవికమైన ప్రశాంతత ఆవరించింది. "నా తండ్రుల పగ తీరింది... నా పసిదూడల నెత్తురుకు బదులు తీర్చుకున్నాను!" అని ఆయన ఆత్మ సంతృప్తితో నిట్టూర్చింది. ఆ నిట్టూర్పుకు ఎర్రగడ్డపాటి గాలిలోని మృత్యు వాసన చెదిరిపోయి, ఒక పవిత్రమైన కస్తూరి వాసన అలుముకుంది.

సరిగ్గా అప్పుడే, ఆయనకు కొద్ది దూరంలో... శత్రు ప్రధాని చింకర్ల భీమన్నను దారుణంగా సంహరించిన ఆయన ప్రాణమిత్రుడు, బావమరిది పద్మరాఘువుడు (పద్మనాయుడు) కూడా ప్రాణాపాయ స్థితిలో నెత్తుటి బురదలో ఒరిగిపోతున్నాడు. పద్మరాఘువుడి దేహం నిండా శత్రువుల బాణాలు గుచ్చుకుని ఉన్నాయి. కింద పడిపోతున్న పద్మరాఘువుడు,

ఆఖరిసారిగా తల పైకెత్తి తన మహారాజు కాటమరాజు వైపు చూశాడు. వాళ్లిద్దరి కళ్లు కలుసుకున్నాయి. ఆ చూపుల్లో మాటలు లేవు, కానీ వేల జన్మల బంధం ఉంది. 'బావా... మన యాదవ పౌరుషం గెలిచింది. కైలాసంలో కలుద్దాం!' అన్నట్లుగా పద్మరాఘువుడి పెదవులపై ఒక గర్వకారణమైన చిరునవ్వు వికసించింది. ఆ నెత్తుటి నవ్వుతోనే పద్మరాఘువుడు శాశ్వతంగా కళ్లు మూశాడు.

తన కుడిభుజం లాంటి రాఘువుడు కూడా నేలకొరగడంతో, కాటమరాజుకు ఈ భూమి మీద తన బంధం పూర్తయిపోయిందని స్పష్టమైంది. ఆయన కళ్లలోంచి రాలిన రెండు కన్నీటి చుక్కలు, ఆయన దేహం నుంచి కారుతున్న రక్తంలో కలిసిపోయాయి. ఆ క్షణంలో ఆకాశం ఒక వింతైన, మాయాజాలపు ఊదా రంగులోకి మారిపోయింది. అప్పటివరకు రణరంగాన్ని భయపెట్టిన ఉరుములు ఆగిపోయి, ఒక అద్భుతమైన, ప్రశాంతమైన భీంకార నాదం గాలిలో వినిపించడం మొదలైంది. కాటమరాజు తన కుంతాన్ని వదిలేశాడు. ఆయన కిందపడలేదు... ఒక కుమారుడు తన కన్నతల్లి ఒడిలోకి ఎంత ప్రశాంతంగా వెళతాడో, అంతే నెమ్మదిగా ఆ ఎర్రగడ్డపాటి నెత్తుటి మట్టి మీద మోకాళ్లు వంచాడు. తన జీవితమంతా ప్రాణంగా ప్రేమించిన ఆ పచ్చిక బీడును, ఆ నల్లటి మట్టిని తన రెండు చేతులతో ఆప్యాయంగా తాకాడు. ఆ ఎర్రగడ్డపాటి నెత్తుటి బురదను తన చేతుల్లోకి తీసుకుని, దానిని ఒక పవిత్రమైన విభూతిలా తన విశాలమైన నుదుటన వీరతిలకంగా దిద్దుకున్నాడు! "నా యాదవ వంశపు నెత్తురు తాగిన ఓ పాకనాటి భూమాతా! నా రక్తంతో నీ దాహం శాశ్వతంగా తీరిపోవాలి!" అని పలికాడు.

ఆ మరుక్షణం, తన సర్వశక్తినీ కూడగట్టుకుని, ఆకాశం వైపు తల ఎత్తి... "హరి! గోవింద! హర హర మహాదేవా!" అని ఒక భయంకరమైన, గంభీరమైన సింహనాదం చేశాడు కాటమరాజు. ఆ నాదం ఎర్రగడ్డపాటి మైదానాన్ని దాటి, పాలేరు నదిని చీల్చుకుంటూ, ముల్లోకాలను దద్దరిల్లజేసింది. అడవుల్లో ప్రాణభయంతో దాక్కున్న మిగిలిన నెల్లూరి సైనికుల గుండెలు ఆ గర్జనకు అక్షరాలా ఆగిపోయాయి. ప్రకృతి సైతం ఆ మహావీరుడి చివరి కేకకు వణికిపోయి నిశ్శబ్దమైంది.

నెమ్మదిగా పాకుతూ వెళ్లి, నల్లసిద్ధిరాజు తలను రెండు చేతుల్లోకి తీసుకున్నాడు. ఆకాశం వైపు చూస్తూ, గద్గద స్వరంతో గంగమ్మను ప్రార్థించాడు. 'అమ్మా గంగాభవాని! భగీరథుడి తపస్సుకు కరిగిన కరుణామయీ! నా పగ తీరింది తల్లీ! యాదవ పౌరుషం ఈ మట్టికి ఎరుపైంది. ఇదిగో.. నా మాట నిలుపుకున్నాను. ఈ పగవాడి శిరస్సును నీకు పాదకానుకగా సమర్పిస్తున్నాను తల్లీ!' అంటూ ఆ నెత్తుటి తలను నేలపై ఉంచి ప్రదక్షిణ చేశాడు.

శ్వాస ఆగిపోతున్నా అతనిలో ఆవేదన ఆగలేదు... 'తల్లీ! నా బిడ్డలు, నా అన్నదమ్ములు ఈ నేలతల్లి ఒడిలో అనాథల్లా పడి ఉన్నారు. నా భక్తిరన్న కాశీ నుంచి వచ్చి మోక్షం ఇచ్చే వరకు... ఆకాశంలో ఎగిరే గ్రద్దలు, రాబందులు నా బిడ్డల దేహాలను పొడవకుండా చూడు తల్లీ. అడవిలోని నక్కలు, కుక్కలు, భూత ప్రేతాలు ఈ వీరుల మాంసాన్ని అంటుకోకుండా కాపాడు. నా ముద్దుల ఆవుల మందకు, నా వీరుల దేహాలకు ఇక నువ్వే దిక్కు తల్లీ!' అంటూ ఆక్రోశించాడు. ఆ మాటలు పలుకుతుండగానే, అమితమైన అలసట, గాయాల తీవ్రతతో ఆ మహావీరుడు... తన తోటి

వీరుల మధ్య, ఆ నెత్తుటి బురదలోనే ఒక చిరునవ్వుతో ప్రాణాలు విడిచాడు.

కాటమరాజు ఆక్రందనకు ఆకాశం బ్రద్దలైంది. భూదేవి గుండె తరుక్కుపోయింది. త్రిమూర్తులు సైతం ఆ త్యాగానికి చలించిపోయి కన్నీటి రూపంలో పుష్పవర్షం కురిపించారు. వీరుల శవాలను చూసి ఆకాశంలోని రాబందులు, గద్దలు మాంసం కోసం కిందకు రయ్యిన దూసుకురావాలని చూశాయి. అడవి పొదల్లోంచి నక్కలు నాలుకలు చాచుకుంటూ బయటకు వచ్చాయి.

అప్పుడే ఒక మహాద్భుతం జరిగింది తండ్రీ! కాటమరాజు అంతిమ ప్రార్థనకు కరిగిపోయిన గంగమ్మ... మహా రౌద్రరూపంతో, అదే సమయంలో అంతులేని మాతృప్రేమతో ఆకాశం నుంచి ఆ నెత్తుటి మైదానంలోకి దిగివచ్చింది! ఆమె వెంట ఆమె తమ్ముడు పోతురాజు ప్రళయభైరవుడిలా దండాయుధం పట్టుకుని దిగాడు. గంగమ్మ ఆ రణక్షేత్రాన్ని చూసి విలపించింది. తన బిడ్డల దేహాలను చూసి ఆ తల్లి కన్నీరు మున్నీరుగా ఏడ్చింది. ఆమె కన్నీటి బిందువులు ఎర్రగడ్డపాటి నెత్తుటి మట్టిని పవిత్రం చేశాయి.

గంగమ్మ ఆ నక్కలను, గద్దలను చూసి కళ్లు ఎర్రజేసి ఒక ఉరుములా గర్జించింది. 'ఆగండి! వీరు అనాథ శవాలు కావురా! నా కోసం తమ అహంకారాన్ని వదిలి పూజలు చేసిన నా యాదవ బిడ్డలు. నా భక్తిరన్న కాశీ నుంచి వచ్చి వీరికి సద్గతులు కల్పించే వరకు... ఈ ఎర్రగడ్డపాటి మట్టిలో పడి ఉన్న నా బిడ్డల దేహాల మీద వాలిన ఈగనైనా సరే నా శూలంతో కాల్చి బూడిద చేస్తాను! తమ్ముడా పోతురాజా... నా బిడ్డల దేహాలకు కాపలాగా ఉండు!' అని ముల్లోకాలు వణికేలా శాసించింది. ఆ

తల్లి ఆజ్ఞతో పోతురాజు ఒక మహా పర్వతంలా ఆ రణభూమికి అడ్డుగా నిలబడ్డాడు. ఆ దైవికమైన కంచెను దాటి పక్షులు గానీ, నక్కలు గానీ, ఆఖరికి భూత ప్రేత పిశాచాలు గానీ ఆ శవాల దరిదాపులకు కూడా రాలేకపోయాయి.

గంగమ్మ ఆ యాదవ సింహాల మధ్య కూర్చుని గుండెలు బాదుకుంది. 'కాటమరాజా... నీకు ఏడేళ్ల వయసున్నప్పుడు, రణంలో కూలిన నీ తండ్రి శవాన్ని తీసుకురావడానికి వెళ్తూ నా ముందు నిలబడ్డావు. అమ్మా గంగమ్మా! నా తండ్రి శవం తేవాలోయ్... నాకు అండగా వస్తావా రావా అని నాపైనే గర్జించావు. నీ భక్తిని పరీక్షించాలనే ఆనాడు ఆ అడవిలో నీ మట్టి పెయ్యను నేను మాయం చేసింది! అప్పుడు నువ్వు ఏమాత్రం సహనం కోల్పోకుండా, నన్ను కొలిచి నా మనసు గెలుచుకున్నావు. ప్రతి అడుగులో నీకు తోడుగా నిలిచానే! కత్తుల పాలై, కండలు చెదిరి, ఈ ఎర్రటి మట్టిలో అనాథలా పడి ఉన్నావా నా తండ్రీ!' అంటూ ఆ తల్లి ఆకాశం నుంచి ఆక్రోశించింది.

కాటమరాజు భౌతిక కాయం ఏమాత్రం కళ తప్పకుండా, ఒక నిద్రపోతున్న కాలాగ్ని రుద్రుడిలా, అధర్మంపై ధర్మం సాధించిన ఒక సజీవ విజయ ప్రతీకలా ఆ ఎర్రగడ్డపాటి నెత్తుటి మట్టి మీద శాశ్వతంగా ఒరిగిపోయింది. ఆరు జాముల పాటు సాగిన ఆ సంగ్రామం... కాటమరాజు కన్నుమూయడంతో ఒక మహా ప్రశాంతతలోకి, ఒక బరువైన, విషాదకరమైన నిశ్శబ్దంలోకి జారిపోయింది.

కొమ్ములవాడు ఆ కథను చెబుతూ గుడారంలో నేల మీద సాష్టాంగ పడిపోయాడు. వాడి ముఖమంతా కన్నీళ్లతో తడిసిపోయింది. గుడారంలోని జనం ఎవరికీ నోట మాట రావడం లేదు, అందరి కళ్లల్లోంచి

కన్నీరు జలజలా రాలుతోంది. కొమ్ములవాడు మెల్లగా తల పైకెత్తి, గద్గద స్వరంతో జనం వైపు చూశాడు.

"అయ్యా! అది చావు కాదు తండ్రీ... ఒక జాతి ఆత్మగౌరవానికి దక్కిన కైలాస ప్రాప్తి! మన కాటమరాజు ఆ మట్టిలో ఓడిపోయి పడిపోలేదు, తన నెత్తురుతో ఈ యాదవ వంశానికి ఒక శాశ్వతమైన కిరీటాన్ని చెక్కి వెళ్లాడు. వందలాది ఏనుగులు, లక్షలాది సైనికులు ఏకమైనా ఏనాడూ తలవంచని ఆ నెల్లూరి అహంకారాన్ని తన కాలి గిట్టల కింద తొక్కిపారేసిన ఆ మహావీరుడి చరిత్ర... ఈ సూర్యచంద్రులు ఉన్నంతకాలం ఈ మట్టి వాసనలో బతికే ఉంటుందయ్యా!" అంటూ... కొమ్ములవాడు తన చేతిలోని ఇత్తడి కొమ్మును అందుకుని, కళ్లు మూసుకుని తన ప్రాణాన్నంతా ఆ గాలిలో బంధించి, ఆకాశం వైపు ఒక్కసారిగా గట్టిగా ఊదాడు. "భూమ్... భోమ్..." ఆ కరుణ, రౌద్ర రసాలు కలగలిసిన ఆ కొమ్ము నాదం ఆ అమావాస్య చీకట్లను చీల్చుకుంటూ గాలిలో అనంతంగా ప్రతిధ్వనిస్తూ... కాటమరాజు మహా పరాక్రమాన్ని ఆ పల్లె జనం గుండెల్లో ఒక శాశ్వతమైన అగ్ని జ్వాలలా రగిలించిందయ్యా!

29

అగ్ని పర్వము

అగుమంచి కథ

గుడారంలో కాగడా మంటలు అకస్మాత్తుగా ఒక భయానకమైన, మృత్యుశీతలమైన నిశ్శబ్దంలోకి జారిపోయాయి. అప్పటివరకు ఎర్రగడ్డపాటి రణరంగంలో వీరులు చిందించిన నెత్తుటి వాసనతో, గిట్టల చప్పుళ్లతో ఉక్కిరిబిక్కిరైన ఆ వాతావరణం, ఇప్పుడు ఒక అంతుచిక్కని శోకంతో బరువెక్కింది. కొమ్ములవాడి చేతిలోని వీరణం మూగబోయింది. వాడి కళ్లలో నెత్తుటి కసి లేదు... ఒక ఆడబిడ్డ కడుపుకోత, ఒక భయంకరమైన మానసిక ప్రళయం మాత్రమే కనిపిస్తున్నాయి. వాడు ఒక

దీర్ఘమైన నిట్టూర్పు విడిచి, తన కంచు గొంతును ఒక మూగ రోదనలా మార్చి ఆ మహా విషాదాన్ని ఆవాహన చేశాడు.

"అయ్యా! కత్తులు పట్టి రణరంగాన పోరాడే మగాళ్లకు రక్తం చిందించి వీరస్వర్గం వెళ్లే అదృష్టం ఉంటుంది. కానీ... వందల ఆమడల దూరంలో ఉన్న రాతి కోటల మధ్య, తమ వాళ్లు బతికి ఉన్నారో లేదో తెలియక, ప్రతి క్షణం ప్రాణాలు గుప్పిట్లో పెట్టుకుని ఎదురుచూసే ఆడవాళ్ల గుండెకోత ఉందే... అది కత్తిపోటు కన్నా వెయ్యి రెట్లు భయంకరమైనది తండ్రీ! అక్కడ ఎర్రగడ్డపాటిలో యాదవ సింహాలు మట్టి కరుస్తుంటే, ఇక్కడ దొనకొండ అంతఃపురంలో ఆకాశం విరిగి మీద పడబోతోందని కంటికి కనిపించని విధి ఆ ఆడాళ్ల ముందే ఒక భయంకరమైన మాయాజాలపు వల అల్లింది. యాదవ వంశానికి మూలపురుషుడైన పోలురాజు, సిరిదేవిల ఏకైక గారాబు కూతురు, ఆ కాటమరాజాదులందరికీ ప్రాణప్రదమైన ముద్దుల చెల్లెలు 'అగుమంచి' కన్న నెత్తుటి పీడకలల కథ ఇది!

అగుమంచి సామాన్యురాలు కాదయ్యా. చంద్రబింబం లాంటి ముఖం, తామరతూడుల్లాంటి చేతులు, సింహం లాంటి నడుముతో సాక్షాత్తూ ఆ అహల్యకు సైతం సాటిరాగల అందగత్తె. కానీ ఆ అందాన్ని మించిన పతివ్రతా ధర్మం, కులగౌరవం ఆమె రక్తంలోనే ఉన్నాయి. దొనకొండ పట్నంలో అంతా ప్రశాంతంగానే ఉన్నట్లు కనిపిస్తోంది, కానీ గాలిలో ఏదో కీడు దాగి ఉంది. ఒకరోజు ఉదయం అగుమంచి గుండె అకారణంగా గుభేల్మంది. దక్షిణాదిన పాకనాటికి వెళ్లిన తన అన్నల దగ్గరి నుంచి రోజూ తమ క్షేమసమాచారాలు మోసుకొచ్చే పెంపుడు పావురాలు ఆ రోజు రాలేదు! ఆ పావురాలు పాలేటి రణరంగంలో నెత్తుటి మడుగులో పడిపోయాయా అన్న భయం ఆమెను పట్టిపీడించింది. వెంటనే తన

దాసీలను పంపి, పొట్లపాటి పోలిరెడ్డి, యలమంచి కొమ్మిరెడ్డి, నాగిరెడ్డి తదితర పెద్దలందరినీ తన సముఖానికి పిలిపించింది.

రెడ్లు రాగానే అగుమంచి కళ్లు చెమర్చాయి. 'పెద్దలారా! నా అన్నల జాడ లేదు. నా గుండె చెరువవుతోంది. త్వరలో మహా శివరాత్రి పర్వదినం వస్తోంది. నా అన్నల క్షేమం కోసం నేను ఈ శివరాత్రికి అఖండ ఉపవాసం ఉండి, వేలాది మందికి జంగమార్చన చేయాలని సంకల్పించాను. ఏర్పాట్లు చేయండి' అని ఆజ్ఞాపించింది. ఆ మాట వినగానే ఆమె అత్త కొమరక్క భయంతో వణికిపోయింది. 'వద్దమ్మా అగుమంచి! మన యాదవ వంశానికి ఆ శివరాత్రి అచ్చిరాదు తల్లీ. సరిగ్గా అరవై ఏళ్ల క్రితం ఇలాంటి శివరాత్రి నాడే నీ తండ్రి పోలురాజు, మన పెద్దలు ఆ మాయదారి యుద్ధంలో నెత్తురోడి ప్రాణాలు వదిలారు. ఆ పండుగ మనకు కన్నీళ్లే మిగిల్చింది. దయచేసి ఈ ఉపవాసాలు, పూజలు వద్దు' అని కన్నీళ్లతో వారించింది.

కానీ అగుమంచి మనసు వినలేదు. పురోహితులను పిలిపించి, మంగళవారం అమావాస్య ఘడియల్లో పవిత్ర గంగా పూజకు, శివార్చనకు ముహూర్తం పెట్టించింది. నల్లచెరువు కట్టమీద చలువ పందిళ్లు వేయించి, పాలు, పెరుగు, నెయ్యి, సుగంధ ద్రవ్యాలతో వేలాది మంది జంగమయ్యలకు పాదపూజలు చేసి, కడుపునిండా భోజనాలు పెట్టి గోదానాలు చేసింది. తన వదినలు అక్కన్న, కొమరక్క, వీరగంగ తదితరులతో కలిసి శివరాత్రి నాడు ఉపవాస దీక్ష చేపట్టింది. తెల్లవారుజామునే ఆ యాదవ కాంతలందరూ నల్లచెరువులో మాఘ స్నానాలు ఆచరించి, పట్టువస్త్రాలు కట్టుకుని, పరమశివుడిని స్మరిస్తూ విభూతి, శ్రీగంధం ధరించి శివాలయానికి వెళ్లారు.

అయ్యా... అగుమంచి ఆ గర్భగుడిలో అడుగుపెట్టగానే గాలి స్తంభించిపోయింది. 'ఓ కరుణామయా! నీలకంఠా! నా అన్నల ప్రాణాలకు రక్షకుడిగా నిలువు తండ్రీ!' అని కన్నీటితో ఆమె రెండు చేతులెత్తి ప్రార్థిస్తుండగా... దేవుడు కళ్లు మూసుకున్నాడు, వినాశనం కళ్లు తెరిచింది! ఆమె చూస్తుండగానే, ఘోర అపశకునంగా ఆ గర్భగుడిలోని నల్లటి రాతి శివలింగం తన సహజ రూపాన్ని కోల్పోయి, అకస్మాత్తుగా పచ్చి నెత్తురులా ఎర్రగా మారిపోయింది! ఆ రాతి లింగం నుంచి ఎర్రటి రక్తం ఆవిరులు వస్తున్నట్లుగా ఒక భయంకరమైన మాంత్రిక దృశ్యం ఆవిష్కృతమైంది. అది చూసి అగుమంచి గుండెలు బాదుకుంటూ, 'అయ్యో! నా అన్నలు పాలేటి యుద్ధరంగంలో రక్తం చిందించి నేలకూలబోతున్నారు. ఈ ఎర్రటి రంగు నా అన్నల నెత్తురుకే సంకేతం!' అని కన్నీరుమున్నీరుగా విలపించింది. ఆ రాత్రంతా భద్రకాళీని వేడుకుంటూ కంటిమీద కునుకు లేకుండా జాగరణ చేసింది.

మరుసటి రోజు ఉదయం, దీక్ష ముగిసిన తర్వాత అగుమంచికి శిరసంటు చేయడానికి తల్లి సిరిదేవి కోడళ్లందరినీ పిలిచింది. కానీ భర్తలందరూ యుద్ధంలో ప్రాణాపాయంలో ఉండగా, ముత్తయిదువైన అగుమంచికి నూనె రాయడం వైధవ్యాన్ని సూచించే అరిష్టమని భావించి ఎవరూ ముందుకు రాలేదు. చివరకు చిన్నకోడలైన సిరిగిరమ్మను బలవంతపెట్టగా, ఆమె భయపడుతూనే నూనె గిన్నె పట్టుకుని రాగా, అపశకునంగా ఆ గిన్నె ద్వారబంధానికి తగిలి పవిత్రమైన నూనె నేలపాలు అయింది! ఒలికిపోయిన ఆ నూనెను చూసి అగుమంచి తల్లడిల్లిపోయింది. 'ఇది మామూలు అపశకునం కాదు! ధనంకొండ కాలి బూడిద కాబోతోంది. నా వదినలందరికీ వైధవ్యం ప్రాప్తించబోతోంది!' అని బావురుమంది. ఆ

తర్వాత ఆమె కన్నీళ్ళతోనే కుంకుడుకాయతో తలస్నానం చేయగా, ఆ పవిత్ర జలాలు పారిన తోటలోని పనస, నిమ్మ చెట్లు సైతం ఆ క్షణమే ఆకులు రాల్చి విలపిస్తున్నట్లుగా వాడిపోయాయి! ప్రకృతి కూడా రాబోయే మరణ శాసనాన్ని ముందే పసిగట్టిందయ్యా!

స్నానం ముగిశాక దాసీలు అగుమంచిని అలంకరించడానికి, ఆమె అన్నలు అల్లారుముద్దుగా పంపిన పట్టుచీరలు, వజ్రాల ఆభరణాలు తెరిచారు. కానీ అద్దంలో చూసుకున్న అగుమంచి కళ్లు భయంతో గడ్డకట్టిపోయాయి. ఆమె చేతిలోని కాటమరాజు ఇచ్చిన వజ్రాల పతకం... తళతళలాడాల్సిన ఆ వజ్రాలు అకస్మాత్తుగా పచ్చి నెత్తురుతో తడిసినట్లుగా ఎర్రటి రక్తాన్ని స్రవిస్తున్నాయి! అంటే కాటమరాజు దేహం తూట్లు పడిందని అర్థం. అయితన్న ఇచ్చిన ఖరీదైన పట్టుచీర, ఆమె తాకగానే దాని రంగులన్నీ మాయమైపోయి ఒక వితంతువు కట్టుకునే తెల్లచీరలాగా మారిపోయింది! భట్టావుల రాజు, కరియావుల రాజు, ఎర్రయ్యలు ఇచ్చిన నగలు అకస్మాత్తుగా 'టప్... టప్' మని వాటంతట అవే విరిగి ముక్కలై కాంతిహీనంగా కింద రాలిపోయాయి. 'అయ్యో! నా అన్నలందరూ రణరంగంలో వక్షస్థలాలపై బల్లేల పోట్లు తిని నేలకొరిగారు. ఇంక వారు నాకు లేరమ్మా!' అని మూర్ఛపోయి ఆ చీరలు, నగలు దూరంగా విసిరేసింది అగుమంచి.

కానీ ఆ విరిగిన నగల మధ్య, తన భర్త పుత్తమరాజు ఇచ్చిన చీర, మంగళసూత్రాలు మాత్రం దేదీప్యమానంగా, ఒక దైవికమైన వెలుగుతో మెరిసిపోతున్నాయి. అది చూసి అగుమంచి ఆ భయంకరమైన నిజాన్ని గ్రహించింది. ఒక గొప్ప గర్వం ఆమె ముఖంలో ఆవరించింది. 'కన్నవారలారా! వినండి. నా అన్నలు పోయినా, నా భర్త యుద్ధభూమిలో

వీరమరణం పొందాడు. అందుకే అతని నగలు మెరుస్తున్నాయి. అతనితో పాటు నేను కూడా అగ్నిప్రవేశం చేసి వీరస్వర్గం అలంకరించబోతున్నాను. ఇదే నా అంతిమ యాత్ర!' అని ప్రకటించింది.

చివరిసారిగా తమ కులదైవం గంగాభవానిని దర్శించుకోవడానికి యాదవ మహిళలందరినీ వెంటబెట్టుకుని పల్లకీలలో నది వద్దకు చేరుకుంది అగుమంచి. గంగాదేవికి పసుపు, కుంకుమ, పూలు సమర్పించి, భక్తితో పాలు, అన్నం నైవేద్యంగా పెట్టింది. బాబయ్యా... ఆ తల్లికి పెట్టిన ఆ తెల్లటి ప్రసాదం, పాలు కాస్తా అపశకునంగా క్షణాల్లో నెత్తురులాగా ఎర్రగా మారిపోయాయి! ఆ ఘోర దృశ్యం చూసి అగుమంచి గంగ పాదాలపై పడి, 'తల్లీ! సృష్టికి మూలమైన దానవు నువ్వే! దయచేసి నా అన్నలు ఎలా ఉన్నారో ఆ వార్త ఒక్కమాట చెప్పు తల్లీ!' అని ప్రాధేయపడింది.

అప్పుడు జరిగిందయ్యా ఒక అద్భుతం! ఆ రాతి గంగమ్మ విగ్రహం అగుమంచికి బదులివ్వలేక కళ్లు మూసుకుని కన్నీరుమున్నీరుగా ఏడ్చింది. ఆ శిల నుంచి కన్నీళ్లు ధారగా కారుతుంటే, ఆ ఏడుపుకు గంగ గుడిలోని రాతి స్తంభాలు సైతం వణికాయి! అది చూసి అగుమంచికి కోపం కట్టలుతెంచుకుంది. 'నన్ను ఆదుకుంటావని వస్తే, నువ్వే ఇలా కన్నీళ్లు పెట్టుకుంటే ఎలా గంగా! నా అన్నలను ఆ రణరంగంలో ఒంటరిగా వదిలేసి వచ్చేసావా తల్లీ?' అని దేవుడిని సైతం కఠినంగా నిందించింది. విరిగిన మనసుతో, గుండె నిండా దుఃఖంతో తిరిగి అంతఃపురానికి చేరుకుంది.

ఆ అర్ధరాత్రి దొనకొండలో భయంకరమైన గాలి వీస్తోంది. అగుమంచి కన్నీరు కారుస్తూనే నిద్రలోకి జారుకుంది. అప్పుడు గంగాభవాని ఆమె కలలోకి వచ్చింది. 'అగుమంచీ! నన్ను నిందించకు. మీ అన్నలందరూ

ఎర్రగడ్డపాటి పోరులో ఏనుగుల దళాలను నాశనం చేస్తూ, వీరోచితంగా పోరాడి వీరమరణం పొందారు. ధనంకొండ పట్నం వల్లకాడు కాబోతోంది, లేవమ్మా నిద్రలేవు!' అని ఒక భయంకరమైన దృశ్యాన్ని కలలో చూపించింది. ఆ కలలో ఐదు మహా పర్వతాలు అగ్నిజ్వాలల్లో తగలబడుతున్నాయి, కాటమరాజు కిరీటం నెత్తుటి ఏరులో మునిగిపోతోంది, మహా వృక్షాలు వేళ్లతో సహా కూలిపోయి ఉన్నాయి!

ఉలిక్కిపడి, ఒళ్లంతా చెమటలు పట్టగా నిద్రలేచింది అగుమంచి. భయంతో వణికిపోతూ పరుగుపరుగున వెళ్లి తన వదిన, కాటమరాజు భార్య అయిన వీరగంగను నిద్రలేపింది. 'వదినా! నా కలలో ఐదు కొండలు తగలబడుతున్నట్లు, కాటమరాజు కిరీటం రక్తంలో మునిగినట్లు, పెద్ద పెద్ద చెట్లు కూలిపోయినట్లు ఘోరమైన కలలు వచ్చాయి. దీని అర్థం ఏమిటి వదినా?' అని గుండెలు బాదుకుంటూ అడిగింది.

అప్పుడు వీరగంగ గుండె రాయి చేసుకుని, కన్నీరు తుడుచుకుంటూ ఒక మరణ శాసనాన్ని చదివినట్లుగా ఇలా పలికింది... 'అగుమంచీ! ఆ కూలిపోయిన వృక్షాలు మన సోదరులే. ఆ మునిగిపోయిన కిరీటం మన కాటమరాజుదే. అయితమరాజు, ఎర్రయ్య, బాలరాజులు అందరూ రణరంగంలో శత్రువులను ఊచకోత కోసి, బాణాలు గుచ్చుకుని వీరమరణం పొందారు. పాలేరు నది వారి నెత్తుటితో ఏరులై పారుతోంది. మన యాదవ వంశ వీరులందరూ కైలాసానికి పయనమయ్యారు. ఇక ఈ కోటలో మనకు దక్కింది శూన్యం. మనం కూడా మన అగ్నిప్రవేశానికి సిద్ధం కావాలి చెల్లెలా!' అని ఆ గుండెలు పిండే నిజాన్ని బయటపెట్టింది! ఆ మాటలకు దొనకొండ అంతఃపురం అక్కరాలా శోకసంద్రమైందయ్యా!"

అంటూ కొమ్ములవాడు తన గుడారంలో ఒక కన్నీటి చుక్కను తుడుచుకున్నాడు. వీరణం మీద ఒక బరువైన, మృత్యుఘోష లాంటి దరువును మోగించాడు. "అయ్యా! అది కత్తుల యుద్ధం కాదు... ఆ ఎర్రగడ్డపాటి రక్తం ఇక్కడ దొనకొండలో ఆడువాళ్ల గుండెలను ఎలా చీల్చిందో చెప్పే ఒక కన్నీటి కావ్యం! ఆ పచ్చి నెత్తురుకు, ఆ అగ్నిగుండాలకు యాదవ కాంతలు ఎలా బలి అయ్యారో... ఆ గంగమ్మ ఏడుపు, ఆ అపశకునాల భయం ఈనాటికీ ఆ రాతి కోట గోడల్లో ప్రతిధ్వనిస్తూనే ఉంటాయయ్యా!" అంటూ తన చేతిలోని ఇత్తడి కొమ్మును ఆకాశం వైపు ఎత్తి, ఒక విషాదకరమైన, గుండెను రంపంతో కోసేంత భయంకరమైన నాదాన్ని ఊదాడు. ఆ శబ్దం ఆ రాత్రి చీకట్లలో ప్రతిధ్వనిస్తూ, అగుమంచి కన్న పీడకలలను, యాదవ వంశపు అంతిమ ఘట్టాన్ని ఆ పల్లె జనం కళ్ల ముందు సజీవంగా నిలిపింది.

30

స్వర్గారోహణ పర్వము

భక్తిరన్న కథ

గుడారంలో కాగడా మంటలు తమ ఆఖరి శ్వాసను పీల్చుకుంటూ సన్నబడుతున్నాయి. నేల మీద రాలిన తెల్లటి బూడిద, ఒక మహా సామ్రాజ్యపు పతనానికి ప్రతీకలా కనిపిస్తోంది. అప్పటివరకు వీరణం మీద ఉరుముల్లా మోగిన దరువులు ఇప్పుడు పూర్తిగా ఆగిపోయాయి. కొమ్ములవాడి కళ్ళలో రక్తం లేదు, ఆవేశం లేదు... కేవలం ఒక మహా సముద్రమంత లోతైన, కట్టలు తెంచుకుంటున్న శోకం మాత్రమే ఉంది. వాడు తన రెండు చేతులతో ముఖాన్ని కప్పుకుని ఒక క్షణం పాటు

మూగగా రోదించాడు. ఆ పల్లె జనం గుండెలు బరువెక్కాయి. గాలిలో అకారణంగా స్వచ్ఛమైన గంగాజలం, కాలుతున్న చితిమంటలు, మరియు ఒక పవిత్రమైన విభూతి వాసన అలుముకున్నాయి. వాడు తల పైకెత్తి, కన్నీళ్లతో తడిసిన తన కంచు గొంతును సవరించుకుని ఈ మహాభారత సంగ్రామానికి అంతిమ ఘట్టాన్ని, ఒక ముగింపు లేని నెత్తుటి కావ్యానికి కన్నీటి వీడ్కోలును ఆవాహన చేశాడు.

"అయ్యా! కత్తులతో రక్తం చిందించి సాధించిన రాజ్యాలు ఏనాటికైనా మట్టిలో కలిసిపోతాయి. కానీ, పగ కోసం, ధర్మం కోసం ప్రాణాలర్పించిన వీరుల ఆత్మలు మాత్రం ఏ కాలంలోనూ నిద్రపోవు. ఇక్కడ ఎర్రగడ్డపాటిలో యాదవ సింహాలన్నీ మృత్యువు ఒడిలో విశ్రమిస్తుంటే... అటు ఏలేశ్వరం, పాతాళ గంగ, భ్రమరాంబ మఠం ఉన్న పవిత్ర శ్రీశైల పర్వతం మీద మన పోలురాజు కొడుకు, ఈశ్వరాంశ సంభూతుడు భక్తిరన్న కఠోరమైన తపస్సు చేస్తున్నాడు. ఒంటినిండా తెల్లటి విభూతి, పులితోలు, రుద్రాక్షలు ధరించి కైలాసనాథుడిని ప్రసన్నం చేసుకుంటున్నాడు. ఆ సమయంలో అకస్మాత్తుగా ఒక దైవికమైన మాయ జరిగింది! భక్తిరన్న తపస్సు చేసుకుంటున్న హోమగుండంలోని పొగలోంచి... గత ఐదు తరాల యుద్ధాల్లో వీరమరణం పొందిన వలురాజు, సింహాద్రిరాజు, పెద్దిరాజు లాంటి యాదవ ముత్తాతల ఆత్మలు సజీవ మూర్తుల్లా ప్రత్యక్షమయ్యాయి! 'నాయనా భక్తిరన్నా! నువ్వు వెంటనే గయ క్షేత్రానికి వెళ్లి, ఫల్గుణీ నదిలో మాకు పిండప్రదానం చేసి మా ఆత్మలకు మోక్షం ప్రసాదించు తండ్రీ!' అని వేడుకున్నాయి.

తన వంశ పెద్దలకు సద్గతులు కల్పించడం తన ధర్మమని భావించిన భక్తిరన్న, సన్యాసి వేషంలోనే ధనంకొండకు చేరుకున్నాడు. కన్నకొడుకు జడలుకట్టి జంగమ వేషంలో రావడం చూసి తల్లి సిరిదేవి, అత్త కొమరక్క

కన్నీరుమున్నీరుగా విలపించారు. 'రాజభోగాలు వదిలేసి నీకీ సన్యాసం ఎందుకు నాయనా? మాతోనే ఉండిపో' అని బతిమాలారు. కానీ భక్తిరన్న మనసు కరగలేదు. పల్లికొండ దగ్గర ఉన్న తమ వంశ చరిత్ర కవిలెలను తెప్పించి చదివించాడు. అందులో... 'రాబోయే చిత్రభాను నామ సంవత్సరం మాఘ మాసంలో యాదవ వంశానికి ఘోరమైన వినాశనం రాబోతోంది' అని భయంకరమైన జోస్యం రాయబడి ఉంది. ఆ మరణ శాసనాన్ని చూసి అందరూ మూగబోయారు. భక్తిరన్న ప్రయాణానికి సిద్ధమయ్యాడు. వెళ్లేముందు తన తల్లిని, తమ్ముడు అయితన్నను పట్టుకుని, 'మనం యుద్ధంలో గెలిచి తెచ్చుకున్న పెంపుడు చెల్లెలు పాపనూకను నా ప్రాణం కన్నా మిన్నగా చూసుకోండి. ఆమె కంటివెంట నీరు రాకూడదు' అని ప్రాధేయపడి, ఒంటరిగా కాశీ ప్రయాణం మొదలుపెట్టాడు.

దారిలో ఎన్నో పుణ్యక్షేత్రాలు దాటుకుంటూ, కృష్ణా గోదావరి నదుల్లో స్నానాలు చేస్తూ, పూరీ జగన్నాథుడిని దర్శించుకుని, చివరకు పవిత్ర గయ క్షేత్రానికి చేరుకున్నాడు భక్తిరన్న. ఫల్గుణీ నదిలో స్నానం చేసి, విష్ణు పాదాల వద్ద తన వంశంలో గతించిన పెద్దలందరికీ అత్యంత భక్తిశ్రద్ధలతో పిండప్రదానం చేస్తున్నాడు. అప్పుడు జరిగిందయ్యా... గుండెను ముక్కలు చేసే ఒక భయంకరమైన దృశ్యం! భక్తిరన్న పిండాలు పెడుతుండగా, వలురాజు తదితర పెద్దలతో పాటు... అకస్మాత్తుగా ఇద్దరు చిన్న పిల్లల ఆత్మలు అక్కడ ప్రత్యక్షమయ్యాయి. వాళ్ల దేహాల నిండా కత్తుల గాయాలు, బల్లేల పోట్లు ఉన్నాయి. పచ్చి రక్తం ధారలుగా కారుతోంది. వాళ్లు మరెవరో కాదు తండ్రీ... తాను దొనకొండలో విడిచిపెట్టి వచ్చిన తన ప్రాణసమానులైన యువసింహాలు ముమ్మయ్య, పోచయ్య! ఆ

నెత్తురోడుతున్న పసిచేతులు భక్తిరన్న వైపు చాచి, 'అన్నా... ఆకలి... పిండం పెట్టు' అని అడిగారు!

ఆ పసిపిల్లల ఆత్మలను చూడగానే భక్తిరన్న గుండె ఆగిపోయినంత పనైంది. గట్టిగా అరుస్తూ ఆ ఇసుకలో కుప్పకూలిపోయాడు. 'అయ్యో నా చిట్టి తమ్ముళ్లారా! మీరు ధనంకొండలో భద్రంగా ఉండాల్సిన వారు కదా! ఆ పాలేటి యుద్ధరంగానికి ఎందుకు వెళ్లారు? పరమశివా! నా వంశానికి ఇంతటి ఘోరం జరిగిందని నాకు తెలియకుండా పోయిందే!' అని కన్నీరుమున్నీరుగా రోదించాడు. వెంటనే కాశీ విశ్వేశ్వరుడిని వేడుకోగా, ఆ శివుడు ఆకాశం నుంచి ఒక దివ్యమైన బంగారు రథాన్ని పంపాడు. కాశీ గంగాజలం, విభూతి తీసుకుని ఆ రథంపై వాయువేగంతో ధనంకొండ పొలిమేరలకు చేరుకున్నాడు భక్తిరన్న.

అయ్యో... దొనకొండలో అడుగుపెట్టగానే గాలిలో శవాల వాసన! పూల తోటలన్నీ ఎండిపోయి, పూలన్నీ నేలరాలి ఉన్నాయి. బావులన్నీ ఎండిపోయాయి. గంగాభవాని గుడికి వెళ్లి చూడగా... ఆ తల్లి రాతి విగ్రహం కళ్లలోంచి ఒకవైపు కన్నీరు, మరోవైపు పచ్చి రక్తం ధారలుగా కారుతోంది! జరగాల్సిన ఘోరం జరిగిపోయిందని అర్థమైంది. అర్ధరాత్రి వేళ, భక్తిరన్న జంగం వేషంలో శంఖం ఊదుకుంటూ తన తల్లి సిరిదేవి అంతఃపురం ముందు నిలబడి, 'అమ్మలారా! ఈ పరదేశి జంగమయ్యకు కాస్త అన్నం పెట్టండి' అని భిక్షం అడిగాడు. సిరిదేవి, ఇతర కోడళ్లు ఏడుస్తూ... 'మా ఇంటికి తీరని కష్టం వచ్చింది స్వామీ, వండిన అన్నం ఒక్క మెతుకు కూడా లేదు' అని చెప్పారు. అప్పుడు భక్తిరన్న భార్య 'మేడాంబ' ముందుకు వచ్చి, తన భర్త ఎప్పుడొస్తాడో అని రహస్యంగా దాచి ఉంచిన తన వంతు అన్నాన్ని తెచ్చి ఆ జంగమయ్యకు పెట్టింది. ఆ అన్నాన్ని చూడగానే

భక్తిరన్న కన్నీళ్లు ఉబుకువచ్చాయి. తాను తినకుండా, దానిపై పవిత్ర విభూతిని చల్లి ఒక్క మాట కూడా మాట్లాడకుండా అక్కడినుండి శరవేగంగా వెళ్లిపోయాడు.

ఆ జంగమయ్య అలా వెళ్లిపోవడంతో సిరిదేవికి కోపం వచ్చి, 'ఆ పరమశివుడి లాంటి జంగమయ్యకు నువ్వేదో అంటు పడిన అన్నం పెట్టి ఉంటావు' అని కోడలిని నిందించింది. మేడాంబ ఏడుస్తూ, 'అది ఎంగిలి అన్నం కాదు, వచ్చిన జంగమయ్య మరెవరో కాదు నా భర్తే!' అని చెప్పినా అత్త నమ్మలేదు. 'నువ్వు పతివ్రతవే అయితే, ఈ ఉడికిన అన్నాన్ని మట్టిలో పాతు. అది ప్రాణం పోసుకుని మొలకెత్తితేనే నీ మాట నేను నమ్ముతాను' అని కఠినమైన పరీక్ష పెట్టింది. బాబయ్యా... ఇక్కడ చూడండి స్త్రీల పాతివ్రత్య మహిమ! మేడాంబ స్నానం చేసి, తడిబట్టలతో పరమశివుడిని ప్రార్థించి, ఆ ఉడికిన అన్నాన్ని మట్టిలో చల్లింది. మరుక్షణమే ఆ వండిన అన్నం అద్భుతంగా, పచ్చటి మొలకలుగా ప్రాణం పోసుకుని ఆ మట్టిలోంచి పైకి లేచింది! ఆ మాంత్రిక దృశ్యాన్ని చూసి సిరిదేవి ఆశ్చర్యపోయి, 'నువ్వు సీతాదేవితో సమానమైన పతివ్రతవు తల్లీ' అని కోడలిని కౌగిలించుకుని ఏడ్చింది. ఆ జంగమయ్య తన కొడుకేనని గ్రహించి, భక్తిరన్నను అంతఃపురానికి రప్పించింది. యరణప్ప అనే బంధువు ఆనవాళ్లు పట్టి భక్తిరన్నను గుర్తించగానే, సిరిదేవి కొడుకు పాదాలపై పడి, 'నాయనా! నీ తమ్ముళ్లందరూ యుద్ధానికి వెళ్లి పదిహేను రోజులవుతోంది, ఏ వార్తా లేదు' అని గుండెలు బాదుకుంది.

అక్కడున్న వారందరినీ చూసిన భక్తిరన్న కళ్లు, తన పెంపుడు చెల్లెలు 'పాపనూక' కోసం వెతికాయి. 'నేను వెళ్లేటప్పుడు పాపనూకను జాగ్రత్తగా చూసుకోమని చెప్పాను కదా! నా చిట్టి చెల్లెలు ఏది?' అని

అడిగాడు. అప్పుడు యరణప్ప భయపడుతూ, 'ఆమె నక్షత్రం అరిష్టమని, ఎవరికీ ఇచ్చి పెళ్లి చేయకుండా, ఒంటరిగా ఒక ఎత్తైన ఒంటిస్తంభం మేడలో బంధించారు' అని చెప్పాడు. ఆ మాట వినగానే భక్తిరన్నకు చెప్పలేనంత కోపం, దుఃఖం వచ్చాయి. 'ఎంత ఘాతుకానికి పాల్పడ్డారు! పసిపిల్లను బంధీని చేస్తారా? దీనివల్లే మన వంశానికి ఇంతటి కీడు దాపురించింది' అని తల్లిని తీవ్రంగా నిందించాడు. వెంటనే కాశీ తీర్థం ఇచ్చి పంపగా, ఆ ఒంటరితనంతో కృశించిపోయిన పాపనూక... 'నా అన్నలందరూ యుద్ధరంగంలో చనిపోయారు. ఇక నేను ఈ మేడ దిగి రాను' అని ఆ కాశీ తీర్థాన్ని తాగి, ప్రాణాలు వదలడానికి అక్కడే ఉండిపోయింది.

ఇక లాభం లేదని భక్తిరన్న వెంటనే పాలేటి యుద్ధరంగానికి పరుగెత్తాడు. దారిలో ముసి నది వద్ద, తమ యాదవ వంశానికి ఇలవేల్పు అయిన పవిత్ర వృషభం 'బసవన్న' కనిపించింది. దాని దేహమంతా శత్రువుల బాణాలు దిగబడి, రక్తపు మడుగులో ప్రాణాపాయ స్థితిలో ఉంది. భక్తిరన్న కన్నీరుమున్నీరుగా ఏడుస్తూ, ఆ బాణాలు పీకి, విభూతి రాశాడు. 'బసవన్నా! నువ్వు వెంటనే ధనంకొండకు వెళ్లి, మన యాదవ కాంతలందరికీ కైలాస ప్రాప్తి కల్పించి, ఆ కోటను నీ మూడో కంటితో భస్మం చేసి రా' అని ఆజ్ఞాపించి పంపాడు.

చివరకు... భక్తిరన్న పాలేరు దాటి ఎర్రగడ్డపాటి సెత్తుటి రణరంగానికి చేరుకున్నాడు! అయ్యా... ఆ మైదానం ఒక కదలాడే శ్మశానం. ఎటు చూసినా కొండల్లా పడి ఉన్న ఏనుగుల, గుర్రాల శవాలు, విరిగిపోయిన రథాలు, తెగిపడిన తలలు! ఆ రక్తపు బురదలో అడుగులు వేస్తూ, శవాల గుట్టల మధ్య తన అన్నదమ్ముల కోసం వెతుకుతున్నాడు భక్తిరన్న. ఒక్కొక్కరి మృతదేహం కనిపిస్తుంటే ఆ మహాభక్తుడి గుండె

ముక్కలైపోయింది. అవులన్నా కాటమరాజు దేహాన్ని చూసి, 'అన్నా! ఏడు తరాల పగ తీర్చుకున్నావు కానీ, ముద్దొచ్చే తమ్ముళ్లందరినీ బలి తీసుకున్నావా?' అని బావురుమన్నాడు. అయితమరాజు, కరియావుల రాజు, భట్టావుల రాజు, చట్టువారి యర్రయ్య, పోచయ్య, ముమ్మయ్య, పద్మరాఘవుడు... ఇలా ఒక్కొక్కరి వీరదేహాన్ని ఆ నెత్తుటి బురదలోంచి పైకి తీసి, 'నాతో ఒక్క మాటైనా మాట్లాడరా?' అని కన్నీరుమున్నీరుగా విలపించాడు. రక్తంతో తడిసిపోయిన ఆ 'కైలాసబండ' వద్ద నిలబడి, గయ నుంచి తెచ్చిన పవిత్ర జలాలతో తన సోదరులందరికీ కన్నీటితో పిండప్రదానం చేశాడు.

ఆ శోకంతో పల్లికొండ మృతదేహంపై పడి పరమశివుడిని ఆక్రోశంతో ప్రార్థించాడు భక్తిరన్న. ఆ మహాభక్తుడి రోదనకు ముల్లోకాలు దద్దరిల్లాయి! సాక్షాత్తూ ఆ కైలాసనాథుడు పరమశివుడు ప్రత్యక్షమయ్యాడు. శివుని ఆజ్ఞతో, ఆ యుద్ధభూమికి కాపలాగా ఉన్న వీరగంగ... చనిపోయిన యాదవ వీరులందరికీ క్షణకాలం ప్రాణం పోసింది! బాబయ్యా, ఆ అద్భుతాన్ని చూడండి! వేలాది యాదవ శవాలు అకస్మాత్తుగా ఆ నెత్తుటి బురదలోంచి నిద్రలేచినట్లు పైకి లేచి, ఏకగ్రీవంగా 'హరి! గోవింద! హర హర మహాదేవ!' అని ఆకాశం బద్దలయ్యేలా శివనామస్మరణ చేశాయి! అప్పుడు శివుడు, 'భక్తిరన్నా! ఈ వీరుల త్యాగాలు, వీరి కీర్తి ఈ భూమి ఉన్నంతకాలం నిలిచి ఉంటాయి. ఈ ఎర్రగడ్డపాడు నెత్తుటి మైదానం ఒక మహా పుణ్యక్షేత్రంగా మారుతుంది' అని వరం ప్రసాదించి, ఆ వీరులందరి ఆత్మలను ఒకేసారి తన కైలాసానికి తీసుకువెళ్లాడు.

అటు ఎర్రగడ్డపాటిలో వీరులు కైలాసం చేరుకోగానే... ఇటు ధనంకొండలో నెత్తురోడుతూ చేరిన బసవన్నను చూడగానే, సిరిదేవి,

కొమరక్క, అగుమంచి మరియు యాదవ కాంతలందరికీ ఘోరం జరిగిపోయిందని అర్థమైంది. 'మన వీరులు లేని ఈ భూమిపై మనం బ్రతికి ఉండి ప్రయోజనం లేదు' అని నిర్ణయించుకున్నారు. ప్రజలందరినీ సురక్షిత ప్రాంతాలకు పంపించి, తమ ఆభరణాలను దానం చేసి, పెద్ద అగ్నిగుండాలను సిద్ధం చేయించారు. సిరిదేవి, కొమరక్క తమ లక్క భవనాల్లోకి వెళ్లి నిప్పంటించుకుని అగ్నికి ఆహుతయ్యారు. వీరవనిత అగుమంచి జ్వలిస్తున్న అగ్నిగుండంలోకి దూకి సతీసహగమనం చేసి వీరస్వర్గం అలంకరించింది. ఆ మహా విషాద దృశ్యాన్ని చూసిన బసవన్న, ఉగ్రరూపం దాల్చి ప్రళయకాల రుద్రుడిలా తన 'మూడో కన్ను' తెరిచాడు! ఆ మరుక్షణం... ఉవ్వెత్తున ఎగసిన అగ్నిజ్వాలలకు ఆ ధనంకొండ రాతి కోటలు, పట్నమంతా భస్మమైపోయాయి. పాపనూక ఉన్న ఒంటిస్తంభం మేడ కూడా కాలి బూడిదైంది. ఆ పవిత్రమైన అగ్నిజ్వాలల నుండి... సిరిదేవి, కొమరక్క, అగుమంచి, పాపనూక మరియు యాదవ కాంతలందరూ దివ్యమైన బంగారు రథాలపై ఎక్కి, పాలేటి యుద్ధరంగంలో వీరమరణం పొందిన తమ సోదరులు, భర్తలను కలుసుకుని శాశ్వతమైన కైలాస పదవిని అలంకరించారు తండ్రీ!"

కొమ్ములవాడు తన గుడారంలోని దేవుడి పటాలకు సాష్టాంగ నమస్కారం చేశాడు. వాడి ముఖమంతా కన్నీళ్లతో తడిసిపోయి ఉంది. గద్గద స్వరంతో జనం వైపు తిరిగి ముగింపు పలికాడు.

"అయ్యా! వీరులు మట్టిలో కలిశారని, కోటలు బూడిదయ్యాయని ఏడవకండి. వాళ్లు కత్తులతో గెలిచిన రాజ్యం కన్నా, తమ పౌరుషంతో గెలుచుకున్న కైలాసం ఎంతో గొప్పది. భక్తిరన్న తన అన్నలకు ఇచ్చిన మాట ప్రకారం... రణరంగానికి కాపలా ఉన్న ఆ గంగమ్మ తల్లికి, ప్రతి

సంవత్సరం యాదవులంతా కలిసి 'గంగ జాతర' (ఆవుల పబ్బం) చేసే సాంప్రదాయాన్ని ఆనాడే స్థాపించాడు. ఆ వీరుల నెత్తుటి చరిత్ర కాలగర్భంలో కలిసిపోకూడదని, నాడు భక్తిరన్న తన వెంట తెచ్చుకున్న పన్నెండు మంది శిష్యులకే ఈ కాటమరాజు కథలను పాడుకుంటూ బతకమని ఆజ్ఞాపించాడు. ఆ శిష్యుల వారసులమే... ఈ గొల్ల సుద్దుల వారు, జాంబవంతుని సంతతి అయిన మా కొమ్ములవాళ్లం!

ఈ భూమి మీద పచ్చగడ్డి ఉన్నంత వరకు, ఆవు పాలు ఉన్నంత వరకు, మగాడి నరాల్లో రక్తం ప్రవహిస్తున్నంత వరకు... మా కొమ్ములవాళ్ల గొంతులో ఈ యాదవ భారతం బతికే ఉంటుంది. ఈ కథ విన్న వాళ్లకు, పాడిన వాళ్లకు ఆ నల్లనయ్య ఆశీస్సులు, అంతులేని సంతాన ప్రాప్తి కలుగుతాయయ్యా!"

అంటూ... కొమ్ములవాడు తన రెండు చేతులతో ఆ ఇత్తడి కొమ్మును పట్టుకుని, కళ్లు మూసుకుని గాలిని బంధించి తన సర్వశక్తినీ ఆవాహన చేస్తూ ఆకాశం వైపు ఒక్కసారిగా ఊదాడు.

"భూమ్... భోమ్..."

ఆ గంభీరమైన, గుండెలను కదిలించే ఇత్తడి కొమ్ము నాదం ఆ అమావాస్య చీకట్లను చీల్చుకుంటూ బయలుదేరింది. ఆ శబ్దం ఎర్రగడ్డపాటి మైదానాన్ని, బూడిదైన ధనంకొండను, ఆ కైలాసబండను ముద్దాడుతూ... గాలిలో అలా అనంతంగా, శాశ్వతంగా ప్రతిధ్వనిస్తూ, కరిగిపోతూ... ఒక మహాభారత సంగ్రామానికి కన్నీటి ముగింపును పలికింది. ఆ పల్లె జనం కళ్ళలో నిండిన కన్నీరు రాలుతుండగా, ఆ గుడారంలో కాగడా మంటలు ప్రశాంతంగా, పెచ్చగా ఆరిపోయాయి. ఆ రాత్రికి ఇక మాటల్లేవు, కేవలం ఆ కొమ్ము నాదపు అదృశ్య స్పర్శ మాత్రమే మిగిలింది.

ఫలశ్రుతి

గంగా నది ఎంత పవిత్రమైనదో, కురుక్షేత్ర రణభూమి ఎంతటి పౌరుషానికి ప్రతీకయో... ధర్మం కోసం, మూగ జీవాల కోసం నెత్తురు ధారబోసిన యాదవ మహావీరుల ఈ **'యాదవ వీర భారతం'** పఠనం కూడా అంతటి మహోన్నతమైనది, పుణ్యప్రదమైనది. ప్రాచీన ఇతిహాసాలను పఠిస్తే ఎలాంటి అనంతమైన పుణ్యఫలం దక్కుతుందో, ఈ మట్టి వీరుల గాథను విన్నా, చదివినా అదే స్థాయిలో ఆధ్యాత్మిక, నైతిక బలం సిద్ధిస్తుంది.

ఏ ఇంట అయితే ఈ కొమ్మునాదాల వీరచరిత్ర పఠించబడుతుందో, ఆ ఇంట ఆ జగద్రక్షకుడు శ్రీకృష్ణ పరమాత్మ అదృశ్య రూపంలో కొలువై ఉంటాడు. ఈ పవిత్ర చరిత్రను భక్తిశ్రద్ధలతో చదివిన వారికి, విన్న వారికి, ఆ మహావీరుల త్యాగాలను గుండెల్లో స్మరించుకున్న వారికి... రణరంగంలో శత్రువులను గడగడలాడించిన ఆ యాదవ సింహాల ధైర్యం, అఖండ

పౌరుషం ప్రాప్తిస్తాయి. అధర్మాన్ని ఎదిరించే గుండెదిటవు, ఎలాంటి కష్టాలనైనా చిరునవ్వుతో ఎదుర్కొనే స్థైర్యం కలుగుతాయి.

ఈ వీరగాథను తమ పిల్లలకు వినిపించిన తల్లిదండ్రుల వంశం... అనంతమైన పచ్చిక బయళ్లలో వృద్ధి చెందే అఖండ గోగణంలా దినదినాభివృద్ధి చెందుతుంది. ఆపన్నులను ఆదుకునే ఆవుల వలురాజు, సింహాద్రిరాజు, పెద్దిరాజు, కాటమరాజు వంటి వీరాధివీరుల పుణ్యాత్మలు, అగ్నిలో ఆహుతైన వల్లమ్మ, అగుమంచి వంటి మహాసాధ్వుల దీవెనలు పఠితలకు సదా కవచంలా నిలుస్తాయి. యాదవ వంశ పావని, జగన్మాత శ్రీ గంగమ్మ తల్లి చల్లని కరుణాకటాక్షాలు ఈ కావ్య పఠితల కుటుంబాలపై సకల అరిష్టాలను తొలగిస్తూ ఎల్లవేళలా వర్షిస్తాయి.

॥ భరతవాక్యం ॥

ధర్మం నలుదిశలా వర్ధిల్లు గాక! గోమాతలు, మూగజీవాలు సదా క్షేమంగా ఉండు గాక! ఈ యాదవ వీర భారత పఠనంతో సకల జనుల హృదయాలలో దయ, త్యాగం, ఆత్మగౌరవం మరియు పౌరుషం జాగృతమై, లోకమంతా సుభిక్షంగా ఉండు గాక!

॥ సర్వే జనాః సుఖినో భవంతు ॥

॥ ఓం శాంతిః శాంతిః శాంతిః ॥

పదకోశం

యాదవ వీర జానపద పద పారిజాతం

1. **కొమ్ము** (Kommu) / **ఇత్తడి కొమ్ము**: యాదవ వీరుల కథను చెప్పేటప్పుడు కథకులు ఆవేశంగా ఊదే ఒక ఇత్తడి వాయిద్యం. ఇది కేవలం వాద్యం కాదు, యాదవుల పౌరుషానికి, యుద్ధ శంఖారావానికి సజీవ ప్రతీక.

2. **కొమ్ములవారు** (Kommulavaru): తరతరాలుగా కాటమరాజు వీరగాథను ఇత్తడి కొమ్ములు ఊదుతూ, వీరణం వాయిస్తూ పల్లెల్లోని గుడారాలలో అత్యంత ఉద్వేగభరితంగా చెప్పే ఆశ్రిత జానపద కళాకారులు.

3. **వీరణం** (Veeranam): జానపద కథకులు కథను శివమెత్తి చెప్పేటప్పుడు దరువు వేసే ఒక రకమైన చర్మ వాద్యం.

4. **వల్లవులు (Vallavulu):** ఆకాశాన్నే పందిరిగా చేసుకుని, పచ్చిక కోసం, నీటి కోసం దట్టమైన అడవులు దాటుకుంటూ దేశదేశాలు సంచారం చేసే వీరాధివీరులైన పశుపాలకులు (Wandering herders).

5. **తిరమందులు (Tiramandulu):** ఆవులు ఒకచోట స్థిరంగా ఉండేలా చూసుకుంటూ, రాజుల వద్ద మంత్రులుగా ఉండి మంత్రాంగం నడిపే స్థిర నివాస యాదవులు (Settled herders).

6. **సుద్దుల గొల్లలు (Suddula Gollalu):** గొల్లల వీరగాథలను సామాన్య ప్రజలకు అర్థమయ్యేలా 'సుద్దులు' (నీతులు) గా చెప్పే మరో విశిష్టమైన ఉపకుల జానపద కళాకారులు.

7. **పుల్లరి (Pullari):** అడవుల్లో పశువులను మేపుకున్నందుకు ఆయా అటవీ రాజులకు చెల్లించే పశువుల మేత సుంకం (Grazing Tax).

8. **సుంకం (Sunkam):** రాజులు విధించే పన్ను (Tax). అన్యాయమైన సుంకాన్ని వ్యతిరేకించి, ఆత్మగౌరవం కోసం ప్రాణాలర్పించడమే యాదవ వీరుల లక్షణం.

9. **గోగణం (Goganam):** వందలు, వేలాదిగా ఉండే ఆవులు, పశువుల సమూహం (Herd of cattle). యాదవులకు ప్రాణమైనా, సర్వస్వమైనా ఇదే!

10. **ఈరమాను (Eeramanu):** జమ్మి చెట్టు (Sacred Jammi Tree). శత్రువుల తలలు నరికిన తర్వాత బ్రహ్మహత్యా దోషాలు పోవడానికి యాదవులు తమ కత్తులను కడిగి పూజించే ఆరాధ్య వృక్షం.

11. **కటికలు (Katikalu):** రణరంగంలో శత్రువులను అత్యంత కఠినంగా, దయ లేకుండా సంహరించే క్రూర వీరులు (Executioners).

12. **తరి (Tari):** యాదవుల రోజువారీ జీవనంలో పాలు, పెరుగు చిలకడం వల్ల వచ్చే వెన్న. మజ్జిగ చిలికే కవ్వం తాడును కూడా ఇలా వ్యవహరిస్తారు.

13. **జగడం (Jagadam):** భీకరమైన యుద్ధం, మారణహోమం లేదా పోరాటం (Fierce Battle). (ఉదా: ఎర్రగడ్డపాటి జగడం).

14. **గోసంగి (Gosangi):** కులమతాలకు అతీతంగా యాదవులకు వెన్నంటి ఉండి, వారి పక్షాన ప్రాణాలర్పించిన దళిత వీర జాతి. (ఉదా: బీరన్న).

15. **బొల్లావు (Bollavu):** స్వచ్ఛమైన తెలుపు రంగులో ఉండే దైవాంశ సంభూతమైన ఆవు. రణక్షేత్రంలో శత్రువులపై వీరోచితంగా పోరాడిన పవిత్ర గోమాత.

16. **ఏనుగుయాల (Aenuguyala):** భయంకరమైన యుద్ధంలో ఏనుగులను వ్యూహాత్మకంగా నిలబెట్టే స్థలం లేదా శత్రువుల ఏనుగులు తెగిపడి గుట్టలుగా ఉన్న రక్తసిక్తమైన ప్రదేశం.

17. **కఠారికోల (Katharikola):** పిడిబాకు లాంటి ఒక పదునైన, భయంకరమైన ఆయుధం (Dagger).

18. **పాకనాడు (Pakanadu):** ప్రస్తుత నెల్లూరు, ప్రకాశం జిల్లాల చుట్టుపక్కల ఉన్న చారిత్రక భౌగోళిక ప్రాంతం.

19. **మహాప్రస్థానం (Mahaprasthanam):** పశువుల మేత కోసం లేదా ధర్మం కోసం యాదవులు తమ స్వస్థలాన్ని వదిలి మూకుమ్మడిగా చేసే సుదీర్ఘ వలస యాత్ర (The Great March).

20. **పట్నం కట్టడం (Patnam Kattadam):** ఒక వీరుడిని అధికారికంగా రాజుగా ప్రకటించి, సింహాసనం ఎక్కించి కిరీటం ధరింపజేయడం (Coronation).

21. **నిమిత్తం (Nimittam):** భవిష్యత్తులో జరగబోయే కీడును ముందుగా సూచించే భయానకమైన ప్రకృతి శకునం (Omen).

22. **శివమెత్తడం (Sivamettadam):** దైవావేశంతో లేదా యుద్ధ ఉత్సాహంతో పూనకం వచ్చినట్లుగా ఊగిపోవడం.

23. **కాగడా (Kaagada):** గుడ్డను గట్టిగా చుట్టి, నూనెలో తడిపి వెలిగించే పెద్ద జ్యోతి (Flaming Torch).

24. **గంగ తర్కం (Ganga Tarkam):** సృష్టి ధర్మాన్ని నిలదీస్తూ, ఏటి ఒడ్డున గంగమ్మకు మరియు యాదవులకు మధ్య జరిగిన వాదోపవాదాల చారిత్రక ఘట్టం.

25. **బీడు / కంచె (Beedu / Kanche):** పశువులు స్వేచ్ఛగా మేయడానికి వీలుగా వదిలేసిన విశాలమైన పచ్చిక బయలు (Grazing land).

26. **అగ్నిప్రవేశం / సతీసహగమనం (Agnipravesam):** యుద్ధంలో తమ భర్త వీరమరణం పొందాడని తెలియగానే, శత్రువుల చేతికి చిక్కకుండా భార్యలు రగిలే చితి మంటల్లో దూకి ప్రాణత్యాగం చేసే ఆచారం.

27. **రాయభారం (Rayabharam):** యుద్ధానికి ముందు శాంతిని కోరుతూ లేదా హెచ్చరిక చేస్తూ ఇరు పక్షాల రాజుల మధ్య జరిగే మంత్రాంగం.

28. **బేతాళుడు (Bethaludu):** శ్మశానాల్లో లేదా యుద్ధభూమిలో శవాల మధ్య తిరిగే భయంకరమైన శక్తి. శత్రువుల అఖండ క్రూరత్వాన్ని వర్ణించడానికి వాడే పదం.

29. **మంద (Manda):** పశువుల సమూహం. యాదవుల ఆర్థిక, సామాజిక జీవనానికి ప్రధాన మూలం.

30. **వలస (Valasa):** కరువు కాటకాల వల్ల పచ్చిక దొరకనప్పుడు, గోగణాన్ని తీసుకుని వేరొక ప్రాంతానికి తరలివెళ్లడం (Migration).

31. **పొలిమేర (Polimera):** ఒక ఊరికి లేదా రాజ్యానికి చెందిన సరిహద్దు (Boundary). ఈ పొలిమేరలు దాటినందుకే యాదవులకు, నెల్లూరి రాజులకు యుద్ధం జరిగింది.

32. **సుద్దులు (Suddulu):** జానపదులు పాడే నీతి కథలు, చారిత్రక గాథలు.

33. **ఎర్రగడ్డపాడు (Erragaddapadu):** కాటమరాజు కథలో నెల్లూరి చోళులకు, యాదవులకు మధ్య అఖండ మహా సంగ్రామం (కురుక్షేత్రం లాంటిది) జరిగిన చారిత్రక రణక్షేత్రం.

34. **వీరస్వర్గం (Veeraswargam):** ధర్మం కోసం లేదా ఆత్మగౌరవం కోసం యుద్ధంలో పోరాడి వీరమరణం పొందిన వారికి దక్కే పుణ్యలోకం.

35. **పాలేరు (Paleru):** యాదవులకు, గంగమ్మకు వాదోపవాదాలు (తర్కం) జరిగిన చారిత్రక నది.

36. జంగం / జంగాలు (Jangam): శివ భక్తులైన సంచార సన్యాసులు. పోలురాజు ప్రళయం నుండి రక్షించినది, మరియు భక్తిరన్న వేషం మార్చుకున్నది ఈ జంగం రూపంలోనే.

37. ఎరుకలు (Erukalu): అడవుల్లో నివసించే గిరిజన లేదా సంచార జాతి. ఎర్రనూకరాజు కథలో శరణు కోరిన వారు.

38. బొంగరాలు (Bongaralu): చెక్కతో చేసిన ఆట వస్తువులు (Spinning tops). పసిపిల్లలు ఆడిన బొంగరాల ఆటే ఈ కథలో ఒక పెద్ద యుద్ధానికి దారితీసింది.

39. కొమ్మునాదం (Kommunadam): కొమ్మును ఆవేశంగా ఊదినప్పుడు వచ్చే గంభీరమైన శబ్దం. ఇది యుద్ధ హెచ్చరికకు, ఆత్మగౌరవ ఘోషకు సంకేతం.

40. తాళపత్రాలు (Talapatralu): తాటి ఆకులపై ఘంటంతో రాసిన ప్రాచీన రాతప్రతులు. యాదవ వీర భారతం లాంటి ఇతిహాసాలకు ఇవే మూల ఆధారాలు.

41. మౌఖిక సాహిత్యం (Moukika Sahityam): లిఖిత రూపంలో కాకుండా, ఒక తరం నుండి మరో తరానికి నోటి మాట (పాట/కథ) ద్వారా వ్యాపించే అరుదైన జానపద సాహిత్యం (Oral Literature).

42. ముక్కంటి సైన్యం (Mukkanti Sainyam): సాక్షాత్తూ ఆ పరమశివుని భయానకమైన సైన్యం. (పోలురాజు కథలో ప్రస్తావన).

43. మహాసాధ్వి (Mahasadhvi): అత్యంత పవిత్రమైన, పతివ్రతా ధర్మాన్ని పాటించి, జాతి గౌరవం కోసం అగ్నిలో ఆహుతైన వీరనారీమణి. (ఉదా: అగుమంచి, వల్లమ్మ).

చారిత్రక సాక్ష్యాలు

చిత్ర దర్శనం

పోలేరమ్మ - ఇతర శక్తులు (నల్లమల అడవులు)

చంపుడు కట్టపై అగుమంచి పాదాలు

పెద్దమ్మ, చాముండి, పోలేరమ్మ, యాదవవీరులు

దొనకొండ గంగగుడి

గూబగుండము బావి, రాజమలారణ్యము

దొనకొండ గంగ విగ్రహము

పాపనూక విగ్రహము (గంగ దొనకొండ)

అగుమంచి విగ్రహము (గంగ దొనకొండ)

పోలేరమ్మ (గంగ దొనకొండ)

ఏనూతల కాటమరాజు, రాజమలారణ్యము (నల్లమల)

ఏనూతల గంగాభవాని, రాజమలారణ్యము

నందవరం చౌడమ్మ (కర్నూలు జిల్లా)

తిరుపతి గంగ జాతర

దొనకొండ గంగగుడిలోని శక్తులు, యాదవవీరులు

యాదవ వీరుడు (గంగ దొనకొండ)

యాదవ వీరులు (గంగ దొనకొండ)

పంచలింగాల కొండపై వీరభద్రుడుగా వెలసిన పోలురాజు

ఓరుగంటి బేతాళుడు (గంగ దొనకొండ)

'పెయ్యల తిప్ప' లేక 'ధనము కొండ'

పాపనూక ఒంటిస్తంభపుమేడ శిథిలములు

పాపనూక విగ్రహము (గంగ దొనకొండ)

ఎల్లిగడ్డపాడు ప్రక్కన ప్రవహించెడి పాలేఱు

పాలేటి మధ్యనున్న 'గుంటిగంగ'

పంచలింగాల కొండ (కనిగిరి సీమ)

తమకము చింత

గుడారు గుట్ట

'కల్లి అరుగులు' లేక 'రాయబారపు అరుగులు

పాలేటి మధ్యనున్న బీరినీడు విగ్రహము

దొనకొండ గంగగుడిలోని బొల్లావు (కంచు)

దొనకొండ గంగగుడిలోని బొల్లావు (కొయ్య)

"అగుమంచి బొడ్డన బావి" (అగుమంచి త్రవ్వించిన బావి-గంగ దొనకొండ)

"అగుమంచి బొడ్డు" - అగుమంచి పూజించిన శివలింగము(?)

(అగుమంచి బొడ్డనబావి ఒడ్డున ఉన్నది)

"పెయ్యల తిప్ప"లో ఉన్న "బత్తిరన్నగవి" (దీని గుండా భక్తిరన్న కాశికి పోయినాడట!)

“చంపుడు కట్ట” పై నున్న అగుమంచి పాదాలు (దొనకొండ గంగగుడి)

"అగుమంచి గుండం" (అగుమంచి సాగుమానం చేసిన అగ్గిగుండం – దొనకొండ గంగగుడి)

అక్షర యజ్ఞం

ఆత్మీయ ఘట్టాలు

కొమ్ములవారి ప్రదర్శన (ప్రకాశంజిల్లా)

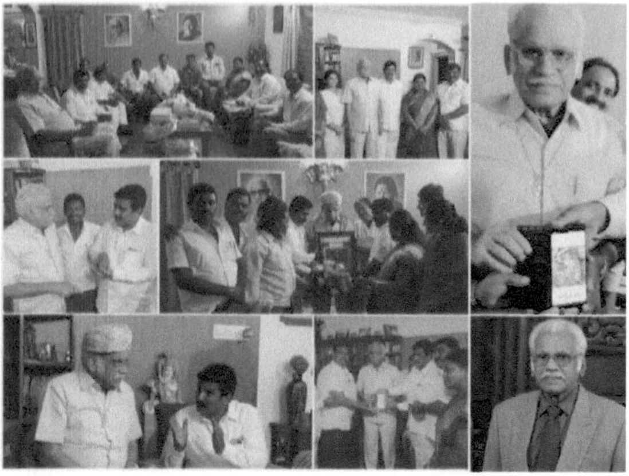

"వీరగాథల సవరాల జిమ్మడు" - "రసజ్ఞ రాజశేఖరుడు" ఆచార్య తంగిరాల వెంకట సుబ్బారావు మరియు వారి కుటుంబసభ్యులతో గ్రంథకర్త మరియు యాదవ సంఘ ప్రతినిధులు.

2 REGION THE HINDU

'Katamaraju kathalu' adds value to SVU's manuscripts collection

Valorous folk stories of 13th century Yadava king available on portal

జాతీయ పత్రిక 'ది హిందూ' లో ఆచార్య తంగిరాల వెంకట సుబ్బారావు గారు సేకరించిన తాళపత్రాలను శ్రీ వెంకటేశ్వర విశ్వవిద్యాలయం ప్రాస్త్య కళాశాలకు అందిస్తున్న వార్త.

ఆచార్య తంగిరాల వెంకట సుబ్బారావు గారు సేకరించిన తాళపత్రాలను డిజిటల్లైజేషన్ చేయడానికి సహకరించిన డా.అలా వెంకటేశ్వర్లు గారు, ప్రాచ్య కళాశాల డైరెక్టర్ ఆచార్య దామోదరం గారు, సిబ్బంది.

ఆచార్య తంగిరాల వెంకట సుబ్బారావు గారు సేకరించిన తాళపత్రాలు శ్రీ వెంకటేశ్వర విశ్వవిద్యాలయం ప్రాచ్య కళాశాలలో

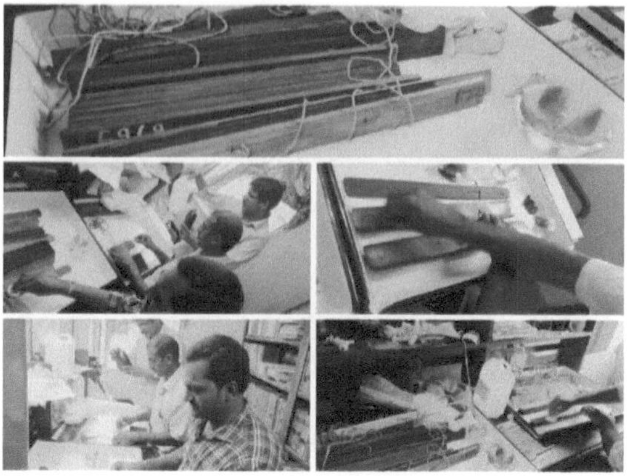

కాటమరాజు చరిత్ర తాళపత్రలను డిజిటలైజేషన్ చేస్తున్న ప్రాస్త్య కళాశాల సిబ్బంది.

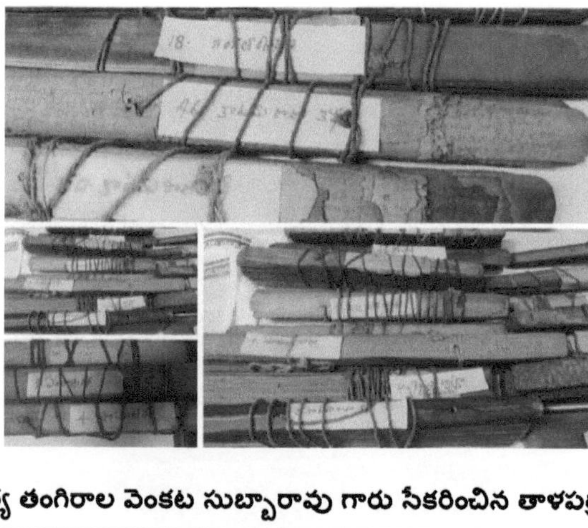

ఆచార్య తంగిరాల వెంకట సుబ్బారావు గారు సేకరించిన తాళపత్రాలు.

ఈ గ్రంథంలో ఉపయోగించిన కొన్ని అపురూపమైన చిత్రాలు కీ.శే. ఆచార్య తంగిరాల వెంకట సుబ్బారావు గారి 'కాటమరాజు కథలు' పుస్తకంలోనివి. వీటి ముద్రణకు సమ్మతించిన వారి సుపుత్రులు శ్రీ తంగిరాల శ్రీనాథ్ గారికి మరియు కీ.శే. ఆచార్య తంగిరాల వెంకట సుబ్బారావు గారి కుటుంబ సభ్యులకు మా హృదయపూర్వక ధన్యవాదాలు.

ఉపయుక్త గ్రంథ సూచి

ఈ "యాదవ వీర భారతం" మహాకావ్య రచనలో, చారిత్రక మరియు మౌఖిక వాస్తవాలను ప్రామాణీకరించడానికి మార్గదర్శనంగా నిలిచిన అపూర్వ గ్రంథాలు మరియు ఆయా రచయితలకు నా సవినయ కృతజ్ఞతలు.

1. **ఆచార్య తంగిరాల వెంకటసుబ్బారావు**

   ❖ **గ్రంథం: కాటమరాజు కథలు (వీరగాథలు 1, 2, 3 సంపుటాలు)**

   ❖ **వివరణ: పల్లెల్లో అనాథలుగా పడిఉన్న వందలాది తాళపత్రాలను అహర్నిశలు శ్రమించి సేకరించి, కాటమరాజు కథా చక్రానికి అత్యంత ప్రామాణికమైన లిఖిత రూపాన్నిచ్చిన మహోన్నత సంకలనం. ఈ యాదవ వీర భారతానికి ఇది ప్రధాన ప్రాణవాయువు.**

2. **శ్రీ వేటూరి ప్రభాకరశాస్త్రి**

   ❖ **గ్రంథం: కాటమరాజు కథ**

- ❖ వివరణ: యాదవ మహావీరుల మౌఖిక చరిత్రను, అందులోని సాహిత్యపు విలువలను మొట్టమొదటిసారిగా తెలుగు సాహిత్య లోకానికి సగర్వంగా పరిచయం చేసిన అపురూప మూల గ్రంథం.

3. ఆరుద్ర
    - ❖ గ్రంథం: కాటమరాజు కథ (నాటిక) మరియు 'సమగ్ర ఆంధ్ర సాహిత్యం'
    - ❖ వివరణ: యాదవ మహావీరుల పౌరుషాన్ని, నాటి చారిత్రక ఘట్టాలను సామాన్య ప్రజల హృదయాలకు హత్తుకునేలా అద్భుతమైన 'నాటిక' రూపంలో ఆవిష్కరించిన అపురూప రచన. అలాగే 'సమగ్ర ఆంధ్ర సాహిత్యం'లో ఈ వీరగాథపై ఆయన చేసిన విశ్లేషణ నాకు ఎంతగానో మార్గదర్శకమైంది.
4. డాక్టర్ వి. వి. భానుమూర్తి
    - ❖ గ్రంథం: కాటమరాజు కథల సాంస్కృతిక అధ్యయనం
    - ❖ వివరణ: యాదవుల జీవన విధానం, ఆచార వ్యవహారాలు, విశ్వాసాలు మరియు వారి సామాజిక తత్వాలపై జరిగిన అత్యుత్తమ పరిశోధనా గ్రంథం.
5. ఆచార్య బిరుదురాజు రామరాజు
    - ❖ గ్రంథం: తెలుగు జానపద గేయ సాహిత్యము
    - ❖ వివరణ: తెలుగు జానపద వీరగాథల మూలాలను, ముఖ్యంగా కొమ్ములవారి మరియు సుద్దుల గొల్లల కళారూపాలను శాస్త్రీయంగా విశ్లేషించిన మహా గ్రంథం.

6. ఆచార్య తంగిరాల వెంకటసుబ్బారావు

❖ గ్రంథం: తెలుగు వీరగాథా కవిత్వము (సిద్ధాంత గ్రంథం)

❖ వివరణ: పల్నాటి యుద్ధం, కాటమరాజు కథ లాంటి తెలుగు నేల మీది వీరగాథల పుట్టుపూర్వోత్తరాలను సమగ్రంగా చర్చించిన అత్యున్నత పరిశోధనా గ్రంథం.

7. ఆచార్య ఖండవల్లి లక్ష్మీరంజనం

❖ గ్రంథం: ఆంధ్రుల చరిత్ర - సంస్కృతి

❖ వివరణ: కాటమరాజు కాలం నాటి (పాకనాడు, ఎర్రగడ్డపాడు ప్రాంతాల) భౌగోళిక మరియు సాంస్కృతిక నేపథ్యాన్ని అర్థం చేసుకోవడానికి ఉపయోగపడిన చారిత్రక గ్రంథం.

మంగళం

మట్టి కోసం, మూగ జీవాల కోసం, ధర్మ రక్షణ కోసం తమ నెత్తుటిని ధారబోసిన యాదవ మహావీరుల పవిత్ర స్మృతికి సవినయ అక్షర నీరాజనం! ఈ కాటమరాజు కథా చక్రపు మహా ప్రస్థానం ఇక్కడితో పరిసమాప్తం. ఆ వీరుల త్యాగాలు కాలగర్భంలో కనుమరుగవ్వక, ఈ గ్రంథం గుండా సదా భావితరాల గుండెల్లో పౌరుషాగ్నిని రగిలించే స్ఫూర్తి దీపాలుగా వెలుగుగాక.

యాదవ కుల తిలకుడు, జగద్రక్షకుడు అయిన ఆ శ్రీకృష్ణ పరమాత్మ కరుణాకటాక్షాలు, వీరమాత శ్రీ గంగమ్మ తల్లి చల్లని ఆశీస్సులు సకల చరాచర సృష్టికి, ఈ కావ్య పఠితలకు సదా రక్షగా ఉండుగాక. ప్రకృతి పచ్చగా కళకళలాడుగాక, పశుగణాలు అఖండంగా వృద్ధి చెందుగాక! లోకంలో అహింస, ధర్మం, ఆత్మగౌరవం వెల్లివిరియుగాక!

॥ లోకాః సమస్తాః సుఖినో భవంతు ॥

॥ సర్వే జనాః సుఖినో భవంతు ॥

॥ మంగళం మహా శ్రీ మంగళం ॥

కృతికర్త దర్శనము

న్యాయ పీఠం సాక్షిగా సామాన్యుడి గొంతుకై, అక్షర పీఠం సాక్షిగా అణగారిన వర్గాల ఆత్మగౌరవ ప్రతీకై నిలిచిన బహుముఖ ప్రజ్ఞాశాలి శ్రీ వై.ఎస్. యాదవ్. ఆంధ్రప్రదేశ్ హైకోర్టులో ప్రముఖ న్యాయవాదిగా సేవలందిస్తున్న వీరు, 'జై యాదవ్ జై మాధవ్ ట్రస్ట్' కు చైర్మన్ మరియు మేనేజింగ్ ట్రస్టీగా బాధ్యతలు నిర్వహిస్తూ, ఈ చారిత్రక మహాకావ్యంతో పాటు ఎన్నో విశిష్టమైన గ్రంథాలను ఆ ట్రస్ట్ ద్వారా ప్రచురిస్తున్నారు.

బి.ఎల్., ఎం.బి.ఇ. పట్టభద్రులై, పీహెచ్‌డీ (Ph.D.) పరిశోధన చేస్తున్న ఆయన... మహనీయుల స్ఫూర్తితో సామాజిక న్యాయం కోసం రాజీలేని పోరాటం చేస్తున్నారు. 'ఇండియన్ అసోసియేషన్ ఆఫ్ లాయర్స్' (IAL) రాష్ట్ర కార్యదర్శిగా, 'సర్వీస్ సివిల్ ఇంటర్నేషనల్' (SCI) జాతీయ

అధ్యక్షుడిగా, 'అఖిల భారత యాదవ మహాసభ' జాతీయ నాయకుడిగా ఆయన సేవలు అనన్య సామాన్యమైనవి.

శ్రీ యాదవ్ కలం నుండి తత్వశాస్త్రం, న్యాయ విశ్లేషణ, చరిత్రల సమ్మేళనంగా... "The Ash-Born Warriors", "Echoes of Eternity", "Shiva Tatva", "Legends of Seshachalam", "The YS Tales" వంటి ఎన్నో అంతర్జాతీయ స్థాయి ఆంగ్ల గ్రంథాలు వెలువడ్డాయి. అదే పరంపరలో "నమో జగన్నాథ", "The Margali Mornings" గ్రంథాలు త్వరలో రాబోతున్నాయి.

తన జాతి సెత్తుటి చరిత్ర ఎక్కడ కాలగర్భంలో కలిసిపోతుందో అన్న ఆవేదనతో, తన తండ్రిగారు కీ.శే. శ్రీ యామనబోయిన మునిరాజు యాదవ్ గారి ఆశయాలకు ప్రాణప్రతిష్ఠ చేస్తూ ఆయన సృష్టించిన అక్షర యజ్ఞమే ఈ "యాదవ వీర భారతం". కీ.శే. ఆచార్య తంగిరాల వారు సేకరించిన అరుదైన తాళపత్రాలను, అమూల్యమైన చారిత్రక రికార్డులను చెక్కుచెదరకుండా భద్రపరిచి, భావితరాల కోసం శ్రీ వేంకటేశ్వర విశ్వవిద్యాలయానికి (SVU) విరాళంగా అందించి, వీరుల త్యాగాలకు నివాళిగా మార్కాపురానికి "కాటమరాజు జిల్లా" అని నామకరణం చేయాలన్న ప్రజా పోరాటానికి ఆయన బలమైన గొంతుకగా నిలిచారు.

అంతులేని పితృభక్తి, అపారమైన జాతిప్రేమ, నిరంతర సామాజిక బాధ్యతల అద్భుత సమ్మేళనమే... శ్రీ వై.ఎస్. యాదవ్ గారి మహోన్నత వ్యక్తిత్వం!

www.ingramcontent.com/pod-product-compliance
Ingram Content Group UK Ltd.
Pitfield, Milton Keynes, MK11 3LW, UK
UKHW041143300926
15471UKWH00012B/120

9 798905 107948